சப்பெ கொகாலு...

லட்சுமணன்

நியூ செஞ்சுரி புக் ஹவுஸ் (பி) லிட்.,
41-B, சிட்கோ இண்டஸ்டிரியல் எஸ்டேட்,
அம்பத்தூர், சென்னை– 600 098.
☎: 26258410, 26251968, 26359906

Language: Tamil
Sappe kokalu
Author : **Lakshmanan**
First Edition: May, 2014

Copyright: Author

No. of pages: xviii + 282 = 300
Publisher:
New Century Book House Pvt. Ltd.,
41-B, SIDCO Industrial Estate,
Ambattur, Chennai - 600 098.
Tamilnadu State, India.
Email : info@ncbh.in
Online : www.ncbhpublisher.com

ISBN. 978 - 81 - 234 - 2619 - 8
Code No. A 2966
₹ 225/-

Branches

Ambattur (H.O.) 044-26359906, 26258410, 26251968
Thiruvanmiyur 044-24404873 **Spenzer Plaza** (Chennai) 28490027
Trichy 0431-2700885 **Tanjore** 04362-231371 **Tirunelveli** 0462-2323990
Madurai 0452-2344106, 2350271 **Dindigul** 0451-2432172
Coimbatore 0422-2380554 **Salem** 0427-2450817 **Hosur** 04344-245726
Ooty 0423-2441743 **Vellore** 0416-2234495 **Villupuram** 04146-227800
Pondicherry 0413-2280101 **Thiruvannamalai** 04175-223449

சப்பெ கொகாலு...
ஆசிரியர் : *லட்சுமணன்*
அட்டை ஓவியம் : *ஜியாவுர் ரகுமான்*
முதல் பதிப்பு : மே, 2014

அச்சிட்டோர் : பாவை பிரிண்டர்ஸ் (பி) லிமிடெட்,
16 (142), ஜானி ஜான் கான் சாலை, இராயப்பேட்டை, சென்னை - 14
☎ : 044 - 28482441, 28482973

பரட்டைத் தலையும் கருத்த முகமும் சிவந்த விழிகளும்.. ஒரு காளியின் உருவம் போலவே, 'சப்பெ' இருந்தது புதிதாகக் குடியேறிய அத்தனை பேருக்கும் ஒருவித அச்சத்தை ஏற்படுத்தியிருந்தது.. மிக அரிதாகவே கொகாலை எடுக்கும் அவள்...அதில் புல்லைச் செருகி ஊதத்தொடங்கினால்... சோலையைக்கடந்து வந்த யானைகள், கொங்கர்களின் பயிர்களை அழிக்கத் தொடங்கியது. இன்னொரு புல்லை செருகி உதட்டில் வைத்தால்... ஏரிகள் உடைந்து வண்டல் மண்டி. வயல்களில் காடுகள் வளரத்தொடங்கியது.... அன்று ஏதாவது ஒரு ஆணின் சாவு, குடியேறிகளின் ஊரில் நிச்சயமாக இருந்தது..

ஆனால். ஆனால் இவை எதுவும் அவள் அறிந்து நடந்ததில்லை.

அப்படி உடைவதும் சரிசெய்வதுமாக இருந்த ஒரு ஏரி, கொங்கர்களை சலிப்புறுத்தி உளைச்சலை கொடுத்திருந்தது. பலிகொடுக்காமல் அணை நிற்காது என்ற பேச்சுவேறு ஊருக்குள் பரவத் தொடங்கியிருந்தது.

கொங்கர்கள் திட்டமிட்டார்கள்.

மேடையில் கூடியிருந்த குடியேறிகளுக்கு, பலி வேண்டி யிருந்தது. அதுவும் இளம்பெண், வாய் திறந்து ஒரு வார்த்தையும் பேசியிராத இளம்பெண். சாமியாடி, மண்ணுக்கும் மலைக்கும் குதித்துக்குதித்து முழியை உருட்டிஉருட்டி நாக்கைத் தள்ளி குறி சொல்லி முடித்ததும் கூட்டம் அமைதியானது.

மூப்பனின் குடும்பம் அவர்களின் கட்டுப்பாட்டுக்குள் போனது.

இருட்டு பொங்கி வடிந்துகொண்டிருந்தது. பெசாது கூரைக்குள் போன மூப்பன் முன்னோர்களை வணங்கி, விம்மி வெடித்தான். தூங்கிக்கிடந்த மகளை எழுப்பினான். அவள் கைகளில் இறுகப் பற்றியிருந்த, கொகாலைப் பிடுங்கி, கூரையில் செருகிவிட்டு ஏரிக்கரைக்கு அழைத்துப்போனான். எல்லா சடங்குகளும் முடிந்தது. ஊராரின் குலவை காற்றைக் கிழித்தது.. நடப்பது என்னவென்று அறிவதற்கு முன்னால்... சப்பெ, ஏரிக்காக 'திட்டமிட்டபடி' பலி கொடுக்கப்பட்டாள்.

இன்னொரு உருப்புபோல எப்பொழுதும் அவளுடன் இருந்த, அவளுக்குப் பிடித்த 'கொகாலு' இப்போது அநாதையாக கூரையில் கேட்பாரற்றுக் கிடந்தது.

தமிழ்நாடு பழங்குடி மக்கள் சங்கம்
அரும்புகள் வீதிநாடக இயக்கம்
சங்கமம்
அறை எண் - 1366
புது எழுத்து
வலசை
மணல் வீடு

தொடங்கும் முன்...

அன்றைய கோவையின் எல்லா இடங்களிலும் சின்னாம்பதி இருந்தது. நகரத்தின் மேற்கில் 25 கிலோமீட்டர் தள்ளி பச்சை போர்த்தியிருக்கும் மலைவெளிக்குள் அமைந்திருந்தது அந்த இருளர்பதி.

வீரப்பன் தேடுதல் வேட்டையில், கூட்டாய் பலாத்காரம் செய்யப்பட்ட அந்த இருளப் பெண்களை சந்திக்கவும் ஆறுதல் அளிக்கவும், நியாயம் பெறுவதற்கான போராட்ட வழிமுறைகளை ஆராயவும் பழங்குடி சங்கத்தின் கோவை மாவட்டக் குழு அங்கே புறப்பட்டுக்கொண்டிருந்தது. கிளம்பும் போது நானும் செந்திலும் செல்வனும் அந்தக்குழுவோடு ஒட்டிக்கொண்டோம். பலரும் மறுத்து ஒதுக்கியபோதும் எங்களது விடாத அடம், அதை சாத்தியப் படுத்தியது.

பேருந்தைவிட்டு இறங்கி, பொறுப்பில் இருந்தவர்களும் பெண்கள் அமைப்பினரும் முன்னால் நடந்துகொண்டிருந்தார்கள். பழங்குடி பகுதிகளில் தீவிரத்துடன் பணியாற்றிய அனுபவமும் இதுபோன்ற சூழல்களை எதிர்கொள்ளும் மனோதிடமும் அவர்களுக்கு இருந்தது. நகரத்தின் சந்தடிகளைக் கடந்து சின்னாம்பதியில் கால்வைக்கும்போது மணி பத்தை எட்டியிருந்தது. அதற்குள் மற்ற பகுதிகளிலிருந்த பழங்குடிச் சமூகத்தின் தலைவர்களும் சங்கத்தின் பொறுப்பாளர்களும் வந்து சேர்ந்திருந்தார்கள்.

முற்றிலும் புதிய சூழலை சந்திக்கும் படபடப்பில் நாங்கள் லேசாக நடுங்கிக் கொண்டிருந்தோம்.

எதிர்பார்ப்புக்கு மாறாக, உறுதியோடும் தீர்க்கமாகவும் வெளிப்படையாகவும் இருந்த அவர்களின் பேச்சு, வேறு எந்த இனப்பெண்களிடமும் காணமுடியாததாகவும் ஆச்சரியமானதாகவும் இருந்தது. கூடுதல் தகவல் தரவோ என்னவோ , குறுக்கிட்ட பழங்குடி ஆண்களை அந்தப் பழங்குடிப்பெண்கள் விரட்டியடித்தார்கள். சமவெளிகளின் போக்குக்கு நேர்மாறாய் எல்லாமும் அங்கே தலைகீழானதாகவும் இருந்தன.

எங்களுக்கு இறுக்கமாக முகம் காட்டும் சில தோழர்களின் கண்கள் கலங்கி, கிட்டத்தட்ட அழுதேவிட்டார்கள் பரமசாதுவாக இருந்த சில தோழர்களின் வார்த்தைகள் தடிக்க ஆரம்பித்தன. அதிகார பீடங்களின் கோரமுகத்தை கிழித்துப்போட்ட, பழங்குடிகளின் உச்சமான பண்பாட்டை தொட்டுக் காட்டிய இந்த மூத்த பயணங்களை ஒருபோதும் மறந்துவிட முடியாது. இப்படியான ஒவ்வொரு பயணமும் ஒவ்வொரு விதமான புரிதல்களை உணர்வுகளை தந்துகொண்டே இருந்தது

●●●

அது அரிதாக மழை, தூறிக்கொண்டிருந்த ஒரு வசந்தகாலம். இலைகளை உதிர்த்துவிட்டு நின்றிருந்த ஒரு மொட்டை மரத்தினடியில் முள்ளாம்பதியின் கோவில் திண்ணையில் கூடி பேசிக்கொண்டிருந்தோம். நூற்றுக்கணக்கான மாடுகள் எங்கோ மேயப் போய்க்கொண்டிருந்தன. ஆடுகள் வீட்டுக்குள்ளிருந்து எட்டிப்பார்த்து கத்திக்கொண்டிருந்தன.

நிலம், சங்கம், வன உரிமை, போராட்டம், குடும்பம் கூரையென்று ஆத்மார்த்தமான பேச்சு நீண்டு முடியும் தருவாயில், மூப்பன் கூரையிலிருந்து மேடைக்கு வரக்காப்பி வந்து சேர்ந்திருந்தது. பால் ஊத்துவதில்லையா என்று கேட்டதற்கு, ''அத்து குட்டிக்கு நீவீரா ஊட்டுவீரு'' என்று கேட்டுவிட்டு எழுந்துபோய்விட்டாள் மூப்பத்தி.

நுகர்வுக்காக எதையும் செய்யத்துணிந்த ஊரிலிருந்து சென்றிருந்த எங்களின் முகத்தில் அந்த சுரண்டலற்ற சமூகம், உமிழ்ந்த எச்சிலின் ஈரம் காய வெகுகாலம் பிடித்தது.

●●●

தமிழக அளவில் அனைத்துப் பழங்குடி இனங்களையும் இணைத்து அடிப்படையான பல கோரிக்கைகளை முன்வைத்து தொன்னூறுகளின் இறுதியில் தர்மபுரியில் ஒரு பிரமாண்டமான மாநாடு நடத்தப்பட்டது. தமிழ்நாடு பழங்குடி மக்கள் சங்கம் இம்மாநட்டை அற்புதமாக ஒருங்கிணைத்திருந்தது. அம்மாநாட்டுக்கு தகவல் சொல்லவேண்டி எங்களிடம் அளிக்கப்பட்ட பட்டியலில் பூளைப்பதியும் இருந்தது. தோழர்அய்யாசாமி எனக்கு உதவினார். மிகத் தொலைவில் காடுகளுக்குள் இருந்த அந்த ஊரை நோக்கி நடக்கத் தொடங்கினோம். நடந்து நடந்து ஊரைத்தாண்டி, மலைப்பாதை தொடங்கும் இடத்துக்கு வந்து சேர்ந்துவிட்டோம்.

''பொம்பளயப்பாரு பொம்பளய, மினிக்கிட்டு திரியரா, என்னமோ நேத்துதான் கண்ணாலம் நடந்தவ கணக்கா... புருசம்போயி

மாசம் ஆறு கூட முடியல; அதுக்குள்ள தினுசு தினுசா சேல வேற''... சத்தம் கேட்டுத் திரும்பிய இடத்தில் வேலிக்கு உள்ளேயிருந்து அந்நியப் பெண் இன்னொருத்தியிடம் சாடைபோட்டு சொல்லிக் கொண்டிருந்தாள்.

''நே இச்சா வர்கேலே கெலர்லதெ சேலா கெட்டி வெந்தே.. இச்சா பாசியெல்லாம் மெட்டிதா வெந்தெ; பொட்டுகூடெ வெச்சிந்தெ, இப்பெ, தேகெ மேலே போயித்தா, அவேங்கட்டின கீரேபாசிய கழாட்டி போட்டுட்டேமு ...... வெள்ள சீலெ சீரெல்லா நிமுக்குதெ கவுண்டாச்சி'' .... தலைமேல் இருந்த விறகுக்கட்டை எக்கி சரி செய்துகொண்டு அந்த இருளப்பெண் நடந்துபோய்க்கொண்டே யிருந்தாள்.

அய்யாசாமி அழைக்கும்வரை நான் அவள்போன திசையையே பார்த்துக்கொண்டு நின்றிருந்தேன்.

இப்படி தாய்வழிச் சமூகத்தின் மிச்சமாயிருந்த அவர்களின் வாழ்விலும் குறியீடுகளாக இயங்கும் சடங்குகளிலும் சமவெளிகளின் நுகர்வு வடிவங்களும் சூழ்ச்சிகளும் அற்ற சமூக முறையிலும், துண்டித்துக் கொள்ள முடியாதபடி ஈர்க்கப்பட்டோம்.

தொடர்ச்சியான பயணங்களாலும் உரையாடல்களாலும் மெல்ல மெல்ல அவர்களின் மொழி கைவர ஆரம்பித்துவிட்டது. அது அவர்களின் வாழ்வை ஆழமாக புரிந்துகொள்ள உதவியாக இருந்து ஒவ்வொரு சொல்லிலும் வரலாற்றை தேக்கி வைத்திருக்கிற அம்மொழியின் வளமும் ஆழமும் வசீகரிக்க ஆரம்பித்தது. அங்குல அங்குலமாக நகர்த்தி ஒருபோதும் பிரிந்துவிட முடியாதபடி அந்த சமூகத்தோடு கட்டிப்போட்டது. கூட இருந்த நண்பர்கள் பல்வேறு காலச்சூழலில் பிரிந்து அவரவர் வேலைகளுக்குப் போய்விட்டாலும் எனக்குக் கிடைத்த எந்த வாய்ப்பையும் கைவிட்டுவிடாமல் தொடர்ந்து இயங்க ஆரம்பித்து மெல்ல மெல்லமாய் அவர்களின் வரலாற்றுக்குள் மூழ்கிப்போனேன்.

●●●

கிழக்கை பொதுவாய் 'கொங்கு' என்று இலக்கியங்கள் கூறுகின்றன. இருளர்களும் கிழக்கிலிருந்து வந்த அனைவரையும் அப்படியே அழைக்கிறார்கள்.

'கொங்கர் தலைவன் எனப் போற்றப்பட்ட இளஞ்சேரல் இரும்பொறைகள் 'கொங்குப்புறம் பெற்ற கொற்றச் சோழர்கள்'

'கொங்கர் ஒட்டி நாடு பல தந்த பசும்பொன் பாண்டியர்கள்' இப்படி வரலாறு நெடுகிலும் அரசும் அதன் படைகளும் சொல்லவொண்ணாத் துயரங்களை மலைகளின் மேல் நிகழ்த்தியிருக்கின்றன.

சோழர் காலங்களில், காடு கொன்று நாடாக்கும் முயற்சிகளில் இம்மண்ணின் பூர்வீகக்குடிகள் பரந்து விரிந்த அவர்களின் பரப்பிலிருந்து தொடர்ந்து விரட்டியடிக்கப்பட்டிருக்கிறார்கள். அவர்களின் முயற்சிக்கு எதிர்ப்பு மேலோங்கிய இடங்களில் முப்பலிகள் கொடுப்பதன் மூலமும் கொட்டகைகள் கட்டித் தருவதன் மூலமும் பழங்குடிகளின் துர்க்கைகள் சரிகட்டப்பட்டிருக்கின்றன. மீறியவர்கள் களப் பலியாக்கப்பட்டிருக்கிறார்கள். ஆள்பவர்களோடு வந்த சமணமும் சைவமும் ஆழ்வார்களோடு வந்த வைணவமும், பழங்குடிகளின் 'குருமொட' நம்பிக்கைகளை சூறையாடிவிட்டுப் போயிருக்கின்றன.

நெருக்கமாக அமைந்திருக்கும் எறிவீரபட்டினங்களும், அஞ்சினான் புகலிடங்களும்,கோக்கண்டன் கல்வெட்டுகளும், மாவண்டூர் நந்திகளும்,ஹொய்சாளர் நடுகல்களும், விஜயநகரத்தின் சிதிலங்களும், பாண்டியர்களின் பராக்கிரமங்களும், நாயக்கர்களின் வழிபாட்டு மண்டபங்களும், சுல்தான்களின் குதிரை லாயங்களும் மேன்மை தங்கிய வெள்ளைதுரைகளின் கட்டு பங்களாக்களும், கைவிடப்பட்ட பெருவழிகளும் இப்போது கூட எளிதில் சென்று சேரமுடியாத பழங்குடிகளின் வனங்களுக்குள்ளும், அவர்கள் வாழ்ந்ததாக சொல்லப்படுகிற பழைய சமவெளிகளிலும்,பேரரசுகளின் ஆதிக்கத்தின் அழிக்கமுடியாத சாட்சிகளாக இன்றளவும் நின்று கொண்டிருப்பதைக் காணமுடிகிறது.

இந்த நூற்றாண்டின் இறுதிவரை மலையின் கிழக்குப் பகுதிகள் கொத்துக்காரர்களின் கட்டுப்பாட்டில் இருந்ததைப் போலவே மலைப்பகுதியின் மேற்குப்புறம் முழுவதும் மன்னார்க்காடு மூப்பில் நாயர், ஆர்.எம்.பலாட் மற்றும் இருள்பட்ராஜா ஆகிய மூவரின் கட்டுப்பாட்டிலேயேதான் இருந்து வந்திருக்கிறது.வெள்ளையர்கள் வந்து காடெரிப்பு தடை செய்யப்பட்ட பின்பு கொத்துக்காடு, ஏறுகாடு என்ற இரண்டு வகையான நிலத்தில் அவர்கள் நிலைத்த விவசாயம் செய்யத் தொடங்கினர். ஏறுகாட்டு விவசாயத்தின் முக்கிய தானியமாக புழுதி நெல் இருந்து வந்த காலத்தில் கொத்துக்காட்டில் கொள்ளு, ராகி, கம்பு, போன்றவற்றை விளைவித்து வந்தனர்.

அதற்குப் பிறகு கிழக்கிலும் மேற்கிலுமிருந்து வந்த வந்தேறி களின், வெற்றிலைக்கும், புகையிலைக்கும், இட்லிக்கும், அரிசிச் சோற்றுக்கும்... சூழ்ச்சிகளே அறியாத பழங்குடிகள் மிக எளிதாக நிலத்தை இழக்கத் தொடங்கிவிட்டிருந்தனர். வனம் அவர்களைச்

சார்ந்தும், அவர்கள் வனத்தைச் சார்ந்தும் இருக்க முடியாதபடி அது கொஞ்சம் கொஞ்சமாக கைவிட்டுப் போய்க் கொண்டே இருந்தது.

இழப்பு, இந்த நொடிவரைக்கும் தொடர்ந்துகொண்டுதானிருக்கிறது.

அவர்கள் வாழ்க்கை மற்ற பழங்குடிகளுக்கு நேர்ந்ததைப் போலவே மீட்க முடியாதபடி சின்னாபின்னப்படுத்தப் பட்டுவிட்டது.

• • •

சமவெளியைப் போலல்லாது பழங்குடிகளுக்கென்று தனித்த மேம்பட்ட நாகரீகமும், பாரம்பரியமும் இன்னமும் இருக்கிறது. பல்வேறு பண்பாட்டுத் தாக்குதல்களிலும் பொருளியல் இழப்புகளிலும் தங்களுக்கான சிறப்புகளை முடிந்த அளவுக்கு கெட்டியாகப் பற்றிக் கொண்டிருக்கின்றனர். இன்னும் தனது மொழியை முற்றாக இழந்துவிடவில்லை. அவர்களின் கலையும் கற்பனைத் திறனும் கரைந்துவிடவில்லை. நீண்டு தொடரும் பாடல்களும் பழமொழிகளும் நம்பிக்கைச் சடங்குகளும் அற்புதமான இலக்கியமாக தனக்கான தளத்தை அமைத்துக்கொண்டு இயங்கிக்கொண்டிருக்கிறன. பெரும் பாலான அவர்களின் பாடல்கள் வெறும் பொழுது கழிக்கின்ற வகையானவைகளாக மட்டும் அல்லாமல் அந்த மக்களின், மண்ணில் நிகழ்ந்த வரலாற்றுச் சாட்சிகளாகவே ஒலித்துக் கொண்டிருக்கின்றன.

'இவே நம்தாளு' என்ற நம்பிக்கை ஏற்பட்டால் ஒழிய பழங்குடிகள் அன்னியர்களிடத்தில் தான் என்ன நினைக்கிறோம் என்பதை ஒருபோதும் கூறுபவர்களில்லை. மேலும் அவர்கள் அதிகாரத்தின் கண்காணிப்புகளுக்கிடையிலும் கேட்பாரற்றோர் என்ற மனநிலையிலும் உழன்றுவந்ததால் தனக்கான பேச்சை ஒரு போதும் பேசமுடிந்ததில்லை. தனக்கான கண்ணீரை ஒருபோதும் அழுதவர் களில்லை. தனக்கான கோபங்களை அதற்கான வீரியத்துடன் காட்டியவர்களில்லை. அவற்றை வேறு வேறு வடிவங்களில் விடுகதைகளில் பழமொழிகளில், பாடல்களில் தான் காணமுடிகிறது.

தனக்கு கொஞ்சமும் பொருந்தாத, தனது சுதந்திரமான நிலைகளுக்கு எதிராக இயங்கும் அரசுகளின் கீழ் வாழ நேர்ந்த போதுதான் பழங்குடி மனம் பிளவுண்டு போயிருக்கிறது. அத்தகைய மனப்பிளவுக்கு ஆளான ஆதிவாசிகளிடம் மலை நெடுகிலும் உரையாடிய போதும் நீண்ட இரவுகளில் சேர்ந்தியங்கிய போதும் அவர்களின் நனவிலியில் தேங்கியிருக்கிற, எல்லாவற்றையும் மிஞ்சுகிற அசாத்தியமான இலக்கியத்திறனை அனுபவித்த பெரும்வாய்ப்பு இப்பணியை மேலும் செழிப்பாக்கியது.

அவர்களுக்குள் நடக்கும் சச்சரவுகளையும், ஊரின் பிரச்சினைப் பாடுகளையும் பாடல்களில் வைத்து கூட்டாட்டத்தின் போதோ ஊட்டாட்டத்தின் போதோ நேரில் கேட்டும் பார்த்தும் வியந்திருக்கிறேன். அதற்கென்று ஒரு நீண்ட நெடிய தொடர்ச்சி இருந்து வந்திருப்பதை உணர்ந்தபோது பாடல்களை அணுக வேண்டிய இன்னொரு கோணமும் புலப்பட்டது.

மேலும் பாடல்களை அவர்களாக இருந்து உணர்தலும் அதே சமயம் கொஞ்சம் எழுதப்படாத வரலாற்றோடு வெளியில் நின்று அணுகுவதும் எவ்வளவு அவசியம் என்பதை 'கோவமூப்ப நாடுலய' உணர்த்திப்போகிறது.

' வள்ளி வள்ளி ' பாடலை அந்நியர்கள் சொல்வது போல் வெறும் கூத்துப்பாடலாக மட்டுமே எடுத்துக்கொள்ள முடியவில்லை. அதில் உணவு சேகரிக்கும் கால நிலையிலிருந்து விவசாய காலத்துக்கு மாறும் எல்லா அம்சங்களும் பொதிந்துகிடக்கின்றன. சமவெளிகளில் நடக்கும் வள்ளிக்கூத்துகளில் இந்தப்பாடல் இடம் பெறுவதில்லையென்பதும் பாடலைப் பாடும் சிலரின் உறுதிப்படுத்தப்பட்ட தகவல்களும் இதே கருத்தை வழிமொழிகின்றன.

கிழக்கிந்திய கம்பெனியை மூர்க்கமாக எதிர்த்து, இந்த மண்ணில் முதல் சுதந்திரப்போரை தொடங்கிவைத்தவர்கள் என்ற பெயரை தக்கவைத்திருக்கிற திராவிடப் பழங்குடிகளான கோண்டுகள், முரியாக்களைப் போல அவ்வளவு தீரமாக போராடவிட்டால்கூட அந்நிய எதிர்ப்பில் இருளர்களின் பங்கை எளிதில் புறந்தள்ளிவிட முடியாதபடிக்கு 'வெள்ளேக்காரெ தோட்டாத்திலே', 'வாராண்ட வாராண்ட வெள்ளெக்காரே', 'சோதோ சோதோ சின்னாத்தொரே' போன்ற பாடல்கள் பதிவு செய்கின்றன.

தங்களிடம் வரிகளை வசூலிக்கவும் நிலம் பிடிக்கவும் வருகிற உள்ளூர் ஜமீன்தார்களை நேரடியாக அச்சுறுத்தும் படை பலமோ, பணபலமோ இல்லாத பழங்குடிகள் தம் காட்டுக்குள்ளிருக்கும் சக ஜீவராசிகளின் கைமாறுகளால் அவர்களை எப்படியெல்லாம் விரட்டியடித்தார்கள் என்பதை 'சோதோ சோதோலப்பா பண்ணாடி' நையாண்டி சாட்சியாக வைத்திருக்கிறது.

தொல்குடிகளின் பாடல்களை காணும் போது வெறும் வரிகளை மட்டுமே வைத்து அதிலிருந்து அதன் அர்த்தத்தை விளங்கிக்கொள்வது அபத்தமாகவே இருக்கும் என்பதை பாடலின் இடைவெளியில் நிகழ்த்தப்படுகிற கணக்கிலடங்காத மௌனமான பொருள்பொதிந்த அசைவுகள் உணர்த்திச் செல்கின்றன.

இந்த இடத்தில் திரு.வானமாமலை குறிப்பிடும் திராவிடப் பழங்குடிகள் என்று அறியப்பட்ட ஆஸ்திரேலிய பழங்குடிகளின் வேட்டை நடனத்தையும் பாடலையும் நினைவு கூரமுடிகிறது. அவர்களின் வேட்டை நடனம் இப்படித் தொடங்குகிறது.

புதர்களை விலக்குவதுபோலவும் விலங்குகள் சத்தமிடுவது போலவும், அது வெளியேறுவது போலவும் குரல் கொடுத்துப் பறை அடிக்கிறார்கள். அப்புறம் ஈட்டிகளை எரிந்து அதனைக் கொல்வது போலவும் தொடர்ச்சியாக இடைவெளியில்லாமல் நடனமாடு கிறார்கள். கூடவே பாடல் இடைவெளி விட்டுவிட்டு போய்க் கொண்டிருக்கிறது.

இருளர்களின் சில பாடல்களைப் பார்க்கும்போது அத்தகைய தன்மையைக் கொண்டிருப்பது போலவே தெரிகிறது. குறிப்பாக 'லே லே லேக்கரடி' பாடலுக்கான ஆட்டத்தைப் பார்க்கிறபோது ஒரு கரடியை அழைப்பது போலவும் அது முரண்டு பிடிப்பது போலவும் அது குதித்து நடந்து வருவது போலவும் மனிதனைக் கண்ட கரடியின் ஒவ்வொரு நகர்வுகளையும் அப்படியே அச்சு அசலாக ஆவணப் படுத்துகிறது. இடையில் கோயமுத்தூர் கரடிகளா என்று ஒலிப்பது இரண்டு சமூகங்களுக்கிடையில் இருந்த பிணக்கின் தன்மையையோ இணக்கத்தின் தன்மையையோ சுட்டுவதாகத் தெரிகிறது.

ஆணும் பெண்ணும் பாடுகிற பாடல்களில் 'ஓடிப்போகுமோ' என்று கேட்பதை அதிகமாக பார்க்கமுடிகிறது. ஆணுக்கும் பெண்ணுக்கும் ஒருவரை ஒருவர் பிடித்துவிட்டால் சோலைக்குள் போய் மூன்று நாட்கள் இருந்துவிட்டு வந்தால் தனியாக குடும்பம் நடத்த முடியும் சூழல் இருக்கிற சமூகத்தில், இப்படியான பாடல்கள் நிச்சயமாக சமவெளிகளின் 'ஓடிப் போதல்' என்கிற அர்த்தத்தில் தொனிப்பதல்லாது வேறு காரணங்களும் இருக்க முடியும் என்பதை வலியுறுத்துகிறது.

வரிகள் திரும்ப வருவதை பல்வேறு இலக்கணத்துக்குள் பொருத்தி புரிந்துகொள்ளும் நமது அறிவுசார் சமூகம், திரும்பத்திரும்ப வரும் வரிகளில் மாறிவருகிற ஒற்றைச் சொல், அதன் பொருளைத் தீடீரென அதீத உயரத்துக்கு கொண்டு போய் நிறுத்திவிடுவதைக் காண மறுக்கிறது. 'சொடலிமுள்ளுக்கே சிக்கிகொண்ட மல்லிகா மல்லிகா' போன்ற பாடல்கள் இப்படி நமக்கு பெரும் பாடமாக இருக்கிறது.

அதேபோல் மேல்நாடுகளில் பாடப்படும் சில பாடல்கள் கீழ்நாடுகளிலும் பாடப்படுகின்றன. எடுத்த எடுப்பிலேயே

இவைகளெல்லாம் வெளிமக்களின் பாடல்கள் என்று எடுத்தெறிந்து விட்டு போவோர்க்கு 'வெட்ட வெட்டப் பாறையிலே காளி கிட்டப்பா', 'சர்காரு வெச்சமரம்' போன்ற பாடல்கள் பெருத்த அதிர்ச்சியைக் கொடுக்கின்றன.

மேலும் அவர்கள் எல்லோரும் இங்கேயே இருந்தவர்கள் அல்ல. தொடர்ச்சியாக விரட்டப்பட்டு, இறுதியாக சமவெளிக்காரர்கள் நெருங்கமுடியாதென்ற நம்பிக்கையில்தான் இங்கே வந்து வாழ்கிறார்கள் என்ற அடிப்படை விசயத்தைக் கணக்கில் எடுத்துக் கொள்ளத் தவறும் போது அபத்தமான முடிவுகளுக்கு நம்மை இட்டுச் சென்று விடுகிறது. பிரதானமாக கீழ்நாட்டுக்கே உரிய பாடலானாலும் சில பாடல்களின் பின்வரிகளில் தொனிக்கும் பழங்குடித்தன்மை அந்தப் பாடல்களின் பொருளை வேறு பக்கம் கொண்டுபோய் நிறுத்தி விடுகிறது.

பரந்து விரிந்த காடு நமக்கு சொந்தமானது என்றிருந்த பழங்குடிகளுக்குள் சொத்துக்காக நடந்திருக்கும் கொலைகள் சந்தேகத்துக்குரியதாகவே இருக்கிறது. மேலும் கூட்டுக்குரலாக அல்லாமல் அவை தனிக்குரலாய் இருப்பதும் இவையெல்லாம் அடுத்த இனம் குறித்த கதைகளாக இருக்கவேண்டும் அல்லது வந்தவர்கள் செய்த கொலைகளுக்கான பழிகள், ஏதாவது ஒரு காரணத்துக்காக இவர்கள் மேல் சுமத்தப்பட்டிருக்கவேண்டும் என்பதை தன் ஒவ்வொரு நகர்விலும் நிறுவிக் கொண்டே போகிறது.

வரலாற்றைக் காட்டிக்கொடுக்கும் உழைப்புக்கருவிகள் ஒருபோதும் பாடல்களிலிருந்து அந்நியமாகிவிடுவதில்லை. இந்தத் தொகுப்பில் அப்படியாக இயங்கும் பாடல்களும் புறத்தில் தொடர்ச்சியான தாக்குதல்கள் மூலம் பாதிப்பை ஏற்படுத்தமுடியும் என்ற நம்பிக்கையில் எழுந்த 'பாட்டாளிப்பாடல்'களும் ஒலித்துக் கொண்டிருக்கின்றன.

சென்ற நூற்றாண்டுவரை இசைக் கருவிகளை இசைத்த பெண்களைப் பற்றிய குறிப்புகள் கிடைக்கின்றன. ஆனால் இப்போது கொகால் இசைக்கும் நீலியையோ பொறையடிக்கும் வள்ளியையோ துருளியும் மங்கேயும் ஊதுகிற மூப்பத்தியையோ களப்பகுதிகளில் காண முடியவில்லை. வெளியாட்களின் கட்டளைகளைத் துச்சமென எதிர்த்தும் அடங்க மறுத்தும் தாய்வழிச் சமூகத்தின் மிச்சங்களாக இருந்த மூப்பத்திகள் இயல்பாகவே பெரும் பிரச்சனையாகவே இருந்திருக்கக்கூடும். மேலும் மூப்பன், வண்டாரி, குறுதலை என்கிற

பதவிகள் மன்னர்களும் ஜமீன்தார்களும் வெள்ளையர்களும் இங்கே சுரண்ட வரும் வரை இதே வடிவத்தில் இருந்ததாகத் தெரியவில்லை.

இதில் பழங்குடிகள் அஞ்சி நடுங்குகின்ற பீ ஒடியனையோ, ஒடியனையோ, நேரடியாக நாம் எந்தப்பாட்டிலும் காண முடியவில்லையென்றாலும் சில இடங்களில் பெரும் தெய்வங்களும் பல இடங்களில் ஏனைய ஆதிக்கச் சமூகமும் ஒடியனைப் போல இயங்குவதைக் காணமுடிகிறது.

பல்வேறு மொழிக் கலப்புகள், ஆக்கிரமிப்புகள் இருளமொழியை அவர்களின் உணர்வுகளை ஏறக்குறைய விழுங்கி விட்டபோதும் இன்னும் அவர்களின் ஆழ்மனதில் அது ஒரு இயக்கமாக இருந்து வருவதால், உணர்வற்ற நிலையில் பாடப்படுகின்ற 'பேப்பாட்டில்' இன்னும் தூக்கலாக அவர்களுடைய இழந்த வாழ்வை நாம் காணமுடிகிறது.

கீழ்நாடுகளில் நிகழும் அளவுக்கு ஆய்வுகளோ, முனைவுகளோ மலைகள் மேல் நிகழ்ந்துவிடவில்லை. இதற்கெனப் பல்கலைக் கழகங்களில் இருக்கும் துறைகளால் தீவிரமான தேடல்கள் தொடரப்படவில்லை. பீகாரைப்போல் தங்களுக்கென்று தனிப்பல்கலைகழகம் வேண்டும் என்ற அவர்களின் கோரிக்கைகள் பல்வேறு கோரிக்கைகளைப் போலவே கண்டுகொள்ளப்படாமல் விடப்பட்டுவிட்டன. இருக்கிற சில ஆய்வுகள் சமவெளிக்காரர்களின் கண்ணோட்டத்தோடும் முனைவர் பட்டங்களோடும் போய்விட்டன.

கடைசியாக ஒன்று, பெரும்பாலான பாடல்கள் அடங்கியிருந்தாலும் இத்தொகுப்பை முழுமையானதென்று சொல்லிவிட முடியாது. பறை குளிக்கும் போது உள்ளூர்த் தெய்வங்களையும் முன்னோர்களையும் துணைக்கழைத்து, கூட அமர்த்திக் கொள்ளும் பேப்பாட்டு, கூத்துப் பாட்டு உட்பட, இன்னும் பல பாடல்கள் துண்டு துண்டாய் மக்களிடையே புழக்கத்தில் இருக்கின்றன. அவற்றைத் தொகுக்கும் பணியை, அடுத்த தலைமுறை ஆதிவாசிகள் முன்னெடுத்திருக்கிறார்கள். அவர்கள் இத்தொகுப்புப் பணிக்கு உற்சாகத்தோடு உதவிபுரிந்ததை பார்க்கிற போது நிச்சயம் அந்தத் தொகுப்பை விரைவில் சாத்தியமாக்குவார்கள் என்ற நம்பிக்கை மகிழ்வூட்டுகிறது.

எந்தத் தயக்கமும் இல்லாமல் பாடல்களை மந்திரங்களை சொல்லி அன்பு காட்டிய ஆதிவாசி மக்களுக்கும்

வெளியிட்ட இதழ்களுக்கும்,

துணை நின்ற பொன்னிக்கும்,

பிழைகள் திருத்திக் கொடுத்த தோழர் வில்வத்துக்கும்,

தயக்கம் காட்டியபோதெல்லாம், சோர்வடையாமல் என்னை வழிநடத்தி, அணிந்துரையும் அளித்து 'சப்பெ கொகாலு' வெளிவர முக்கியக் காரணமாக இருந்த தோழர் ச.பாலமுருகனுக்கும்,

வெளியிட்ட நியூ செஞ்சுரி புத்தக நிறுவனத்திற்கும் நன்றியைத் தவிர வேறென்ன என்னால் சொல்லிவிடமுடியும்.

லட்சுமணன்

அணிந்துரை

லட்சுமணனுக்கு 'சப்பெ கொகாலு' இரண்டாவது படைப்பு. இவரின் முதல் படைப்பான 'ஒடியன்' முதன் முறையாக பழங்குடிகளின் மொழியில் எழுதப்பட்ட கவிதைத் தொகுப்பாகும். ஆற்றல்மிக்க அவரின் கவிதைகளில் வெளிப்பட்ட பழங்குடி உவமைசார் அரசியல் மூலமாக தமிழ்க் கவிதை உலகின் கவனத்தைப் பெற்றவர்.

'சப்பெ கொகாலு' என்ற இந்த படைப்பில் இருளர்களின் பாடல்களை தொகுத்து அந்தப்பாடல்களுக்கு உயிர்ப்புமிக்க புனைவு களைப் படைத்துள்ளார். அரிதாகவே கதை சொல்லும் மரபு உள்ள பழங்குடிகளின் பாடல்களை தொகுப்பது என்பது அவ்வளவு எளிதான காரியமல்ல. அவர்களுடன் பயணிக்காத போது நம்மால் ஒருக்காலும் அவர்களின் பாடலுலகை புரிந்துகொள்ள முடியாது. ஆனால் கோவையில் உள்ள மேற்குத் தொடர்ச்சி மலைகளில் வாழும் இருளர் மக்களுடன் பத்தாண்டுகளுக்கும் மேலாக ஏதாவது ஒருவகையில் தொடர்ந்து செயல்படுபவர் என்ற முறையில் ஒரு நீண்ட நெடிய பயணத்தின் மூலமாக இம்மக்களின் பாடல்தொகுப்பை கடுமையான முயற்சிகளுக்குப் பின் பல்வேறு நெருக்கடிகளைத் தாண்டி கவிஞர் லட்சுமணன் சாத்தியப்படுத்தியுள்ளார். இந்த உழைப்பு என்பது மிகுந்த மரியாதைக்குரிய ஒன்று.

பழங்குடி மக்களின் மொழிகள், ஆயிரமாயிரம் ஆண்டு வாழ்க்கை அனுபவங்களை சேமித்து வைத்துள்ள புதையல்கலன்களாகும். இப்பாடல்களின் அடிச்சுவடுகளைப் பின்பற்றி நாம் அவர்களின் கடந்த கால வரலாற்றுக்குள் எளிதாக நுழையமுடியும். இப்பாடல்கள் அவர் களின் செழுமைமிக்க பண்பாட்டுக் கூறுகளையும் பாரம்பரியத்தையும் பறைசாற்றுவதாக உள்ளது. எந்த குருநாதனும் இன்றி சுயம்பாக எழுச்சிபெற்று தாங்களே உருவாக்கிய இசைக்கருவிகளை இசைத்து எழுப்பும் பழங்குடிப் பாடலானது ஒவ்வொரு தலைமுறையும் அடுத்த தலைமுறைக்கு கொடுத்துச்செல்லும் பெருங்கொடையாக உள்ளது.

பழங்குடி மக்களின் வாழ்வில் இசையென்பது பிரிக்கமுடியாத ஒன்று. பிறப்பு கொண்டாட்டங்கள், வழிபாடுகள், திருமணம், பிள்ளைப்பேறு, இறப்பு,வேட்டை என்று எல்லா மனிதர்களும், எதிர்கொள்ளும் வாழ்க்கை நிலைகளில் இசையும் நடனமும் இம்மக்களை வழிநடத்துகிறது. விதைப்பு காலங்களிலும் விதைகளை சேகரித்து பாதுகாத்து சந்ததியை வளமாக்கும் சடங்குகளிலும்கூட பாடல்கள் இசைக்கப்படுகின்றன. இந்த முறையானது உலகின் பல்வேறு பழங்குடிகளுக்கும் பொதுவானவையாக கருதவேண்டியுள்ளது. இந்த இசைக்கு யாரும் காப்புரிமை பெறமுடியாது. இது சமூகத்தின் பொதுச்சொத்து. படைப்பாற்றல்மிக்க மனிதர்கள் தங்களின் பாடல்களை இசைக்கின்றனர். தலைமுறை அதனைக் கடந்து பரிமாறிக்கொள்கிறது.

இந்தப்பாடல்களின் படைப்பாளிகளான இருளர்கள் மலையின் மைந்தர்கள். இருள்போன்ற கரிய தங்களின் நிறங்களின்மீதும் நிலத்தின்மீதும் கர்வம் கொண்டவர்கள். இது ஆப்பிரிக்காவுக்கு அடுத்தபடியாக பழங்குடிகள் அதிகம் வாழும் பூமியாகும். இந்த நாடு முழுவதும் பழங்குடிகள் பரந்து வியாபித்துள்ளனர். இவர்களின் அப்பழுக்கற்ற வாழ்க்கை மீது இந்த நாகரீக சமூகம் நேரிடையாகவும் மறைமுகமாகவும் ஒரு போரினைத் தொடுத்துள்ளது.

அம்மக்களை அவர்களின் விளைநிலங்களிலிருந்து அப்புறப் படுத்த அம்மக்களின் பண்பாட்டுக்கூறுகளை அழித்தொழிக்கவும் அவர்களை பிச்சைக்காரர்களாக்கவும் நிகழும் அந்த வன்முறையின் அளவானது அதிகப்படியானது. உச்சநீதிமன்றத்தில் 2011 ஆம் ஆண்டு மத்திய அரசு தாக்கல் செய்த மனுவில் வரலாறு நெடுகிலும் இம்மக்கள் வன்முறைக்கு உள்ளாக்கப்பட்டு மன்னிக்கமுடியாத வரலாற்று அநீதி இழைத்திருப்பதாக கூறியது. துரோணாச்சாரியர்கள் ஏகலைவனன் என்ற பழங்குடி இளைஞனின் கட்டைவிரலினை வெட்டித்தர வேண்டியதிலிருந்து அந்த அநீதி துவக்கமாகிவிட்டதாகவும் இந்தியாவின் 92 சதவீத மக்கள் வந்தேறிகளென்றும் பழங்குடிமக்களே இந்நாட்டின் உண்மையான மண்ணின் மைந்தர்கள் என்றும் கூறியது. மண்ணின் மைந்தர்கள் விரட்டியடிக்கப்பட்ட வரலாறுகளை நாம் மௌன சாட்சியங்களாக நின்று காணுகிறோம்.

இருளர்களும் அந்த ஆதிப்பழங்குடியின் வரையறைக்குள் பிசிறின்றி அடங்கக்கூடியவர்கள். மானுடவியலாளர் அகபிட் டிசியின் வரையறைப்படி, பழங்குடிகள் என்பவர்கள் இயற்கைசார்ந்த ஆன்மீகதொடர்பையும் ஞானத்தையும் பெற்றவர்கள். பாலினச் சமத்துவத்தை கடைபிடிக்கும் சமூகத்தைச் சார்ந்தவர்கள்.

விருந்தோம்பல் பண்பினைக் கொண்டவர்கள், தோழமையைப் பகிர்ந்துகொள்ளும் தன்மை உடையவர்கள். இனம்சார்ந்த பற்று கொண்ட மக்கள், தங்களின் செயல்பாடுகளில் பிற இனத்தவர்களை வெறுக்காதவர்கள். முடிவெடுப்பதில் சனநாயகத்தன்மையும், கடும் உழைப்பையும் படைப்பாற்றலையும், எளிய நிறைவான வாழ்க்கையையும் கொண்டவர்கள் மற்றும் மண்ணோடும் வனத்தோடும் இரண்டற பிணைப்பு கொண்டவர்கள். மூதாதையர் வழியே விடுதலை வேட்கை கொண்டவர்கள். மேலும் தங்களது வாழ்க்கை முழுவதும் நிறைந்திருக்கிற கொண்டாட்டங்களையும் எதிர்காலம் குறித்து நிறைய நம்பிக்கையும் கொண்ட மக்கள்; லட்சுமணனின் புனைவுகளில் படைக்கப்பட்ட மனிதர்கள் இத்தகைய நெறிகளைப் பெற்றவர்கள். இந்த அறம்சார்ந்த பண்பாடே காட்டுமிராண்டிகள் என ஏளனப்படுத்தப்பட்டு அநாகரீக மனிதர்கள் என அடையாளப்படுத்தப்படும் நிலைக்கு பழங்குடிகளை நம் சமூகம், தள்ளியுள்ளது.

இருளர் பழங்குடிகள் இலங்கையின் வேடர்பழங்குடிகளோடும் தொடர்புபடுத்தி பார்க்கின்றனர் ஆய்வாளர்கள். ஆதி திராவிட பழங்குடிகளாக மத்திய இந்தியாவின் கோண்டு பழங்குடிகளையும் சுமத்திரா தீவுகளின் பிரன் பழங்குடிகளையும் ஆஸ்திரேலியாவின் அபார்ஜீனிகளையும் வகைப்படுத்துகின்றனர். இருளர்களும் அவர்களுடன் தொடர்புடைய ஒரு ஆதி திராவிட பழங்குடிகளே. பழங்குடிகளின் ஆயிரமாயிரம் ஆண்டு வரலாற்றினையும் மொழியினையும் பாதுகாக்க அரசுகள் முன்வராத சூழலில் கவிஞர் லட்சுமணனின் இரண்டாவது படைப்பு அதுபோன்ற முயற்சியில் பனையாக உயர்ந்து நிற்கிறது. இந்த ஒற்றைப்பனையானது எல்லா அலைகளையும் தாண்டி நிற்கும் என்று நம்புவதைத் தவிர நமக்கு வேறெதும் இல்லை.

பழங்குடிமொழிகளை பாதுகாக்க முயலாத அரசுகள், தான் ஒப்புக்கொண்ட வரலாற்று அநீதியினை தொடர்ந்து நிகழ்த்திக் கொண்டே இருக்கிறது. பல்வேறு மட்டங்களில் பல்வேறு வடிவங்களில் ஆதிமக்களின்மேல் நிகழ்த்தப்படுகிற இந்த வன்மங்களை உள்வாங்க கொஞ்சம் நேர்மையும் நிறைய மனிதமும் வாசகர்களுக்கு தேவைப்படுகிறது. ரத்தமும் சதையுமாக இந்த ஊமைப்பெண் எழுப்பும் குழலின் இசை நம்மால் எழுப்பமுடியாத ஆன்மீக மனத்தை எழுப்பி நம்மை உயிர்ப்பிக்கும் என ஆழமாக நம்புகிறேன்.

ச.பாலமுருகன்

1. துண்டு மல்லிகெ

துண்டுதெ துண்டுதெ துண்டு மல்லிகெ
துண்டுதெ துண்டுதெ துண்டு மல்லிகெ (2)
ஏழு மச்செ கூடெத்தானெ துண்டு மல்லிகெ
வேட்டெக்குதானெ போகாரு துண்டு மல்லிகெ
பச்சப்புள்ள காரிலகெ துண்டு மல்லிகெ
பசுமுட்டாடிக்குமோ துண்டு மல்லிகெ

(துண்டுதெ)

ஏழு வண்டி வெரகுதானெ துண்டு மல்லிகெ
ஏழு வண்டி தண்ணிதானெ துண்டு மல்லிகெ
வேலு வாள தூக்கிகிட்டு துண்டு மல்லிகெ
வேட்டெக்குதானே போகாரு துண்டு மல்லிகெ

மூனு மச்சனரொடு துண்டு மல்லிகெ
ஒரு மச்சானே மூத்தானே துண்டு மல்லிகெ
பச்சே புள்ளே காரிலகே 0துந்து மல்லிகெ
அவெ வாரா மாட்டானொ துண்டு மல்லிகெ

(துண்டுதெ)

கொடுமேக்காரெ லெக்காரே துண்டு மல்லிகெ
கொந்துத சதிப்பாரொ துண்டு மல்லிகெ
நாலூரு தம்பி சொல்லுகனெ துந்து மல்லிகெ
நீவீரெ கேட்டுக்கோகெ துண்டு மல்லிகெ
நீவீர்தானெ கேக்காம்ப துண்டு மல்லிகெ
சதிகாரொ மலெம்பா துண்டு மல்லிகெ
நித்தாலெ கொல்லுகாக்கூ துண்டு மல்லிகெ
வேட்டெக்குன்னு சொல்லுகாதெ துந்து மல்லிகெ

வேட்டெக்குதானொ போகாரெ துண்டு மல்லிகெ
குய்க்கு வெச்சு சதித்தாரெ துண்டு மல்லிகெ

சதிகாரே மச்சினனரெ துண்டு மல்லிகெ
சதித்தாரோ துண்டு மல்லிகெ

(துண்டுதெ)

ஏழு நாயெ கூட்டிகிட்டு துண்டு மல்லிகெ
பந்திகுய்க்கிட்டாரெ துண்டு மல்லிகெ
பந்திகாலெ மூத்துதானே துந்து மல்லிகெ
கூறுதானெ போட்டாகெ துண்டு மல்லிகெ
கூறுதானே போட்டுதாம்மெ துண்டுமல்லிகெ
மொய்த்தினர துண்டுதா துண்டு மல்லிகெ
தானெ ஆளத்தானெ துண்டு மல்லிகெ
குய்யிக்குள்ளெ ட்டாரோ துண்டு மல்லிகெ

(துண்டுதெ)

பந்தீகுய்க்கி ட்டுதானே துண்டு மல்லிகெ
தீயெத்தானெ வெத்தாரொ துண்டு மல்லிகெ
துண்டு துண்டா வெட்டினரொ துண்டு மல்லிகெ
தியெ வெச்சு தாம்பெ துண்டு மல்லிகெ
நாய்க்கெ வாலில் கட்டுனாரெ துண்டு மல்லிகெ

கரிதானெ கட்டுகாக்குள துண்டு மல்லிகெ
நாயிதானெ கேக்குதுதாம்பெ துண்டு மல்லிகெ
சதிகார மாவருத துண்டு மல்லிகெ
கூரெக்குதா போச்சுதெ துண்டு மல்லிகெ

(துண்டுதெ)

பச்செ புள்ளெ காரிலகெ துண்டு மல்லிகெ
நாயெத்தானெ பாத்தேம்ப துண்டு மல்லிகெ
சுத்தி சுத்தி பாக்காலெ துண்டு மல்லிகெ
நாய்வாலுகெ கரியகட்டி துண்டு மல்லிகெ
நித்து மத்துனாரெ துண்டு மல்லிகெ

கத்தெ முள்ளுபட்டு துண்டு மல்லிகெ
காலு பொண்டுறானெ துண்டு மல்லிகெ
இச்சாதானெ வெந்துருவா துண்டு மல்லிகெ
அஞ்சாலெ வாண்டாதெ துண்டு மல்லிகெ

(துண்டுதெ)

வெச வந்து நிக்குறாலெ துண்டு மல்லிகெ
நாயத்தானெ கேக்காம்பா துண்டு மல்லிகெ

நாயந்தானெ கேக்காம்ப துண்டு மல்லிகெ
நாயிதானெ லெத்துபோகு துண்டு மல்லிகெ
போயிப்பாத்த தனெம்ப துண்டு மல்லிகெ

பந்திகுயிக்கு நின்னுத்தானெ துண்டு மல்லிகெ
ஏனோமெளதா துண்டு மல்லிகெ

(துண்டூதெ)

எத்து அம்மெ குருவாயிருந்த துண்டு மல்லிகெ
எத்து அக்க குருவாயிருந்தா துண்டு மல்லிகெ

பந்திகுய்யி மூடிவெச்சா வெச்சாது துண்டு மல்லிகெ
கல்லு ரெண்டா போகும்ப துண்டு மல்லிகெ
வெத்துக்கோலு லெத்துதானெ துண்டு மல்லிகெ
செம்புத்தண்ணி கயிலெத்த துண்டு மல்லிகெ

வெரெக்குத போத்தலெ துண்டு மல்லிகெ
வெட்டித்தானெ போச்சுதுதெ துண்டு மல்லிகெ
பந்திகுயிக் கெருந்துதானெ துண்டு மல்லிகெ
மேடுக்கி வந்தானெ துண்டு மல்லிகெ

மேடுக்கேதானெ வத்தானெ துண்டு மல்லிகெ
தும்பான்னு நின்னுதானெ துண்டு மல்லிகெ

(துண்டூதெ)

நானு வந்தாலாகாதெ துண்டு மல்லிகெ
நாடுலகா பொறுகாதெ துண்டு மல்லிகெ
மாண்டவ போனாக்கா துண்டு மல்லிகெ
மாளிகே பொறுக்காதொ துண்டு மல்லிகெ
சட்டு சட்டா வந்தாம்பா துண்டு மல்லிகெ
புள்ளெதாம்பா தூக்கினாரே துண்டு மல்லிகெ
பொண்டும்மு புள்ளெயுந்தாமெ துண்டூ மல்லிகெ
ருட்டு வெடிகாக்குள்ளெ துண்டு மல்லிகெ

கொப்பிலா மடுக்கெதாம்ப துண்டு மல்லிகெ
மூணு பேரும் மாண்டாரொ துண்டு மல்லிகெ
சத்தவரு வந்தாக்கா துண்டு மல்லிகெ
நாடுக பொருக்காதொ துண்டு மல்லிகெ

மண்டவரு மாண்டாதானெ துண்டு மல்லிகெ
மண்ணுதாம்ப செழிக்கும்ப துண்டு மல்லிகெ
படேச்சேவெ கிட்டேதாம்ப துண்டு மல்லிகெ

சாமியாகி போகேமு துந்து மல்லிகெ
சாமிதானெ ஆயிதாம்ப துண்டு மல்லிகெ
குப்பிலா மெடுக்குதானெ ழுந்தாரெரா துண்டு மல்லிகெ
குருவுஞ்சாமி ஆனாரொ துண்டு மல்லிகெ
கல்லுஞ்செலெ ஆனாரொ துண்டு மல்லிகெ
மண்ணாத்துக்கெ றங்கினாரொ துண்டு மல்லிகெ

துண்டூதெ துண்டூதெ துண்டு மல்லிகெ
துண்டூதெ துண்டூதெ துண்டு மல்லிகெ

சிவம்மாள், புதூர்

வெட்டு ஒன்று துண்டு மூன்றாய் வெடுக்கென்ற பேச்சும், சுழிக்காற்றுபோல் சுழன்றாடும் மல்லியின் துடுக்கும், மினுங்கும் கருப்பும், பளீரென்ற சிரிப்பும் யாரையும் சுண்டி இழுத்து தடுமாறவைத்துவிடும். பதிகள் மயங்கும் அவளது அழகில், முயல்வேட்டைக்கு வந்த கீழூர் பொன்னான் கிறங்கிப்போனான். அதற்குப் பிறகு சுண்ணாம்பு கண்டி மலையே கதியென்று சுற்றிக்கொண்டிருந்தான். அவன் கிறங்கிப்போக அதுமட்டும் காரணமில்லை.

●●●

சுண்ணாம்புக் கண்டி மலை காய்ந்து போயிருந்தது. எலிக் கொந்தையின் கொழுந்துகள் தவிர ஏனைய இடங்களில் கோடை தனது ஒவ்வொரு அடையாளத்தையும் பதிந்திருந்தது. காற்று, மிச்ச இலைகளை இழுத்துப்போட்டு சரசரத்தபடி காட்டுக்குள் போய்க்கொண்டிருந்தது. மசாறுக் குருவி அங்குமிங்கும் பறந்து பறந்து விடாமல் கத்திக்கொண்டிருந்தது.

மல்லி அவளது கூட்டாளிகளைக் கூட்டிக்கொண்டு நக்கலித்தபடி 'ஆனசத்த' படுகைக்கு நேர பழங்களை பொறுக்கக் கிளம்பினாள்.

●●●

வேட்டையில் ஒன்றும் கிடைக்கவில்லை, வெறும் கையோடு திரும்பவும் மனமில்லை, சோலையில் விழுந்திருந்த மரங்களை வெட்டி, முறித்து, ஜவுனக்கொடியால் கட்டி சுமையாக்கிக் கொண்டிருந்தான் பொன்னான்.

''எப்பவும் இப்படி ஆனதில்லை, இன்னைக்குன்னு ஒரு குருவி கூட கிடைக்கலை'', விறகுக்கட்டை கால்களால் எத்தி தோளுக்கு ஏற்றிவிட்டு.. திரும்பி நின்றவன் திக்கென்று அதிர்ச்சியில் உறைந்தான்.

வடக்கிலிருந்து காட்டுப்பன்றிகள் கொம்புகளை நீட்டியபடி மூர்க்கமான உறுமலோடு முன்னேறிக்கொண்டிருந்தன. அவனுக்கும் பன்றிக்குமான இடைவெளி அதிகபட்சமாக பத்தடிதான் இருந்தது. விறகுக்கட்டைப் போட்டுவிட்டு கண்ணிமைக்கும் நேரத்தில் தாவி, கொன்ன மரத்தில் தொற்றிக்கொண்டான். அது இலக்கு தவறிப்போய் எதிரிலிருந்த பாறையில் முட்டி விழுந்து ஓடியது. ஆனால் பின்னால் வந்த பன்றி போவதாய் இல்லை.. நின்று உறுமிக்கொண்டிருந்தது. கொஞ்ச நேரம் மரத்திலேயே தொங்கமுடிந்தால்..., அது போய்விடும் தான். ஆனால் அந்த பிடிமானமில்லாத கொன்னைமரத்தில் அவனால் அவ்வளவு நேரம் நிற்கமுடியவில்லை; வழுக்கி தரைக்கு வந்து கொண்டிருந்தான்.

பன்றி இப்போது ஆவேசமாக வந்துகொண்டிருந்தது. உறுமல் முன்பைவிடவும் அதிகமாக இருந்தது. அது கோபமாக இருக்கும்போது சிறுத்தையைக்கூட செந்தூக்காய் தூக்கியதை நேரில் பார்த்திருக்கிற பொன்னானுக்கு உடல் சிலிர்த்து நடுங்கியது. நாக்கு வறண்டு உதடுகள் ஒட்டிக்கொண்டன. எச்சிலைக்கூட விழுங்கமுடியவில்லை. விறகு வெட்டிய களைப்பு வேறு அவனை அடித்துப் போட்டிருந்தது. 'கடவுளே' என்று கத்த அவனுக்கு தெம்பிருந்தது. கத்தினான். முடிந்தது வாழ்க்கையென நினைத்து உலகத்தை கடைசியாக ஒருமுறை பார்த்துக்கொண்டான். கருவிழிகள் மேலேறி வெள்ளை பிதுங்கி மெல்ல செருக ஆரம்பித்தது.

சர் ர்ர்ர்ர்ர்ர்ர்ர்ர்ர்ர்ர்ர்ர்ர்ர் பட் தொத்...

மந்திரம்போல் வந்த ஒரு வீசுகட்டை பன்றியின் நெற்றியில் பட்டுத் தெறிக்க, அது, திசை தெரியாமல் தடுமாறி ஆகுலப்பா குளத்தில் விழுந்து ஓடிக்கொண்டிருந்தது. திரும்பிப்பார்த்த இடத்தில் மல்லி தன் கூட்டாளிகளோடு நின்றிருந்தாள்.

மல்லி நின்ற திசையை நோக்கிக் கையெடுத்து வணங்க முயற்சித்த பொன்னான், முடியாமல் அப்படியே மயங்கி விழுந்தான். ஆகவேண்டிய எல்லாவற்றையும் செய்து, அவனை ஊருக்கு கொண்டு போய் சேர்க்கும் பொறுப்பை பிருக்கனிடம் கொடுத்துவிட்டு, மல்லி தோழிகளோடு நேரமரத்தை நோக்கி நடந்தாள்.

•••

பொன்னான் குடும்பம் கீழூரில் மிகப்பெரியது. அண்ணன் அக்கா தம்பிகளென்று மொத்தம் எட்டுபேர் இருந்தார்கள். அக்கா ராக்காயி, பெரியவன் ராமசுப்பையன், சின்னவன் ரங்கன் இவர்களுக்கு இடையில் மத்தண்ணன், பத்ரையன், சுப்பையன், கங்கன், வெள்ளியன் என ஆறுபேர்

இருந்தார்கள். பொன்னான் ஏழாவதாக வருவான், இதில் ரங்கனையும் பொன்னானையும் தவிர அத்தனைபேரும் கொடுவாள் வித்தைக் காரர்கள். அவ்வப்போது ஏதாவது செய்து ‘செடிக்காரர்கள்’ என்ற பெயரை தொடர்ந்து காப்பாற்றிவந்தார்கள்.

●●●

விறகு பொறுக்கிக் கட்டித் தருவதில் தொடங்கிய பொன்னானின் கைமாறு, அதோடு நிற்கவில்லை. இஞ்சிப்புல் அறுத்துத்தருவது, கூரைக்குத் தாட்டி விடுவது வரைக்கும் அது போய் வெகுநாளாகி விட்டிருந்தது. இப்படி,பொன்னானும் மல்லியும் சுத்திக் கொண்டிருப்பது அவர்களுடைய அண்ணன்களுக்கு தர்மசங்கடத்தை ஏற்படுத்தியது. அக்கா ராக்காயி ராமசுப்பையனிடம் வந்து அழுது புலம்பினாள். அவள் கண்ணீர் இன்னும் வெறியேற்றியது. பொன்னானை கட்டுக்குள் கொண்டுவர மத்தண்னன் வகையறாக்கள் எடுத்த எல்லா முயற்சிகளும் அவர்களின் காதலுக்கு முன்னால் சுக்கு முன்னூறாகிப்போனது.

இப்போது ராமசுப்பையனின் கவனம் முழுவதும் மல்லியை சரி கட்டுவதிலிருந்தது; அது முடியாத பட்சத்தில் தீர்த்துகட்டிவிடுவது என்று முடிவு செய்து அதற்கான முயற்சியை செய்யவும் தொடங்கி யிருந்தனர். மல்லியை சமாதனப்படுத்துவது அவ்வளவு எளிதானதாக இல்லாமல் இருந்தது. ஆகவே அவர்கள் இயல்பாகவே இரண்டாவது தீர்வுக்கு வந்திருந்தனர். ஆனால் ‘மந்திரங்களாலும் சத்தியத்தாலும் வாழ்வு நடத்திய கொடுவெ குலத்து குருவின் பெண்ணான மல்லியைக் கொன்றது தெரிந்தால் கூட்டத்தையே சபித்துவிடுவார்கள்; நம் வம்சம் தளைக்காது; புல்பூண்டு முளைக்காது’ என்ற பயம்வேறு ஒருபக்கம் அவர்களை ஆட்டிப்படைத்துக்கொண்டிருந்தது.

●●●

மல்லியும் பொன்னானும் எதைப் பற்றியும் கவலைப்படவில்லை. காடுகளில் சேர்ந்தே சுற்றினார்கள். குருவியடிக்க ஒன்றாகவே போனார்கள். ஒன்றாகவே தேனெடுத்து வந்தார்கள். பொன்னானோடு இப்படிச் சுற்றுகிற அவளை யாருக்கும் பதியில் பிடிக்கவில்லை. ‘வாண்டா சாமி’ என எவ்வளவோ தடுத்தும் பார்த்தார்கள். ஆனால் கேட்டவளில்லை. பதியின் ஓரமாக இருந்த நிலத்தில் குடிசையைப் போட்டு குடும்பம் நடத்தத் தொடங்கிவிட்டாள். கோபத்தில் பதியர்கள் அதிகமாக பேசாவிட்டால்கூட தாய்தந்தையில்லாத அவளின் மேல், உள்ளூர யாருக்கும் அவ்வளவ பெரிய வெறுப்பு இல்லாமலிருந்தது. மல்லிக்கு இதுவே போதுமானதாக இருந்தது. ஆனால் பொன்னான் குடும்பம் நல்ல சமயத்துக்காக கறுவிக்கொண்டிருந்தது.

●●●

மல்லியும் பொன்னானும் இப்போது தங்களுக்கென்று ஒரு வாரிசைப் பெற்றெடுத்திருந்தார்கள். ஒரு நாள் மாலை மயங்கிய பொழுதில், அவன் அண்ணன்கள் ஏழு பேரும் திடீரென்று குடிசைக்கு வந்து நின்றார்கள். அவர்களைப்பார்த்த இருவருக்கும் காலும் ஓடவில்லை கையும் ஓடவில்லை.

''இங்க வேட்டேக்கு வந்தோம். அதான் ஒரு எட்டு பாத்துட்டு போகலாமுன்னு.... நல்லாருக்கீங்கல்ல?''

பதிலை எதிர்பாராமல் உரிமையோடு கூரைக்குள் நுழைந்து குழந்தையைத் தூக்கிக் கொஞ்சி, கழுத்தில் நரியின் பல்லைகட்டி விட்டு... மரத்தில் செய்த பொம்மை ஒன்றையும் கொஞ்சம் பாசிமணிகளையும் கொடுத்து உச்சி மோந்து முத்தமிட்டு பரபரப்பாக நின்றார்கள். பொன்னானுக்கும் மல்லிக்கும் ஒன்றும் புரியவில்லை. ஆனாலும் உள்ளூர சந்தோசித்தார்கள். கீரைப்பொறியை தேனில் குழப்பி உருண்டை பிடித்துக் கொடுத்து அவர்களை உபசரித்தார்கள்.

''சரி நாங்க கெளம்பறோம்.... காராச்சி மலையில மானும் பன்னியும் நெறையா வந்திருக்குன்னு கெண்டே சொன்னான், பொன்னா நீயும் வரதுன்னா வா'.

அவன் போகத் தயாராக இல்லைதான். ஆனால் வலுக்கட்டாயமாக இழுத்துப்போனார்கள். இப்போது மல்லிக்கு 'கெ' பிடித்துவிட்டது.

அவர்களின் கொஞ்சலும் குழந்தையின் மீதான பாசமும் அவளுக்குள் நிழலாடிய சந்தேகத்தையும் பயத்தையும் ஒன்றுமில்லாமல் செய்தது.

''நேம்பாரு.....'' தலையை தட்டிக்கொண்டே மூங்கில் அண்டையை தூக்கி கக்கத்தில் வைத்துக்கொண்டு பய்யிக்கு நடந்தாள். கொஞ்ச தூரம் அவளோடு வந்த நாய், பொன்னான் போன திசையில் திரும்பி ஓடி, வாலை ஆட்டிக் குழைந்து அவனோடே சேர்ந்துகொண்டது.

●●●

கிழக்கே இருட்டு கும்மிக் கொண்டு வந்திருந்தது.

சம்பர்கோடு, கோடுகட்டி படுகை படுகையாக சுற்றினார்கள். மடு மடுவாக அலைந்தார்கள். ஊஞ்ச குல மொக்கையில் சருகு மான் வந்து நின்றது. சின்னவன் ரங்கன் அடிக்கத் தயாரானபோது ராமசுப்பையன் சத்தம் போட்டு விரட்டி விட்டான். ஒந்தி மலையில் கைக்கெட்டும் தூரத்தில் கேளையாடு கொனைத்தது. பத்ரையன் 'ஊஸ்'

கொட்டி ஓட்டிவிட்டான்; காரணம் தெரியாமல் குழம்பி நின்றவனின் தோளைத்தட்டி கங்கன் இழுத்துப்போனான்.

விளாமுண்டி வந்ததும் நின்று ஒருவர் முகத்தை ஒருவர் பார்த்துக் கொண்டனர். ரங்கன் அவர்கள் முகத்தையே பார்த்தபடி நின்றான். அவர்கள் நின்றிருந்த இடத்துக்கு அருகில் பன்றியின் குழியொன்று இருந்தது. ஆள் நுழையும் அளவுக்கு அகன்றும் குறுகியும் இருந்த அந்தக் குழியின் அருகே கிடந்த லத்திகளை காலால் அழுத்தியும் தேய்த்தும் ராமசுப்பையன் கணித்தான்.

''தீய வெச்சா பெல்லா பெல்லா பன்னிக் கெடைக்கும்'' சொல்லி விட்டு ஆளில்லாத திசையை நோக்கித் திரும்பி நின்று கொண்டான்.

கால் தாரையை நோட்டமிட்ட ரங்கன் ''இதுக்குள்ள ஒத்ததா இருக்கறமாதிரி தெரியுது''. என்றான். ''சும்மாரு ரங்கா ஆடு கெழக்க போச்சுன்னா கெடா எந்த பக்கம் போகுன்னு உனக்கு தெரியாது; நீ பேசற... ஒரே பன்னியா இத்தன லத்தியப்போடும்'' அதட்டிவிட்டு குழியின் வாயிலிலிருந்து கொஞ்சம் தள்ளி சுருக்கை வைத்தான் சுப்பையன். அதை ஆமோதிப்பது போல் சிரித்துக்கொண்டே சுருக்கை கொஞ்சம் அகட்டி சரிசெய்து... வெட்டி வந்திருந்த தணக்க விறகு களை எடுத்து ஒவ்வொன்றாக உள்ளே வைத்துவிட்டு மத்தண்ணன் நிமிர்ந்தான்.

குப்பைகளை ஆளுக்கொரு கை அரித்துப் போட்டு சக்கிமுக்கியை உரசி தீயைப் பற்றவைத்தார்கள். கொழுந்துவிட்டு அது முழங்கியது. எரிந்த தணலின் சூடு உள்ளே போயிருக்கவேண்டும். வீறிட்ட பன்றியொன்று தீ கிழிய எகிறியது. ஆனால் அதன் தலை வகையாக சிக்கிக்கொண்டது. ஆனமட்டும் இழுத்துப் பார்த்தது, துள்ளிப் பார்த்தது இழுக்க இழுக்க சுருக்கும் இறுகிக் கொண்டே வந்தது. கூடவே ஈட்டியும் கடப்பாறையும் அதன் உடலை துளைக்கச் சிறிது நேர போராட்டத்துக்குப் பிறகு அது தனது கடைசி உறுமலை உறுமிவிட்டு ஓய்ந்தது. இழுத்து ஓரமாக போட்டுவிட்டு மறுபடியும் சுருக்கை விரித்து எடுத்துவிட்டு மீண்டும் தீயை மூட்டினார்கள்.

ஆனால் அதற்குப் பிறகு ஒரு எலி கூட வரவில்லை.

''குட்டீக இருந்திருந்தா இன்னேரம் கருகி திங்க நெப்பா இருக்கும். சுருக்கக் கழட்டீட்டு யாராவது உள்ள இறங்கிப் பாருங்க'' குழிக்குள் மூங்கிலை இறக்கி இடித்துப்பார்த்துவிட்டு ராமசுப்பையன் கட்டளையிட்டான்.

எரிந்துகொண்டிருந்த விறகுகளை வெளியே எடுத்துப்போட்டு கொஞ்சம் தண்ணீரை உள்ளே ஊற்றினார்கள். மிச்சமிருந்த தணல் செர்ரென்ற சத்தத்தோடு அடங்கியது. குழி இன்னும் ஆறட்டுமென்று காத்துக்கிடந்தார்கள்.

''வங்கு, சின்னதா இருக்கு ஆரோட உடம்பும் உள்ள போகாது. பொன்னாந்தா பொருத்தமா இருப்பான்'' சொல்லிவிட்டு சுப்பையன் அவனையே பார்த்தான். குருவி, முயலோடு தன் எல்லையை நிறுத்தியிருந்த பொன்னான், இப்போது நடுங்கத் தொடங்கியிருந்தான்.

ஆனால் அவர்கள் சொல்வது நியாயமாக இருந்தது, பொன்னானுக்கு வேறு வழி தெரியவில்லை. கடவுளை கும்பிட்டுவிட்டு குழிக்குள் இறங்கினான். இதுதான் சமயமென்று காத்திருந்த கங்கனும் பத்திரையனும் பக்கத்தில் கிடந்த பாறைய உருட்டி குழியை மூடினார்கள். கையைப் பிடித்து இழுத்த ரங்கனை, ராமசுப்பையன் ஓங்கியறைந்தான். அறைந்த வேகத்தில் பத்தடி தள்ளிப்போய் விழுந்த ரங்கன் அதற்குப் பிறகு எதுவும் பேசவில்லை. பொன்னானிடமிருந்தும் சத்தம் ஏதும் வரவில்லை.

குத்தன் குலைத்துக் கொண்டே இருந்தான்.

சிறிது நேர மௌனம் அந்த இடத்தை ஆக்கிரமித்துக் கொண்டது. வெகு சீக்கிரம் இயல்பு நிலைக்கு திரும்பிய அவர்கள், அவசர அவசரமாக, பன்றியை ஏழுகூறாகப் போட்டு ஒரு பங்கை நாய் வாலில் கட்டி, ஊர் போகும் தடத்தில் அதை அடித்து விரட்டிவிட்டார்கள். நாய் ஓலமிட்டபடி காட்டுக்குள் ஓடி மறைந்தது.

எந்த சலனமுமில்லை, யாரும் யாருடனும் பேசவும் இல்லை; மடுவுக்குப் போய் கைகால்களை அலசிவிட்டு தங்களை ஆசுவாசப் படுத்திக்கொண்டு கிளம்பினார்கள்

•••

குடிசைக்கு வெளியே சரசரக்கும் சத்தம் கேட்டது. மல்லி எட்டிப்பார்த்தாள். யாரையும் காணவில்லை.

'பொன்னாந்தே வந்திருப்பினா, ஆளே காங்காலெயெ ஏங்கே போயிருப்பினா' தனக்குள்ளே பேசிய மல்லி, குடிசையை சுத்தி சுனைக்கு போய்ப் பார்த்தாள். அங்கேயும் பொன்னானை காண வில்லை. ஆட்டுப்பட்டிக்கு போய்ப்பார்த்தாள். அங்கேயும் அவனை காணவில்லை. திரும்பி குடிசைக்கு வந்தாள். கோழிக்கூரைக்கு ஓரமாய் நாய் 'குத்தன்' படுத்திருந்தது. அது தாறுமாறாக நடுங்கிக்கொண்டிருந்தது.

அவளைப் பார்த்ததும் நடுங்குவதை விட்டுவிட்டு எழுந்து, பொன்னானும் அவனது அண்ணன்களும் வேட்டைக்குப் போன திசையை நோக்கி குரைக்கத் தொடங்கியது. அதன் குரைப்பு எப்போதும் போலில்லாமல் வித்தியாசமாக இருந்தது. உள்ளே குழந்தையின் அழுகை அதிகமாகிக் கொண்டே இருக்க அதை நிறுத்த உள்ளே போனாள்; மல்லி.

யாரோ நெருங்கி வந்து கொண்டிருப்பதற்கான அடையாளமாய் குத்தனின் குரைப்பு அதிகமாகிக் கொண்டே இருந்தது.

''பொன்னா.. ஏ பொன்னா''

வெளியே வந்து எட்டிப்பார்த்தாள். பொன்னான் அண்ணன்கள் அத்தனை பேரும் சிலைபோல் நின்றிருந்தார்கள். ரங்கன் லேசாக நிமிர்ந்து மல்லியைப் பார்த்துவிட்டு மீண்டும் குனிந்துகொண்டான்.

''அவெ நித்துகூடத்தானெ வெந்தா'' மல்லியின் முகம் ஒன்பது கோணலாய் சுருங்கி ஆச்சரியத்தது.

பத்திரையன் முந்திக்கொண்டான். ''கயி காலு கழுவீட்டு வந்துடறேன்னு போனான். அதான் வந்துட்டானான்னு கேட்டு போலாமுன்னு வந்தோம்''

உள்ளே போய் தண்ணீரை எடுத்துக் கொண்டுவந்து கொடுத்து விட்டு காத்திருந்தாள். நேரம் போய்க் கொண்டே இருந்தது.

''காலுல முள்ளுபட்டுதுன்னு நின்னா, குறுக்க பூந்து வந்துறேன்னா. அதான் வந்துட்டானான்னு கேட்டுட்டு போலான்னு வந்தோம்''.

''என்னா இச்சா பண்ணுகா இவெ, போனா ஒந்தா வர்கா வாண்டியது தானெ'' மல்லி சலித்துக்கொண்டாள்.

''சரி வந்தான்னா மூணு நாள் கழிச்சு வரோமுன்னு சொல்லீரு மல்லி, நாங்க கெளம்பறோம்'' கருட்டென்று கிளம்பியே விட்டார்கள். அவர்கள் தலை மறையும் வரைக்கும் அவர்களையே பார்த்திருந்த மல்லிக்கு யோசனைகள் பலவிதமாக ஓடின. கவால் கவாலென்று அடிவயிறு கலங்கியது.

ரங்கன் ராமசுப்பையனின் கண்ணுக்குத் தப்பி போக்குக் காட்டிவிட்டு மேல்மூச்சு கீழ்மூச்சு வாங்க ஓடிவந்து எல்லாவற்றையும் சொல்லி விட்டு ஓடிப்போனான்.

அழுது புலம்பியவள் கையில் சொம்புத் தண்ணீரையும் 'வெத்து கோலை'யும் எடுத்தாள். குழந்தையைத் தோளில் போட்டுக்கொண்டு

பதியை நோக்கி சிறிது தூரம் போனவள் என்ன நினைத்தாளோ தெரியவில்லை திரும்பி தீயாக நடந்தாள். நாய் முன்னால் வழிகாட்டிக்கொண்டே போய்க்கொண்டிருந்தது. நரிகளின் ஊளையும் யானைகளின் பிளிறலும் தூரத்தில் கேட்டுக்கொண்டிருந்தது. பாம்புகள் காலுக்கடியில் ஊர்ந்தும் குதித்தும் போயின. மூச்சுவிடாமல் கார்வே கத்திக்கொண்டிருந்தது. எதுவும் அவளது காதில் விழவில்லை. நடையும் நடையுமாக கொப்பிலா மடுவை நோக்கி அந்த ஒத்தையடித் தடத்தில் அழுதுபுலம்பியபடி போய்க் கொண்டேயிருந்தாள்.

அருகில் ஆள் நடந்துவருவதுபோல் காலடிச்சத்தம்... ஒரு உருவம் மங்கலாக மறைவதும் தெரிவதுமாக இருந்தது. நின்று திரும்பிப் பார்த்தாள்; இப்போது அந்த உருவம் கண்ணுக்குத் தெரியவில்லை. நடந்தாள்... மறுபடியும் ஏதோ அரவம் கேட்டமாதிரி இருந்தது. யாரும் வருவது மாதிரி தெரியவில்லை. அதற்குப்பிறகு அவள் அதைப்பற்றி பெரிதாக அலட்டிக்கொள்ளவில்லை. நடந்து கொண்டே இருந்தாள்.

சரியாக சம்பவம் நடந்த விளாமுண்டியில் நின்ற குத்தன் தலையை தூக்கி மல்லியின் முகத்தை பார்த்தான். அவள் அவனை 'எங்கே' என்று கேட்பதுபோல் புருவத்தை சுருக்கிக்காட்டினாள். குத்தன் கொஞ்சம் கிழக்கே நகர்ந்து நின்று மீண்டும் அவள் முகத்தை பார்த்துக் குரைத்தது. குக்கை சிதறிக்கிடந்த பாறையின் அருகில் புதிதாய் தீ மூட்டப்பட்டிருந்த அடையாளம் இருந்தது. குழி பாறாங் கல்லால் மூடப்பட்டிருந்தது. பதறினாள் துடித்தாள். குழந்தையை அருகில் வைத்துவிட்டு தன் பலம்கொண்ட மட்டும் அதை நகர்த்த முயற்சி செய்தாள். ஆனால் பாறை அசைந்து கொடுப்பதாக இல்லை.

திடீரென யோசனை வந்தவளாய் '' எத்து அம்மேனும் அக்காவும் குருவன் குருவத்தியா இருந்தா, இந்த வெறெ தூளு தூளா பொடிஞ்சு அச்சொட்டையா ஒடகோனும் '' குழந்தையைத் தொட்டு, மந்திரித்த சொம்புத் தண்ணீரை பாறையில் தெளித்து வெத்துக்கோலால் ஓங்கி அடித்தாள். தூள் தூளாக வெடித்து சிதறிய பாறையின் துகள்கள் நாலாபக்கமும் தெறித்து விழுந்தன.

நாய், குழியை சுற்றிச் சுற்றி வேதனையில் ஊளையிட்டது

மல்லி, குழிக்குள் எட்டிப்பார்த்தாள். பொன்னான் கை மட்டும் தெரிந்தது. புகையின் கரிந்த வாசம் மூக்கில் ஏறியது. தும்மிக்கொண்டே இழுத்து இழுத்துப் பார்த்தாள். அவளால் முடியவில்லை; மூச்சு வாங்கியது. ஒரு விநாடி நின்றவள் மறுபடியும் கண்களை இறுக மூடிக்கொண்டு இழுத்தாள். கொஞ்சம் இலகுவாக இருந்தது. யாரோ

கூட கை வைத்து இழுப்பதுபோல் உணர்ந்தாள். இப்போது பொன்னான் வெளியே வந்திருந்தான். மூச்சை சோதித்தாள்; உயிர் இருந்தது. வெறும் மயக்கம்தான். பக்கத்துக் குண்டியிலிருந்து தண்ணீரைக் கொண்டு வந்த அந்த உருவம் அதை அவன் முகத்தில் தெளித்தது. ஆதபூத ஆத்தாவை நினைத்து அவளும் தண்ணீரைத் தெளித்தாள்.

பொன்னானிடமிருந்து முனகல் சத்தம் வந்துவிட்டது.

வானம் சோவெனக் கொட்டத் தொடங்கியது... மரங்களில் பட்டு மழைத்துளிகள் சொத் சொத்தென்று விழுந்து கொண்டிருந்தன. நன்றிப் பெருக்குடன் வானத்தைப் பார்த்து பொன்னியம்மாவை வணங்கினாள் மல்லி.

பச்சென்று இப்போது விடிந்திருந்தது.

பக்கத்து பாறையிலிருந்து பொன்னான் ஊரைச் சேர்ந்த ஒருவன் பார்த்துக் கொண்டேயிருப்பதை உணர்ந்த இருவரும் திடுக்கிட்டார்கள்.

''வேண்டாம் புள்ளே செத்தவ செத்தவதான். நாம மீண்டு போனா, மலை தாங்காது, மரங்களும் தாங்காது, செத்தது செத்ததுதா''

அவனுக்கு கேக்கும்படியாக சொல்லிவிட்டு கண்ணிமைக்கும் நேரத்தில் குழந்தையோடு கொப்பிலா மடுவில் குதித்தார்கள். கொப்பிலா மடு அலையடித்து தளும்பி நின்றது.

பாறைக்குழியில் நீர் வழிந்து விழும் சத்தம் மட்டும் கேட்டுக் கொண்டிருந்தது. மெல்ல வெளியே தலையை எட்டிப்பார்த்த மல்லியும் பொன்னானும் அவன் இருப்பதை உறுதி செய்து விட்டு புதரோரம் போய் வெளியே வந்து மறுகரையில் ஏறி பாலமலையை நோக்கி நடந்தார்கள். கூரையிலிருந்து கிளம்பும்போது கூடவே வந்த அந்த உருவம் இப்போது திரும்பிப்போவது போல் தெரிந்தது.

'' நெட்டொடியன் போலிருக்கு மல்லி '' என்றான் பொன்னான்.

இருவரும் திரும்பி அதுபோன திசையை நோக்கி வணங்கிவிட்டு நின்றார்கள்.

கீச்ச் கீகிகிகீச்... கொக் கொக் கொக் .. ச்ட்டிரிக் ச்ட்ரீக்... கூக் கூக்க் கூக் என்று பறவைகளின் சத்தம் கேட்டுகொண்டே இருந்தது அவர்கள் நின்ற இடத்தில் நின்றபடி லேசாக அண்ணாந்து உடம்பைச் சுற்றி காட்டை ஒருமுறை பார்த்துவிட்டு மீண்டும் நடக்க ஆரம்பித்தார்கள்.

இளம்காலையின் வெயில் பட்டு பாறை, ஒரு ஓவியம்போல் காட்சியளித்தது. மழைத்துளி நனைந்த அதன் மேற்பரப்பு பொன்னாக

மின்னியது. இவர்களை கவனித்துக்கொண்டிருந்த பொன்னான் ஊரைச்சேர்ந்த அந்த ஆள், ஊரை நோக்கி அலறியபடி ஓடினான்.

'சாமிய கும்பிட்டு அப்படியே பாறையா மாறிப்போனாங்க' கீழூருக்குள் பரப்பவும் தொடங்கினான்.

ஊர் புழுதியைக் கிளப்பிக்கொண்டிருந்தது.

பசுமணியிலிருந்து கொகாலின் ஓசை குஞ்சூர்பதி கடந்து மாங்குழி கடந்து பெருகி சமவெளியை மூழ்கடித்தது. அது அநேகமாக 'பாறையாகி'ப்போன பொன்னானுடையதாக இருக்கலாம்.

●●●

துண்டு - சிறிய, ட்டுதானே- விட்டு, லுத்தான் - இழுத்தான், லெக்கார் - அழைக்கிறார், பொண்டுதல்- நொண்டுதல், குய்யி - குழி, அக்க- தாய், அம்மெ - தந்தை, வெத்துக்கோல் - குருவின் மந்திரக்கைத்தடி, ருட்டு - இருட்டு, ராங்கி - இறங்கி, ழுந்தாரோ - விழுந்தாரோ

மசாறுக்குருவி - ஓயாமல் அலறிக்கொண்டிருக்கும் பைத்தியக் குருவி, நேர பழம் - நவாப்பழம், குக்கை - சாம்பல், ஜவுணக்கொடி- ஊணாண்கொடி, அண்டை- மூங்கிலால் செய்யப்பட்ட நீர் எடுக்கும் பாத்திரம், படுகை - சரிவு, கொடுவே குலம் - இருளர்களின் ஒரு குலம், குய்யி - குழி, வெசா-கோபம், கெ - பயம் கவால் - பகிர், பய்யி -கிணறு, அச்சொட்டை- நத்தையின்ஓடு, சொம்புத்தண்ணி- மந்திரித்த நீர் நிரம்பிய, குருவனின் புனிதக்குடுவை.

2. பேரையன் கல்வெட்டு

கோவெ கோவெ கோவேதெ
அவ்கா தா அவ்காதா
ஏலமலே முத்துக்கு
முத்துக்கு போகனெ

கோவெ கோவெ கோவேதெ
எம்பொண்ரி பத்தரா
நான் ஏலமலை முத்துக்கு
முத்துக்கு போகனே
கோவெ கோவே கோவேதெ
மாமிதா மாமிதா
கோவெ கோவெ கோவேதெ
ஆத்துக்கு போறேது
கோவெ கோவே கோவேதெ

ஆத்துக்கு போகாலெ
கோவெ கோவே கோவேதெ
தண்ணியும் எடுத்தாலெ
கோவெ கோவே கோவேதெ
ஊட்டுக்கும் வந்துஎறக்கி வெச்சாளெ
கோவெ கோவே கோவேதெ

ஈரும் பாத்தாளெ கோவெ கோவேதெ
ஊரும் பத்தும் தேருக்கு போராக
கோவெ கோவெ கோவெதெ
நானுபோறேகா மாமிக மாமிக
கோவெ கோவெ கோவெதே
தேரின போனாளெ

தேரு கடைக்கு போனாளெ
கோவெ கோவே கோவெதெ
தண்டை வெல கூறுகா
கோவெ கோவே கோவெதெ
ஜாரி வெல கூறுகா

கோவெ கோவே கோவேதெ
பாசி வெல கூறுகா
கோவெ கோவே கோவேதெ

புள்ளெபுள்ளெனெ
கோவெ கோவெதா
எனது இல்லெனு வந்தெக
கோவெ கோவெ கோவெதெ

ஊருக்கு வருகரெ
கோவெ கோவே கோவேதெ
ஆலமரநகலுக்கெ
கோவெ கோவெ கோவெதெ

வந்துபார்க்காரெ
கோவெ கோவே கோவேதெ

பேனும்தெல பாக்காரெ
கோவெ கோவெ கோவெதெ
இதகா புல்லனெ
கோவே கோவெ கோவெதெ
பேனுதா பாருகெ
பொன்றி தலைனேம்ப
பேனும் பாத்தானொ
ஆளாஹநூது மடிக்கெம்ப
கோவெ கோவெ கோவெதெ
ரொங்கிதெ போனாளெ

அப்புறம்பா பின்னதெ
கோவெ கோவே கோவேதெ
அம்புவில்லு எடுத்தனெ
கோவெ கோவெ கோவெதெ
அம்புக்குபின்னதெ
கோவெ கோவெ கோவெதெ

ஏந்துதானெ தள்ளினா
கோவெ கோவெ கோவெதெ
குய்யுதானே வெட்டினா
கோவெ கோவே கோவேதெ
குய்யிக்கி போட்டனோ
கோவெ கோவே கோவேதெ

அன்னரசி பெண்டுதா
கோவெ கோவெ கோவெதெ
பனேராசி பொண்றீம்பா
கோவெ கோவெ கோவெதெ
கைமோச பண்ணிறரெ
கோவெ கோவெ கோவெதெ
லாறிகொண்டு போகாம்பா
கோவெ கோவெ கோவெதெ
கூரெக்கு கோகாம்பா
கோவெ கோவே கோவெதெ

அவ்காதெ அவ்காதெ
கைமோச பண்ணினோ
தாயிதந்தெ பழிக்கு வருகாரொ
காடுபாக மாடுபாக
பங்கித்தானெ கொடுத்தானெ

லட்சுமி, முள்ளாங்காடு
பழனி, கொங்க மூப்பன், கரமலை

புதிய கோயில் கோலாகலமாக இருந்தது. வெங்கல மணியின் ஓசை ஒலித்துக் கொண்டேயிருந்தது. மந்திரங்கள் நின்றபாடில்லை. தூம புகையும் அரைத்த சந்தனவாசமும் காற்றில் பரவி பக்தியை மூட்டிக்கொண்டிருந்தது... கடவுள் வெள்ளை வெளேரென்று நடுநாயகமாக பீடத்தில் உட்கார்ந்திருந்தார்.

சாரைசாரையாக சனங்களும் குழந்தைகளும், தூரத்து ஊர்களிலிருந்து கூட, கோயிலை நோக்கி குவிந்த வண்ணமும், அங்கே கொட்டிக்கிடந்த பொருட்களை வாங்கிய வண்ணமும் இருந்தனர். கோயிலுக்கு முன்பு போடப்பட்டிருந்த தீ, திகுதிகுவென எரிந்து தணலாகிக் கொண்டிருந்தது. கோவாங்க நாட்டிலிருந்தும், மன்னி நாட்டிலிருந்தும், கவைய நாட்டிலிருந்தும் தனக்கு நாட்டிலிருந்தும் அவர்களுக்கே உரிய பரிவாரங்களுடனும் சாரட்டுகளுடனும் ஜமீன்தார்கள் வந்துபோய்க் கொண்டிருந்தனர்.

●●●

கேளை தனது பாவெயில் அறுந்திருந்த கண்ணிகளை சரி செய்தபடி ஆலமர நிழலில் உட்கார்ந்திருந்தான். கீழே இருப்பவர்களுடன் தொடர்பில் இருந்த சில பதிக்காரர்கள் அந்த பெரியகோயிலுக்கு போவதுபற்றியும் அங்கே இருக்கும் சந்தைகளில் விற்கப்படுகிற பொருட்க்ள் பற்றியும் சிலாகித்து கொண்டிருந்தனர். ஆனால் கேளைக்கு அதில் எந்த ஈடுபாடும் இருக்கவில்லை. அவன் அதை சட்டை செய்த மாதிரியும் தெரியவில்லை. உள்ளூர ஏதோ ஒரு கோபம் இல்லா விட்டால் இப்படி 'வெசா' வந்து கிடக்கமாட்டான். என்னவா இருக்குமென்று மாற்றி மாற்றி யோசித்துப்பார்த்த பொன்னிக்கு ஒன்றும் பிடிபடவில்லை; குழப்பமே மிஞ்சியது.

கோயில் பற்றிய பதியர்களின் விவரணைகள், அவளுக்கு அடங்காத ஆர்வத்தை தூண்டிவிட்டிருந்தது. அவளும் அதைப் பற்றியே அடிக்கடி பேசிக்கொண்டிருந்தாள்.

''என்னதுக்கு சும்மா பெணாங்கிக்கொண்டிருக்கெ, நே ஏலா மெலெக்கி போகெ நீ ஏங்கியும் போகாக்கில்லெ''. சொல்லிவிட்டு ஊஞ்சமர கிளையை விலக்கி 'ஒத்தவெறே குய்ய' தாண்டி நடந்தான். அவனது நினைவுகளில் அவன் முப்பாட்டன் பேரையன் இருந்தான்.

•••

பேரையன்தான் அந்த பதிக்கு மூப்பன். அந்த ஊரையும் குடிகளையும் ஒரு குறையுமில்லாதவாறு செழிப்பாக வைத்திருந்தான். எல்லோருடைய மாடுகளையும் அடைக்கும் பட்டி அவனுடைய குடிசைக்கு அருகிலேயே இருந்தது. அது மற்றவர்களுக்கு கூடுதல் பாதுகாப்பு உணர்வை தந்திருந்தது. அய்ப்பசி மாதம் மழை பேயாக கொட்டித்தீர்த்தது. மலைகளைப் பிளப்பது போல் இடி இடித்துக் கொண்டே இருந்தது. மின்னல் அங்கங்கே மரங்களில் இறங்கியது. 'குண்டி'களில் தண்ணியிடி இறங்கி பெருக்கெடுத்து ஓடியது.

பேரையன் உடல் நடுங்கியது. கிடுகிடுவென்று பற்கள் அடித்துக்கொண்டன. திடீர் தீடீரென்று தூக்கிப்போட்டது. பட்டிக்குள் இருக்கும் புற்றுக்குப் பக்கத்தில், போவதும் வருவதுமாக இருந்தான். பாட்டனை நினைத்து வானத்தை பார்த்து கையெடுத்துக் கும்பிட்டான்.

'அந்து காலா மாதிரி ஆகாம காக்கோனும்' என்று வேண்டிக் கொண்டான்.

மழை விடாது மாதக்கணக்கில் தொடர்ந்து பெய்து கொண்டே இருந்தது. நொய்யங்கரை பெருக்கடுத்து ஓடியது. நாளுக்குநாள்

வெள்ளம் அதிகமாகிக்கொண்டு வந்தது. இது நாள் வரைக்கும் தான் வைத்திருந்த எல்லையை மீறியது. இருந்த இடங்களையும் குடிசைகளையும் விட்டுவிட்டு மாடுகளை ஓட்டிக்கொண்டு மேட்டை நோக்கி எல்லோரும் இடம் பெயர்ந்துவிட்டார்கள். பயந்தது போலவே நாளி ஒரு நாள் கரைகடந்து எல்லாவற்றையும் அடித்துக்கொண்டு போனது.

எப்போது நாளி வற்றும் என பதியர்கள் காத்திருந்தார்கள்; மாதங்கள் உருண்டன. நாளி இறங்கி பழைய எல்லைக்குப் போய் விட்டது. எல்லோரும் பழைய இடங்களுக்குப் போய் மீண்டும் குடிசை களைப் போட ஆரம்பித்தார்கள். பேரையன் குடிசை இருந்த இடத்தில் இப்போது ஒரு புற்று வளர்ந்திருந்தது. சரியாக அந்த இடத்தில்தான் பெசாதுகூரேயும் இருந்தது. இது தற்செயலாக நடந்திருக்க வாய்ப்பே இல்லை; கட்டாயமாக முன்னோர்கள் ஆவியின் ஒரு செயலாக இது இருக்கக்கூடும் என திடமாக நம்ப ஆரம்பித்தான். அதற்குப் பிறகு புற்றை வணங்காமல் எந்தவொரு காரியத்தையும் தொடங்குவதில்லை என்பதையும் வழக்கமாக வைத்துக்கொண்டான்.

•••

கொட்டித்தீர்த்த மழை இப்போது ஓய்ந்திருந்தது. நல்ல வேளையாக நாளி பழைய காலம் போல் கரையைத் தாண்டவில்லை. பேரையன், பட்டியை அடைத்துக் கட்டப்பட்டிருந்த நாரை, பழைய நிலைக்குக் கொண்டுவந்தான். மாடுகள் குதியாட்டம் போட்டபடி காடுகளை நோக்கி ஓடின.

புற்றுக்கருகில் பிரிக்கிகள் சுத்திக்கொண்டிருந்தன. எறும்புகள் சாரை சாரையாக அணி வகுத்து போய்க்கொண்டிருந்தன.. எறும்பு களைப் பின்தொடர்ந்து போன பேரையனுக்கு அதிர்ச்சியாக இருந்தது. புற்றைச் சுற்றிலும் ரத்தம் தோய்ந்திருந்தது. கொஞ்சம் ரத்தம் புற்றுக்குள்ளும் காயாமல் இருந்தது.

சுற்றிலும் பார்த்தான்; யாருமில்லை. கழிக்கோலால் கொத்தத் தொடங்கினான். ஒரு அடி ஆழத்தில் இரண்டு சிக்கிமுக்கி கற்களும் நான்கைந்து ஊஞ்சிகளும் கிடைத்தன. ஆனால், அதற்குள் வேட்டு வர்கள் மூலம் மன்னனுக்கு தகவல் போய்சேர்ந்துவிட்டது. அரச அதிகாரிகள் வந்து புற்று இருந்த இடத்தையும் பட்டியையும் அப்போதைக்கு கையகப்படுத்தினார்கள். யாரையும் உள்ளே செல்ல விடவில்லை. கொஞ்சம் கொஞ்சமாக அதன் எல்லை விரிந்து கொண்டே வந்தது. புதிது புதிதாய் யார் யாரோ வர ஆரம்பித்தார்கள். அவனது பெயரை அணைக்கு வைப்பதாகவும், கரைக்கு வைப்பதாகவும்

ஊருக்கு வைப்பதாகவும் என்னென்னவோ சமாதானம் செய்து பார்த்தார்கள். மிரட்டியும் பார்த்தார்கள். ஆனால் எதையும் எதிர்பாராத பேரையன் தனது பாட்டனை இழந்த சோகத்தோடு வலைகளையும் ஈட்டிகளையும் எடுத்துக்கொண்டு மாடுகளையும் ஊரிலிருந்த குடிகளையும் அழைத்துக்கொண்டு மேற்கே போக ஆரம்பித்தான். எல்லா இருளர்களும் அவனைப் பின் தொடர்ந்தார்கள்.

●●●

''பதியே ஆங்கு கெடாக்கு, நே இச்சா கெடாந்து என்னா பன்னுகாது''. போயே தீருவேனென்று மாமியிடம் அடம்பிடித்த பொன்னி, தேரிழுப்பதைப் பார்ப்பதற்குக் கிளம்பியே விட்டாள். கேளையின் கட்டளையில் இருந்த கடுமையை, அப்போது அவள் உணர்ந்திருக்கவில்லை.

ஊரே நிரம்பி நிற்கிற கூட்டத்தில், விதவிதமாக ஜாரியும், தண்டையும், சங்கு வளையல்களும் பாசிமணிகளும் அதைப் போட்டுப் போட்டு அழகு பார்க்கும் அந்நியப்பெண்களின் லாவகமும் பேச்சும் கிர்பிடித்த மாதிரி ஆகிவிட்டது பொன்னிக்கு.

இதைப் பார்த்துக்கொண்டு நிற்கிற மும்முரத்தில் பதிக்காரர்களை தவறவிட்டிருந்தாள், ''அய்யோ நே ந்தனியா ஏங்கே போவெ'' விழுந்தடித்துக் கொண்டு மூச்சுவாங்க ஓட ஆரம்பித்தாள். ஆனால் அவர்களை பிடிக்கமுடியவில்லை. மனசைத் தேற்றிக் கொண்டு ஆத்திமரக் கண்டி மேல் விழுந்து குறுக்கே நடக்கலானாள்.

ஒரு நாளும் அவள் நடுங்கியதில்லை. பெரு நரியை ஒற்றையாய் நின்று துரத்திய வரலாறு அவளுக்கு இருக்கிறது... எதற்கும் அஞ்சாமல் தன்னந்தனியாய் காட்டுக்குள் போவதும், மடி நிறைய தாணிக்காய் கொண்டு வருவதும் அவளது வாடிக்கைகளில் ஒன்றாக இருந்தது. ஆனால் என்றைக்கும் இல்லாதவாறு ஒருவித பயம் அவளை தொற்றிக் கொண்டிருந்தது. அந்த ஒத்தையடி பாதையில் மரங்களின் அடர்த்தியால் நிலவின் வெளிச்சம்கூட மங்கியிருந்தது... விட்டுவிட்டு கேட்ட நரிகளின் ஊளையும், செந்நாய்களின் கூச்சலும் 'கெ' பிடிக்கவைத்தது. சூடான யானைச் சாணியின் வாசம் காற்றில் மிதந்தது. பொன்னி மூக்கை சுழித்து திசையை அறியும்முன் அது கிளைகளை முறிக்கும் படார் கேட்டது. திடீர் திடீரென்று பறவை களின் சரசரப்பும் அவளை நடுங்க வைத்தது. பூச்சிகளின் சத்தம் கேட்டுக் கொண்டேயிருந்தது. அண்ணாந்து வானத்தைப் பார்த்தாள்; காட்டுக்கும் வானத்துக்கும் எந்தவித்தியாசமும் தெரியவில்லை.

●●●

வேட்டைமுடிந்து கொஞ்சம் சீக்கிரமாகவே கூரைக்கு வந்த கேளை, பொன்னி இல்லாததைக் கண்டு திடுக்கிட்டான். தேருக்குப் போனதை அறிந்து பதறி வழியில் வருவோரிடமெல்லாம் விசாரித்தான்.

''நேம் பாக்காலே''

''நித்து கூரேக்காரி ஏங்கு போனாலூ ஏங்கிட்டயா சொல்லீட்டு போறா''

●●●

வந்த பதில்கள் அவனை மேலும் அச்சமூட்டியது; கீழுரை நோக்கி கால்தெறிக்க ஓடினான்...

மரங்களையும் செடிகளையும் தவிர எல்லா இடங்களிலும் விசாரித்துவிட்டான். ஆனால் அவனுக்கு ஒரு துப்பும் கிடைக்கவில்லை. அப்படியே சோர்ந்துபோய் ரெட்டப்பாறையில் உட்கார்ந்தவன், எதோ நினைவு வந்தவனாய் திடுக்கிட்டு எழுந்தான்.

இப்படி தேருக்குப் போன பெண்கள் காணாமல் போவதும் அதற்குப் பிறகு வெட்டுப்பட்டோ அம்பு குத்தியோ நரிகள் தின்றது போக மீதியுடல்கள் கிடப்பதும் இப்போதெல்லாம் தொடர்ந்து நடந்துகொண்டே இருக்கிறது, இந்த எண்ணம் அவனை மேலும் கலவரப்படுத்தியது.

அதுவும் இந்த ரெட்டைப்பாறையை அவனால் ஒருபோதும் மறந்துவிடமுடியாது... கேளையின் உடல் ஒருமுறை நடுங்கி நின்றது.

இருட்டு கும்மென்றிருந்த அம்மாவாசை நேரம். மத்தவராய புரத்துக்கு ஏதோ வேலையாய் போனவன், போன வேலையைமுடிக்க நேரமாகிவிட்டது. அங்கேயே தங்கியிருக்கலாம்தான்; ஆனால் அவனுக்கு அது பிடிக்கவில்லை. ''நே கூரேக்கே போய்க்கறேன்'' விடாப்பிடியாக திரும்பிவந்துகொண்டிருந்தான். ஊரைத்தாண்டி சுப்பையனின் ராகிக்காட்டைப் பிடித்து நடந்தான். வரப்பில் காலில் ஏதோ தட்டியது மாதிரி இருந்தது. குனிந்து பார்த்துவிட்டு கல்லென்றதும் நிமிர்ந்தான். அருகிலிருந்த கம்மங்காட்டில் ஒரு பெண்ணின் அலறல் கேட்ட மாதிரி இருந்தது. இருந்த இடத்திலேயே அமர்ந்து. காதுகளை கூர்மைப்படுத்தி நான்கு புறங்களிலும்வைத் தான்... இப்போது ஒரு சத்தமும் இல்லை. எழுந்து சுற்றும் முற்றினான்.

வழக்கமாக இல்லாதிருந்த சில ஆட்களின் நடமாட்டம் அவனை கலவரப்படுத்தியது. எச்சரிக்கை உணர்வு தலைதூக்க, ஓடிப்போய் ஓரமாக இருந்த அத்தி மரத்தடியில், மறைந்து மூச்சடக்கி உட்கார்ந்து கொண்டான். தூரத்தில் காட்டுக்கோழிகள் கத்திக்கொண்டே இருந்தன.

அது ஓயவும், புதரிலிருந்து சராலென ஒரு உருவம் ஓடிப்போகவும் சரியாக இருந்தது. உட்கார்ந்தபடியே லேசாக திரும்பிப் பார்த்தான். அடையாளம் தெரியவில்லை; எழுந்து நின்று மரத்தில் சாய்ந்து எம்பினான். அந்த ஓட்டமும் நடையும் எங்கோ பார்த்தது போல் தோன்றியது கேளைக்கு. ஆனால் அப்போது அவனால் அது யாரென்று ஒரு முடிவுக்கும் வர இயலவில்லை.

அர்த்த ராத்திரியில் கேட்ட பெண்ணின் மரண அலறலும், ராகி காட்டின் 'அலுவலும்' குடியானவன் சுப்பையனை உசார்படுத்தியது. வெட்டறுவாளை கைகளில் ஏந்திக்கொண்டு தேடிக்கொண்டே வந்த சுப்பையன் அலறல் வந்த இடத்தில் எட்டிப்பார்த்தான்.

பாறையின் மேல் நரசாம்பதிக்காரியான கக்கி பொண்டு வெள்ளச்சி, நடு மார்பில் அம்பு குத்தி பொட்டுத் துணியில்லாமல் மல்லாக்கக் கிடந்தாள்.

●●●

அதற்குப்பிறகு கக்கி, தானே உளறவும் ஊருக்கு வரும் புதியவர் களை நோக்கி காறித்துப்பவும் ஆரம்பித்திருந்தான். பித்துப்பிடித்து அலைவதையும் திடீரென இரவுகளில் விம்முவதையும் பார்த்த மாமியார், ஒருநாள் ''என்னாதுலா ஆச்சு நிமுக்கு.... என்னாத கண்டே.... இச்சா பெணாங்குகே... எத்து மக எப்படி சத்தா...'' என்று முடியைப் பிடித்து உலுக்கியெடுக்க, தானே பழியை ஏற்றுக்கொண்டான்.

அவன் இப்போது ஊரில் இருக்கும் நிலத்தையும் மாடுகளையும் விட்டுவிட்டு கீழ் ஊரிலிருக்கும் திப்பையன் காட்டுக்கு அருகில் குடி வந்துவிட்டான். பாதி நிலத்தை திப்பையன் மேற்பார்வையிலேயே வைத்துக்கொண்டு மீதியில் வெள்ளாமை செய்துகொள்ள கக்கிக்கு அனுமதியளித்திருந்தான்.

●●●

பொன்னி வந்து தொட்டபின் சுய நினைவுக்கு வந்த கேளை, அவள் உயிரோடு வந்ததை நம்பமுடியாமல் திகைத்து நின்றான். இந்தத் திகைப்பில் அவள் மேலிருந்த கோபம் காணாமல் போயிருந்தது.

●●●

பாவெ - வலை, நாளி - ஆறு, பிருக்கி - குருவிகள், பொண்டு - மனைவி, லாறி - அலறி, பேரூர் - பேரையன்(பேரூரின் மூப்பன்) நகல் - நிழல்

3. தணுக்கன்திணை

ஜோகிதெ ஜோகிதெ ஜோகி நந்தம்ம
கம்பளத்துக்கு போகணும் ஜோகி நந்தம்ம
அம்மணி அம்மணி ஜோகி நந்தம்ம
ஆடு மாடு பத்தர ஜோகி நந்தம்ம
ஆட்டுகுட்டி பத்தர ஜோகி நந்தம்ம
மாடுகண்ணு ஜோகி நந்தம்ம
கோழி குருவி பத்தரா ஜோகி நந்தம்ம

ஜோகிதெ ஜோகிதெ ஜோகி நந்தம்ம
ஜோகிதெ ஜோகிதெ ஜோகி நந்தம்ம

ஓரே மக ஜோகி நந்தம்ம
சென்னம்மே வருகாரு ஜோகி நந்தம்ம
சென்னம்மே வந்துதா ஜோகி நந்தம்ம
சோறு திங்கா மாட்டீந்தா ஜோகி நந்தம்ம

சின்னம்மனுக்கு புள்ளெ சொன்ன
மேலக்கடி அட்டாலிலெஜோகி நந்தம்ம
அடியாட்டலிலே ஜோகி நந்தம்ம
சுடுசோறு ருக்கூது ஜோகி நந்தம்ம
நான் சோறு திங்க மாட்டெஜோகி நந்தம்ம
அம்மினி அம்மினி ஜோகி நந்தம்ம
அச்சாமெ ருக்கட்டு ஜோகி நந்தம்ம
நீ திந்தா நே திம்பெ ஜோகி நந்தம்ம
நீ திங்கலாந்தெஜோகி நந்தம்ம
நேனு உங்காக்கில்லெஜோகி நந்தம்ம

அம்மெ அம்மெதெ ஜோகி நந்தம்ம
நீ பெத்தது வேறு இல்லெ ஜோகி நந்தம்ம
நே திந்தா சோறுந்தா ஜோகி நந்தம்ம
நே திங்காக்கில்லெ ஜோகி நந்தம்ம

ஜோகிதெ ஜோகிதெ ஜோகி நந்தம்ம
சாமிக்கெ சண்டெ போட்டு ஜோகி நந்தம்ம
வெளினெ வந்தாலெ ஜோகி நந்தம்மா
பூஞ்செருப்பு போட்டாலெ ஜோகி நந்தம்ம

மாடுகந்தெ வூத்தூட்ட ஜோகி நந்தம்ம
பாலண்ட லெக்கிதெ ஜோகி நந்தம்ம
பாலகறந்து போனம்ப ஜோகி நந்தம்ம
பால்கறந்து போனாம்ப ஜோகி நந்தம்ம
அடுப்புக்கு ரீற்றினா ஜோகி நந்தம்ம
ஆடுமாடு வுத்து விட்ட ஜோகி நந்தம்ம
மாடோட்டி போகாளெஜோகி நந்தம்ம

ஆலமரவிழுதிம்ப ஜோகி நந்தம்ம
ஊஞ்சி ஆடுகாளொ ஜோகி நந்தம்ம
ஆணுஜோகி ஓடி வந்தாஜோகி நந்தம்ம
ஆணுஜோகி பொண்ணுஜோகி ஜோகி நந்தம்ம
அனுபோகித்ததாக ஜோகி நந்தம்ம
தண்ணியாடபோகாரோ ஜோகி நந்தம்ம

தண்ணியாடி பின்னெயெ ஜோகி நந்தம்ம
மாடோட்டி வருகாரெ ஜோகி நந்தம்ம
பட்டிக்கே மூடினாரெ ஜோகி நந்தம்ம
மூடீட்டு பின்னதெ ஜோகி நந்தம்ம
ஓடிதே போனாரொஜோகி நந்தம்ம
ஓடிதாம் போகேந்த ஜோகி நந்தம்ம
கண்டிதெ புடித்தாரொ ஜோகி நந்தம்ம
கண்டுதான் புடித்துதெ ஜோகி நந்தம்ம
ஆணுஜோகியெ வெட்டினாரொ ஜோகி நந்தம்ம

ஜோகிதெஜோகிதெ ஜோகி நந்தம்ம
ஜோகிதெஜோகிதெ ஜோகி நந்தம்ம

துளசி, மடக்காடு, வீரெ, கரும்புக்காட்டுப் பதி
கொங்கமூப்பன், கரமலை

ஊர்கூட்டம் நடப்பதாக, குறுதலை எல்லா வீடுகளுக்கும் முன்னதாகவே தகவல் கொடுத்துவிட்டு வந்தான். அவ்வளவு எளிதாக ஊர்க்கூட்டம் கூடிவிடாது. ஒன்று நல்லதாக இருக்கவேண்டும்; இல்லையென்றால் கெட்டது ஏதாவது நடந்திருக்கவேண்டும். சாவு ஏதும் நிகழவுமில்லை. அப்படி ஏதும் நல்ல காரியங்கள் சமீப காலத்துக்குள் நடப்பதற்கும் இல்லை.

''என்னாதுக்கெ இச்சா கூடுகா'' யோசனையில் ஆழ்ந்தாள் குரும்பி.

கொன்றையில் பறவைகளின் கீச்சுகள் இடைவெளியில்லாமல் கேட்டபடி இருந்தது.

நிலாவை மேகம் மறைப்பதும் நிலா அதைத் தாண்டி வருவதுமாக வானத்தில் ஒரு கண்ணாமூச்சி விளையாட்டு நடந்துகொண்டிருந்தது. மார்கழிப் பனியில் காடு நடுங்கிக்கொண்டிருந்தது.

குறுதலையும், வண்டாரியும், பரபரப்பாக இருந்தார்கள். பதிக்காரர்கள் அவரவருக்குப் பிடித்த கோணத்தில் கொன்றைக்குக் கீழே அமர்ந்திருந்தனர். பெண்கள் 'சொப்பை' மென்றுகொண்டிருந்தனர். தலையைச் சாய்த்து சிலபேர் அவர்களுக்குள்ளாக ஏதோ கிசுகிசுத் தார்கள். தலைவீணனுக்கும் தலைவீணிக்கும் காரசாரமான சண்டை போய்க்கொண்டிருந்தது. பனிரெண்டு குலத்தைச் சேர்ந்த குருவன் களும் குருவத்திகளும் ஒவ்வொருவராக வந்து சேர்ந்தனர். மூப்பத்தி மூப்பனோடு வந்து நடு நாயகமாக உட்கார்ந்தான்.

கூட்டம் அமைதியானது. குறுதலை குருவன்களை கலந்துவிட்டு எழுந்தான்.

''குரும்பி, கரட்டிக கொலா, தணுக்கனும் கரட்டிக கொலா, ரெண்டு பேரு ஒந்தாவெ சுத்துகா ஒந்தாவெ படுக்கா அச்சா தப்பூந்து சொல்லிக்கொந்தே இருந்தேமு ஆனா கேக்காதில்லே அச்சாமேதெ சுத்திக் கெடாக்காரு, கொலா தெய்வொ கரட்டியம்மனும் தூவே பொன்னியம்மனும் வெசா வந்து கெடாக்கூ, வெசாந்தா சாதா வெசா இல்லெ, என்னா பன்னினாந்தும் அடங்குகாதில்லெ. அத்து வெசாவெ றாக்கனுமுந்தா ரெண்டாளுக்கூ தெண்டனெ கொடுக்கோனுந்து முடிவு, அத்து தெண்டனெ என்னாதுன்னு கேக்கெ?'' குறுதலை முடித்தான்.

''வீண வீணிக, அதுகளுக்கு ஒந்தும் தெரிகாலே, சாமிக்கு வேணுமிந்தா ஒரு பூசெ வெத்தா றாங்கீரு தெண்டன வேண்டுகாதில்லெ''

கூட்டத்திலிருந்து செவனன் சத்தமாய் கோபத்துடனும் சொன்னான். வண்டாரி விடவில்லை.

''தலவீணென கேளு, இச்சா நேமு சொல்லிக்கொந்தெ இருக்கேமு அவெ சேஞ்சுகொந்தெ இருக்காரு, விட்டீந்தா... இச்சாமெ போய்கொந்தே ருக்கூ தெண்டன என்னாதோ அதெ தந்தெ ஆகோனு அம்தாளுக ரெண்டும், கட்டி திந்தே ஆகோணு'' இப்படியே விவாதம் போய்க்கொண்டிருந்தது.

எல்லாவற்றையும் கேட்டுக்கொண்டிருந்த குருவன்கள் மூப்பனை அழைத்து பக்கத்தில் இருத்தி நெடுநேரம் பேசினார்கள்.

கூட்டம் அவர்களுக்குள் பேசிக்கொண்டிருந்தது. யாருக்காக இந்த கூட்டம் கூட்டப்பட்டதோ அந்தக் குரும்பியும் செவனனும் இது பற்றிய எந்த சலனமுமில்லாமல் உட்கார்ந்திருந்தனர்.

''நம்த்து சனத்துல ஒந்தே கொலத்துகுள்ள படுக்ககூடாதுன்னு சட்டாம் கெடாக்கு. அதே மீரிந்தா என்னா செய்கோனுந்தூம் சட்டம் கெடாக்கு.'' சுருக்கமாய் மூப்பன் தீர்ப்பை சொல்லிவிட்டான்.

குறும்பியும் செவனனும் கூட்டத்துக்கு நடுவில்,கொண்டு வந்து நிறுத்தப்பட்டார்கள்.

குறுதலை ஒரு கூடை நிறைய மாட்டுச்சாணியை கொண்டு வந்து வைத்துவிட்டு ஒதுங்க, வண்டாரி புங்க செடியையும் புளியமிளாரையும் கொண்டுவந்து வைத்தான்.

கரட்டிகுலத்தின் குருவத்தி புங்கன் பிரம்பாலும், குப்பிலி குலத்து குருவத்தி புளிய மிளாராலும் மாற்றி மாற்றி கை ஓயும்வரை அடித்துவிட்டு மிளாரைக் கொண்டுபோய் தீயைவைத்து எரித்தார்கள்.

''ரெண்டாளுகிட்டே ஆரும் நின்னு பேசுகாக்கில்லெ, எச்சாந்தாலு லெக்காக்கில்லெ, கூரெக்குள்ளெ வெக்காக்கிலே'' குருவன் நிறுத்த, கூட்டம் சலசலக்கத் தொடங்கியது.

சம்ப குலத்தின் குருவத்தி, குரும்பியின் தலையில் சாணிக் கூடையை கொண்டு வந்து வைத்தாள். செவனனை அழைத்து வந்து, அவனது தோளில் குரும்பியை ஏற்றி, பதியை பனிரெண்டு முறை சுத்தி வந்து பனிரெண்டு குருவன்களையும் வணங்கஞ்செய்தார்கள். வணங்கிய பின் திரும்பிப் பார்க்க விடாமல் ஊரிலிருந்து வெளியே துரத்தி விட்டார்கள்.

அவர்கள் இனி எப்போது தங்கள் தவறை உணர்ந்து மன்னிப்புக் கேட்கிறார்களோ, எப்போது அதற்காக 'குருமொடத்துக்கு' காணிக்கை செலுத்துகிறார்களோ, அப்போது ஊருக்குள் வரமுடியும். வீணர் வீணி மடத்தில் உறங்கமுடியும்.

கூட்டம் முடிந்ததின் அடையாளமாக நீளிப்பொறை தட்டப் பட்டது. மக்கள் கலையத் தொடங்கினார்கள்.

•••

அடுத்த நாள் கவைய நாட்டின் மேற்கு எல்லையில் செவனன் வெட்டுபட்டும், குறும்பி மத்து கிழிந்தும் பிணமாகக் கிடந்தார்கள்.

●●●

பத்துறா - ஓட்டுகிறார்கள், சொப்பு-வெற்றிலை, றாக்குதல்- இறக்குதல், ருக்கெ - இருக்கிறேன் லெக்கல்-அழைத்தல், கொலா - குலம், கரட்டிகுலம் - இருளர்களின் பனிரெண்டு குலங்களில் ஒன்று, வெசா - கோபம், குருமொடம் - குருவனின் வீட்டில் வைத்திருக்கும் மூத்தோர்கள் பொருளை சேகரித்து வைத்திருக்கும் மண்ணாலான புனிதக் கலயம். நீளி பொறை - இருளர்களின் இசைக்கருவிகளில் ஒன்று, மத்து - உதடு

4. வள்ளிக்கிழங்கு

லாலலெ லலெ லாலலெ லலல லலலிலெ
லாலலெ லலெ லாலலெ லலல லலலிலெ

வள்ளி வள்ளி வள்ளி வனந்தனிலெ
வள்ளி வனந்தனிலே (குழு)
கிள்ளி கிள்ளி வள்ளி கிழங்கெடுப்போம்
வள்ளி கிழங்கெடுப்போம் (குழு)

லாலலெ லலெ லாலலெ லலல லலலிலெ
லாலலெ லலெ லாலலெ லலல லலலிலெ

காடுவெட்டி வள்ளி கல்பொறுக்கி
வள்ளி கல்பொருக்கி (குழு)
முங்கில்வெட்டி வள்ளி முள்பொறுக்கி
வள்ளி முள்பொருக்கி (குழு)
கழக்கெ மேக்கெ சாலோட்டி வள்ளி சாலோட்டி
வள்ளி சாலோட்டி
தெக்கெ வடாக்கெ வள்ளி வழுதரக்கி
வள்ளி வழுதரக்கி (குழு)

கருந்தனையொ வள்ளி செந்தெனையொ
வள்ளி செந்தனையோ (குழு)
யாராரெ வள்ளி காவல் வைப்போம்
வள்ளி காவல் வைப்போம்
மெருகனெ வள்ளி காவல்வைப்போம்
வள்ளி காவல் வைப்போம் (குழு)

லாலலெ லலெ லாலலெ லலல லலலிலே
லாலலெ லலெ லாலலெ லலல லலலிலெ

ஆனெ கொம்பெ வள்ளி லக்கெசெய்வோம்
வள்ளி லக்கே செய்வோம் (குழு)
கல்லாலெ வள்ளி ரல்லு செய்வோம்
வள்ளி ரல்லு செய்வோம் (குழு)

வள்ளி வள்ளி வள்ளி வனந்தனிலெ
வள்ளி வனந்தனிலே (குழு)
கிள்ளி கிள்ளி வள்ளி கிழங்கெடுப்போம்
வள்ளி கிழங்கெடுப்போம் (குழு)

கருந்தனையொ வள்ளி வெதக்கும் பெண்னே
வள்ளி வெதக்கும் பெண்ணெ (குழு)
பத்து மொழ வள்ளி அக்கெகெட்டி
வள்ளி அரிகிகெட்டி (குழு)
வீசியெரிந்தா வள்ளி செம்மெண்ணெ
வள்ளி செம்மெண்ணெ (குழு)

லாலாலெ லாலேலல்லெ லாலேலல்லெலெ

மானு வந்து ஈனாதடா வள்ளி ஈனாதடா
வள்ளி ஈனாதடா (குழு)
மனுச்சருக வள்ளி ஆயிரதா வள்ளிஆயிரதா
வள்ளிஆயிரதா (குழு)

வள்ளி வள்ளி வள்ளி வனந்தனிலெ
கிள்ளி கிள்ளி வள்ளி கிழங்கெடுப்போம்
லாலிலெ லாலெ லாலெ லாலிலெ லாலெ லாலெ

சீரன், சுண்டப்பட்டி

வள்ளி கிடைத்தால்... தலைவேறாய் முண்டம் வேறாய் ஒரே வெட்டில் வெட்டிவிடும் ஆவேசம் அன்னியர்களிடமிருந்தது.

•••

நீர்மத்தியை தள்ளி விடுகிறமாதிரி காற்று வீசியது. எங்கோ தொலைவில் பிளிறிய யானைக்கு மலை அதிர்ந்தது. கேளைகள் க்கூக்கூ என்று கத்திக்கொண்டு பதிக்குள் புகுந்து துள்ளித்தெறித்து சோலைக்குள் ஓடியது, கிழக்கிலிருந்து பெருநரியொன்று விருகனை கவ்விக்கொண்டுபோனது.

மல்லன் கிளம்பிக்கொண்டிருந்தான்

'' வள்ளி நேம்போகே பாவெய எடுத்து வாமி''. அவள் எங்கே இருக்கிறாள். காட்டுக்கு போய் வெகு நேரமாகியிருந்தது. மல்லனின் மனைவி நடுவி, மகள் குறித்து எதுவும் சொல்லாமல் பாவெயை எடுத்து வீசினாள்.

மல்லன், தன்கையில் வைத்திருந்த கத்தாரியை சரி செய்து, நடுவி வீசிய பாவெயை கக்கத்தில் செருகிக் கொண்டு புறப்பட்டுவிட்டான். கூட வந்த வீணர் கூட்டம் கும்மாளமிட்டது. அவர்கள் கையில் ஊதுகுழலுக்கான அம்பும் சுண்டுவில்லுக்கான கல்லும், வேட்டை நாய்களும் வேண்டுமளவுக்கு இருந்தன.

சோலையின் கீழ்புறத்தில் குடுமியும் அவன் கூட்டாளிகளும் ஆழமாகவும் நீளவாக்கிலும் தோண்டி மண்ணை வெளியே எடுத்துப்போட்டிருந்தனர். மாலையில் தொடங்கிய அந்த முயற்சி இன்னும் முடிந்தபாடில்லை. வேர்த்து நனைந்திருந்தார்கள். குடுமி உடல் முழுவதும் மண் அப்பியிருந்தது . மேட்டில் கிடந்த ரேயே கசங்கயும் கவாலைக் கசங்கையும் ஒதுக்கி தள்ளிக் குவித்து கூராச்சியை போட்டுவிட்டு அக்கடாவென்று உட்கார்ந்தான் குடுமி. நரியன் பட்ட மரத்தைத் தட்டி உரசினான். சர்க்கென்று பறந்துவந்த பொறியில் ஒன்று பஞ்சில் விழுந்து புகைந்தது. அது கொஞ்ச நேரத்தில் திகுதிகுவென எரிந்து கொளுந்துவிட்டது. கிழங்குகளைப் பகுதி பகுதியாக அதில் போட்டு வேகவைத்தார்கள். பாளமாக வெந்து வெடித்த அதன் வாசம் காடெங்கும் பரவியது.

•••

சூரியன் உதித்து கொஞ்சம் கொஞ்சமாய் மேலேறிக் கொண்டிருந் தான். வள்ளியும் அவளது தோழிகளும் உயரமான பாறையில் உட்கார்ந்து, கள்ளிப்பழங்களைச் சப்பியபடி, வைத்தகண் வாங்காமல் பார்த்துக்கொண்டே இருந்தார்கள். அவர்களது கையில் தொய்யாடாகும் காகே டாகும் நிறைந்திருந்தன. கல்லடிபட்டு இறந்த சருகன், பாறையில் கிடந்தது. நாய் குந்திரிக்கேயோடு விளையாடிக்கொண்டிருந்தது.

கீழ் நாட்டிலிருந்து வந்து தோட்டம் போட்டிருக்கும் செங்கண்ணன், எருதுகளை இழுத்துக்கொண்டு காட்டுக்குள் வந்து கலப்பையையும் ஏரையும் இறுக்கிக் கட்டினான். எருதுகள் முரண்டு ஏதும் பிடிக்காமல் மந்திரித்து விட்டதைப்போல், தானாகவே கலப்பைக்குக் கழுத்தைக் கொடுத்து நின்றன. ஆழமாக உழுவதற்கு வாகாக, ஏரின் முனையில் அடித்திருந்த இரும்புக்கொழுவைக் கல்லால் தட்டி சரி செய்துவிட்டு 'ஹ்ஹெச்சேய்' என்று விரட்டினான். தலையை ஆட்டி ஆட்டி நடந்த காளைகளின் இழுப்பில் அந்த கட்டாங் காடு புழுதியாகியிருந்தது.

'ஏருக்கானலும் சரி, கலப்பைக்கானாலும் சரி, மரம் கேட்டு இங்கேதான் வருகிறார்கள். சாட்டைக்கான பிரம்புகூட இங்கிருந்து

தான் போகிறது அவர்கள் ஓட்டிக்கொண்டிருக்கும் காடு கூட நமது முப்பாட்டனுடையதுதான், அவர்களால் முடிகிறது ஏன் நம்மால் முடியாது?'. அவளுக்குள் ஓட ஆரம்பித்திருந்த இந்த எண்ணம் நாளுக்கு நாள் தீவிரமடைந்து கொண்டே வந்தது.

பார்வை குத்திய அவளது நினைவில் மொக்கைக் காட்டில் ஏர்கள் வந்தது. விதைகள் வந்தது. காடு பச்சையாய் விளைந்து நின்றது.

"லா வள்ளி தாணிக்கொட்டை பொறுக்காக்கு போலா வாலா" தோழிகள் அழைக்கும்வரை ஏர் ஓடிக்கொண்டிருந்தது.

●●●

தும்பிகளை, குருவிகள் துரத்திக்கொண்டிருந்தன. சுன்றிப் பூவில் தேனீக்கள் மொய்த்துகிடந்தன. கடந்த வருட விதைப்புக்கு பயன் படுத்திய நிலத்தில் எரித்துவிட்டிருந்த சாம்பல், காற்றில் பரவி, காடு முழுவதும் நிறைந்திருந்தது. மழையின் சாரல், பச்சை பரப்பிய அந்த அதிகாலையை இன்னும் அழகானதாக மாற்றிவிட்டிருந்தது.

மண்ணுக்காரன், புதிதாக வெட்டிய காட்டில் பதியர்களின் வருகைக்காக காத்திருந்தான். பதிக்காரர்களும், காடுகளை நோக்கி போய்க்கொண்டிருந்தனர்.

பிரிந்திருந்த குச்சியின் ஒரு கவட்டையை, மல்லன் பிடித்து கொண்டான். இன்னொரு முனையை குடுமி பிடித்துக்கொண்டான். அதன் கீழ்ப் பகுதியில் பிளந்து செருகப்பட்டிருந்த பட்டமரம், கூர்மையாகி, கொங்கனின் ஏருக்கு எந்தவிதத்திலும் சளைக்காததாகி யிருந்தது.

கவட்டைக் குச்சிக்கு பின்னே வள்ளியும் கூட்டாளிகளும் 'அச்சா இல்லெ கெழவா இச்சா' கிண்டன்களுக்கு கட்டளையிட்டபடி ஒவ்வொரு தானியமாக போட்டுக்கொண்டே போனார்கள்.

கொஞ்ச நேரத்தில் காடு, கொங்கருடையதைப் போலவே மாறிவிட்டிருந்தது. வேலைகள் முடிந்ததும் பாறையில் ஏறி நின்றுகொண்டு காட்டைப் பார்த்தாள். அவளுக்கு எதையோ ஜெயித்து விட்ட உணர்வு முகத்தில் மின்னியது. குத்தலியை எடுத்து தோளில் போட்டுக்கொண்டு ஆடியபடி நடக்கலானாள்.

●●●

"லாமி, சோலேக்கு வர்கெ, இளுப்பையும் சாதிக்காயும் தாணிக்காயும் கொட்டி கெடாக்கு அம்மெ பெனாங்குகா" ராமி அழைத்தாள்.

''எத்து மொக்கேயே இடித்து காட்டெ வெட்டி, கல்ல பொறுக்கி, சாலோட்டி தெனெ வெதக்கே நீவீரு வர்கெ?'' கேள்விக்கு கேள்வியாய் வள்ளி, ராமியிடம் கோரிக்கை வைத்தாள்.

வேட்டையிலும் திறமை மிகுந்தவளாக இருந்த அவள் இப்போது காட்டுக்கும் சோலைக்கும் ஓடிக்கொண்டிருந்தாள்.

விளைந்த ராகியை பாறைக்குழியில் கொட்டி, முறிந்துகிடந்த யானைத் தந்தத்தை எடுத்து குழந்தைகள் இடித்து தின்றுகொண்டிருந்தனர்.

அதோ,

வள்ளி பூமிக்கு கீழே கிழங்காய் சமைந்துவிட்டாள், தோழிகளாக மான்களாகி குதித்து மறைந்து போயினர் .

●●●

ரல்லு - உரல், லக்கெ - உலக்கை, கேளை- மான்வகை, பாவெ - சிறிய மிருகங்களுக்கு போடப்படும் வலை, சுண்டுவில் - அம்புக்கு பதிலாய் கல்வைத்து எய்து வேட்டையாடும் வில். விருகன் - உடும்பு

கத்தாரி - சிறிய விலங்குகளைப் பிடிக்கும் பொறி, குத்தாலி- கொத்தின் தாய் கருவி, குந்திரிக்கே - தேள், தொய்யா டாகு காகே டாகு - கீரை வகைகள், லாமி- செல்லமாய் அழைத்தல்.

5. தெக்குமலைப்பிரபு

தெக்கூ மலெ கல்லுருட்டி
துடியலூரு பாலங்கட்டி
பாலத்துலேபோற வண்டி
நம்த்து வண்டி பவளாவண்டி

லா லாலெ லாலெ லாலெ
லல்லெ லாலெ லாலெ லாலெ
தில்லெலெ லெ லெ லொ
தில்லெ லெலெ லெ லெ லொ

ஊருக்கு மேவறமா இஞ்சிபுள்ளு சாமகாடு
சாமயறக்கயிலெ குயல்கள நாமறந்தெ
லா லாலெ லாலெ லாலெ
லல்லெ லாலெ லாலெ லாலெ

ஊருக்கு மேவறமா மணியகார பள்ளிகூட
பள்ளீக்கூட பசங்காளெல்லா பத்துமணி நேராத்துலெ
லால்லல்லே லாலேலா லாலலே லாலெ

கோணே செருப்பளக
கொங்கு நாட்டு மீசக்கார
யாரை மயக்குறேனு நீ
'மீச முறுக்குறயெ

(தெக்கு மெலெ)

லா லாலெ லாலெ லாலெ
லல்லெ லாலெ லாலெ லாலெ

ஊரு மூப்ப வாசத்துலெ
வெந்து கடந்த கொட்டே பாக்கு
நீ கொடுத்த கொட்டே பாக்கு
கொட்டி போட நேரமில்லெ

கொட்டா காட்டு மூலையிலெ

கொட்டே பாக்கு கொடுத்த மச்சா
நீ கொடுத்த கொட்டா பாக்கு
கொட்டிபோட நேரமில்லெ
நின்னு போட நேராமில்லெ
குக்கிபோட நேரமில்லெ

லா லாலெ லாலெ லாலெ
லல்லெ லாலெ லாலெ லாலெ

ஊரு வண்டாரி வாசத்திலெ
வெந்து கெடாந்த சுண்ணாம்பு
நீ கொடுத்த சுண்ணாம்பெ
நக்கி பாக்கா நேராமில்லெ

குறுதல வாசலிலே வந்து
கெடத்தா வெத்தேலேக்கு
நீ கொடுத்த வெத்தெலேனே
தொடத்து பாக்கா நேராமில்லெ

தெக்கு மலெ கல்லுருட்டி
துடியலூரு பாலங்கட்டி
பாலத்துலேபோற வண்டி
நமத்து வண்டி பவளவண்டி

லாலல்லே லல்லேல்லே
லாலலே லாலே

பச்சபட்டு சேலெ கட்டி
பலமயிலு போறபுள்ளெ
அவள நம்பி போகாதய்யா
அவ ரொம்ப மோசமய்யா

சிவப்பு பட்டு சேலெ கட்டி
பலமயில் போற புள்ளெ
அவள நம்பி போகாதய்யா
அவ ரொம்ப மோசமய்யா

சுண்டை, வேப்பமரத்தூர்

சுல்தான்களின் பேச்சடங்கிவிட்டது. எங்கு பார்த்தாலும் துரைகளின் நடமாட்டம். துடிய பாட்டன் ஆண்ட அத்திக் காடுகளும், ஈட்டிமரங்களும் தேக்குமரங்களும் சூழ்ந்த, காட்டெருமைகளும், கழுதைப்புலிகளின் கத்தலும் கேட்டுக் கொண்டேயிருந்த துடியனூர்,

இப்போது கால்மேலாய் மாறிப் போயிருந்தது. பதிக்குப் பக்கத்தில் நிறைய புதிய ஆட்கள் வந்து ஏற்கனவே காடழித்திருந்த இடத்தில் விவசாயம் செய்யத் துவங்கியிருந்தனர். அதில் செம்பூத்தானும் ஒருவன்.

சாமையும், ராகியும், நல்ல விளைச்சலை அள்ளித் தருகிற இன்னொரு தோட்டமும் ஆனைகட்டிக்கு கீழே சோமையனூரில் செம்பூத்தானுக்கு இருந்தது. அதில் அவனின் முதல் மனைவி குப்பாத்தாள் பண்ணையம் பார்த்துக் கொண்டிருந்தாள். வேலை அதிகமாக இருக்கும்போது இங்கிருந்து வெள்ளன், கொட்டன், காரமடை இன்னும் சிலரை வண்டியில் கூட்டிப்போவான் செம்பூத்தான். ஒருவாரம் பிழிந்தெடுத்துவிட்டு திரும்பக் கூட்டிக் கொண்டு வந்து விட்டு விடுவான். அவர்களை திருப்பி அனுப்பும்போது ராகியோ, கம்போ, சோளமோ ஆளுக்கு மூன்றுபடி கொடுத்து விடுவான்.

இப்போது காரமடைக்கும் முடியாமல் போய்விட்டது. ஊஞ்ச குல மொக்கைக்கு ஓடிவிட்ட வெள்ளனை இனி எளிதில் பிடித்துவிட முடியாது. பன்றி முட்டியதில் கொட்டன் காலுடைந்து வைத்தியம் பார்த்துக் கொண்டிருந்தான். வேறு வழியில்லை, செம்பூத்தானிடம் வாங்கிய விதைக் கடனைக் கழிக்க யாராவது சம்பந்தப்பட்ட குடும்பத்திலிருந்து போயாக வேண்டும்.

செம்பூத்தான் ஒத்தைக்காலில் நின்றான்.

●●●

வடக்கு மலைக்கு பொறுப்பாக இருந்தான் கார்டன் துரை; கார்டன் துரையின் உண்மையான பெயரெல்லாம் யாருக்கும் தெரியாது. சில பேர் அவனை காட்டன் துரை என்றுகூட அழைத்தார்கள். அவனுக்கும் இந்தப் பேருக்கும் எந்த சம்பந்தமுமில்லை. மக்களைப் பொறுத்தவரை அது ஒரு அடையாளம் அவ்வளவே. அவன் தன் சட்டத்துக்கு அடங்காத வேப்பமரத்தூர்காரர்களையும், வனத்துக்குள் துரையோடு ஒத்துழைக்காத சேமன்பதிக்காரர்களையும் பிடித்துவந்து, ஏழெருமைப் பள்ளத்தில் பாலம் கட்ட விட்டிருந்தான். கல்லை சுமப்பதும் பாறையை உடைப்பதும்... கலவையை கலக்குவதும் இரும்பை இறக்குவதும்... அவர்கள் இதுவரை அனுபவித்திராத கடுமையில் சிக்கி திக்குமுக்காடிக்கொண்டிருந்தனர்.

சொந்த விவசாயம் போக செம்பூத்தான், முக்கியமாக இந்த வேலைகளுக்காக ஓடிக்கொண்டிருந்தான். மண்ணடிப்பதற்காகவும்

மலையிலிருந்து கல்லெடுப்பதற்காகவும் துரைகளின் கட்டளைக்கு அவ்வப்போது அவனது வண்டி கீழ்படிந்திருந்தது. மலைகளில் இவன் நடத்தும் சில நீக்குபோக்குகளுக்கு அது உதவியாக இருக்கும் என்பதாலும் துரைகள் என்பதாலும் செம்பூத்தான் இந்த வேலையை, மனமுவக்காமல் ஏற்றுக்கொண்டிருந்தான்.

•••

செம்பூத்தானுக்கு இன்னும் கால் வலிக்கவில்லை.

தன் அப்பன் கொட்டனும், காரமடையும் போகமுடியாது என்ற நிலை வந்துவிட்டது. வரலி காரமடைக்கு பதிலாகவும், சொடங்கன் அப்பனுக்கு பதிலாகவும் பொறுப்பை ஏற்றுக்கொண்டு வேண்டா வெறுப்பாக வண்டியில் ஏறினார்கள்.

கூட வந்த சொடங்கன் வரலி மேல் ஆசை வைத்திருந்தான். அவளுக்கும் அவனை தினமும் சீண்டாமல் தூக்கம் வருவதில்லை. வரலி குப்பிலிகா குலத்துக்காரி; சொடங்கன் ஆறுமூப்பு குலத்துக்காரன்; கட்டிக்கொள்கிற முறைவேறு; போதாக்குறைக்கு இரண்டு பேருக்கும் ஒரே வயது.

அவர்கள் காதலில் திளைத்துக்கொண்டே இருக்கலாம்தான்!

ஆனால் செம்பூத்தான் தோட்டத்தில் களை வெட்டவும் சாமையறுக்கவும் சாணி வழிக்கவும் மாடுகளுக்குத் தீனிபோடவும் புல் அறுக்கவும் என வேலை மிகவும் கடுமையாக இருந்து கொண்டே யிருந்தது. இப்படியெல்லாம், தங்கள் சொந்தக் காட்டில்கூட, அவர்கள் நிற்காமல் வேலை செய்தது இல்லை. 'நிந்தா குத்தோ, பேசுந்தா குத்தோ', கூலி கொடுக்கும்போது பெணாங்கிக் கொண்டே சாமையில் இரண்டு படி குறைத்துக் கொண்டுதான் தருவார்கள்.

''ஒரு சொப்பு போடுகாக்கு முடிகாலெ, சுண்ணாம்ப தடாவாக்கு முடிகால முடிஞ்சுவெச்ச கொட்டையை மெள்ள முடிகாலெ'' மனது வெந்து உழைத்தார்கள்.

பத்தாக்குறைக்கு கல்மண் அடிக்க அடிக்கடி செம்பூத்தானோடு போக வேண்டியிருந்தது.

•••

பவளன் செம்பூத்தானின் ஒரே வாரிசு. வாலிப முறுக்கில் இருந்தான். வார் செருப்பை மாட்டி, மீசையைத் தடவி நின்றுகொண்டு

தின்றுவிடுவதுபோல் வரலியையே பார்ப்பதும் சாடையாக பேசுவதும் சொடங்கனுக்கு எரிச்சலாய் இருந்தது. மனசுக்குள் வெசா வந்து கொண்டே இருந்தது.

கீழூர்காரி துளசியும், செம்பூத்தான் தோட்டத்தில் கூடமாட வேலை செய்துவந்தாள். குப்பாத்தாள் வேண்டாமென்று ஒதுக்கும் கிழிந்தசேலைகளை கட்டிக்கொண்டு மினிக்கி திரிவதும் சொடங்களை உரசுவதும்...

வேறெதுவும் நடந்துவிடவில்லையென்றாலும் வரலி மேல் சொடங்கனுக்கும், சொடங்கன் மேல் வரலிக்கும் அவ்வப்போது இது குறித்து உள்ளூர புகைச்சல் இருந்து கொண்டேதான் இருந்தது.

●●●

ஒரு நாள் அதிகாலையில் குப்பாள், குய்யோ முறையோ என்று ஒப்பாரி வைக்க ஆரம்பித்திருந்தாள். முகம் வீங்கிக் கிடந்தது. சேலைத் தலைப்பைக்கொண்டு கண்களை துடைப்பதும் மீண்டும் அழுவதுமாக இருந்தாள். ''குடியானவ ஒருத்தி இவனுக்கு கெடைக்கலாயா... அப்படியே அரசல் புரசலா இருந்துகிட்டு இங்கயே கெடக்க வேண்டியதுதானெ..'' நகாடியை சிந்தி தூணில் துடைத்து விட்டு மறுபடியும் மறுபடியும் அழுதுகொண்டிருந்தாள். அரிதாக நடந்த இந்த சம்பவம் ஊர் முழுக்கப் புகை கிளப்பியது. அக்கம் பக்கத்துக்காரர்கள் அடிக்கடி வந்து அவளிடம் துக்கம் விசாரித்துக் கொண்டிருந்தார்கள்.

குப்பாத்தாள் சொன்னபடியே பவளனை எங்கேயும் காணவில்லை.

உறவினர்கள் தேடாத இடங்களில்லை; கேட்காத ஆளில்லை; போகாத ஊரில்லை.

●●●

இனி இந்தப் பக்கம் தலைவைத்துப் படுக்கக்கூட கூடாது என்ற முடிவோடு சொடங்கன் பந்திமடை வழியாக வீருபந்தியில் விழுந்து மேற்கு நோக்கிப் போய்க் கொண்டிருந்தான்.

சொடலி...!?

சொடலி அவனுக்காக மாங்கரையில் காத்திருந்தாள்.

●●●

இஞ்சிப்புல் - கோரைப்புல், சாமெ - சாமை, குயல் - குயில், ஊஞ்சகுல மொக்கே - யாரும் எளிதில் வரமுடியாத அடர்ந்தசோலைக்குள் இருக்கும் ஒருபகுதி, வெசா - கோபம், பெணாங்குதல் - திட்டுதல், நகாடி - சளி.

ஊர் மூப்பன் - இருளர் பதியின் முக்கியமான தலைமைப் பொறுப்பு இது. பதியில் நடக்கின்ற பஞ்சாயத்துகளில் தலைமை பொறுப்பேற்று நடத்துவது. பிரச்சனைகளில் தலையிட்டு முறையான தீர்ப்பு வழங்குவது. ஜோடிகள் ஓடிப்போய் திரும்பி வரும்போது தகுந்த நடவடிக்கைகள் எடுத்து அவர்களை குடும்பமாக அங்கீகரிப்பது, திருமணத்தை முன்னின்று நடத்துவது, இறப்புகளில் நடக்கின்ற சடங்குகள் முடியும் வரை கூடவே இருப்பது, வெளிவட்டாரங்களுக்கும் ஊருக்கும் ஒரு இணைப்பு பாலமாய் செயல்படுவது.

வண்டாரி - மூப்பனின் வலதுகரமாக செயல்படுகிறவன், இறப்புச் செய்திகளை அனைத்துப் பதிகளுக்கும் கொண்டு சேர்க்கவேண்டிய பொறுப்பு வாண்டாரியுனுடையது.

குறுதலை - மூப்பனுக்கு அடுத்த பொறுப்பு இது. குறுதலை ஒரு தகவல் சொல்லியாக செயல்படுகிறவன்.

கல்யாணம் நடந்தால் அந்த வீட்டை தன் பொறுப்பில் எடுத்துக்கொண்டு சமையலுக்கு தேவையானவற்றை கொண்டு வந்து சேர்க்கிறவன். அதுபோக மூப்பன் சொல்லும் காரியங்களை கச்சிதமாகச் செய்து முடித்துக் கொடுக்க வேண்டிய பணி இவனுடையது.. கல்யாணச் செய்தியை எல்லோரிடமும் தெரிவிப்பது. கல்யாணத்தில் ஏழுகுலத்துக்காரர்கள் உட்கார்ந்து சடங்கு செய்ய பாய்விரிப்பது, கல்யாணச் சடங்குகளுக்கான பொருட்களைக் கொடுப்பது போன்ற முக்கியமான பணிகளைச் செய்கிறவன்.

செம்பூத்துப் பறவை குறுக்கே போனால் நல்ல சகுனமல்ல என்கிற நம்பிக்கை இருளர்களிடத்தில் காணப்படுகிறது

6. சம்பர்காடு

நாடு சக்கெ பூத்ததுன்னு
சோலெ குருவிக நாடெ
நாடாருகிட்டே சொல்லாதே
சோலெ குருவுகள் நாடெ

ஊருசக்கெ பூத்ததுன்னு
சோலெ குருவுகள்நாடெ
ஊராருகிட்டே சொல்லாதே
மேக்கே போனது யாராலே
சோலெ குருவிகள் நாடெ
காயுண்டோ புழுவுண்டொ
சோலெ குருவிகள் நாடெ

கெழக்கே போனது யாராலெ
சோலை குருவிகா நாடெ
காயுண்டொ புழுவுண்டொ
சோலெ குருவிகள் நாடெ

வடாக்கே போனது யாராலெ
சோலெ குருவிக நாடெ
பிஞ்சுண்டோ புழுவுண்டொ
சோலெ குருவிகள் நாடெ

தெக்கெ போனது யாராலெ
சோலெ குருவுகள் நாடெ
பிஞ்சுண்டொ காயுண்டொ
சோலெ குருவிகள் நாடெ

சொடங்கன், கோரைப்பதி

கோங்கரைப் பதியின் கடைசிக் கூரைதான் நஞ்சியுடையது. நஞ்சி பாவம்தான்.

அவள் கூரையில், பிரச்சனைகள் தலையை விரித்துப்போட்டு ஆடிக்கொண்டிருந்தன. இதே வெட்ட மாதத்தில்தான், எயிரம்மன் கோயிலுக்கு அருகில், அவள் கடைசிப் பையன் சீரன், 'ஓடி அடித்து' இறந்துபோனான். கூரைக்காரன் தூமன், இன்னும் பெயர் தெரியாத ஏதோ நோயால், அடிக்கடி பதிக்குப் பக்கத்தில் இருக்கும் வேங்கை மரத்தினடியில் போய்ப் படுத்துக்கொண்டு உருள்வதும், உளறுவதும், கையில் மண்ணை எடுத்து எறிந்து சாபமிடுவதுமாய் இருந்தான்.

இத்தனை கொடுமைகளுக்கு மத்தியிலும் அவள் கொத்தை விட்டவளில்லை. ஆனாலும் காடு விளைச்சலைத் தர மறுத்தது. அப்படிக் கொஞ்சம் விளையும் ராகியும் சாமையும், அறுக்கும் முன் கருகிப் போனது. ''என்னாதுக்கு எனக்குந்தெ இச்சா நடாக்குந்து தெரிகாலெ... கடாவுளே... பறே குளிக்கா பாட்டாளி கூரேக்கு போந்தா எல்லாஞ் செரியாகுந்து'' முடிவு செய்தாள். வெளியே துள்ளிய குட்டிகளை பிடித்து ஆட்டுக்கூரைக்குள் அடைத்து படலைக் கட்டிவிட்டு குடும்பத்தைக் கூட்டிக்கொண்டு குருவன் வீட்டுக்கு நடந்தாள்.

'பறை குளிப்பதை' எல்லோரும் செய்யமுடியாது. விரதத்தை முறையாக கடைபிடிக்கவேண்டும். தெய்வங்களின் துணை இருக்கவேண்டும். குறிப்பாக 'சகாரி'களை பகைக்காமல் இருக்க வேண்டும். இப்படி எல்லாமும் சரியாக அமைந்து பறை குளித்தால் தான் தகவல்களை, பூசாரி பிசகாமல் சொல்லமுடியும். இல்லா விட்டால், முன்னுக்குப் பின்னாக கண்ணுக்குக் காட்டி சகாரிகள் பூசாரியை உண்டு இல்லை என்று செய்துவிடுவார்கள்.

பூசாரி வெறியேறி பாட ஆரம்பித்தால்..., பிரச்சனை நடந்த இடம், அவன் கருப்பா சிகப்பா, அவன் வடக்கிலிருந்து வந்தானா, தெற்கிலிருந்து வந்தானா, இடதுகையில் மச்சம் எங்கிருக்கும் என்பது வரைக்கும் எல்லாவற்றையும் பாட்டிலேயேப் புட்டு புட்டு வைத்து விடுவான். அப்பனின் கூடவே இருந்து சகலத்தையும் கற்றுக்கொண்ட நடுவன் அப்படியான பூசாரியாக இருந்ததில் ஆச்சரியமொன்று மில்லை.

நஞ்சி வருகிற தகவல் குருமூலமாக நடுவனுக்கு வந்து சேர்ந்துவிட்டது. நடுவன் விரதம் இருக்க ஆரம்பித்தான். அவன் அன்றைக்கு முடிந்தவரை யாரோடும் பேசாமல் இருக்க முயன்று கொண்டிருந்தான். நடுவனின் மனைவி சோறை, கலகரண்டை மாரால் வாசலை பெருக்கி சுத்தமாக்கி தண்ணீரைத் தெளித்துவிட்டு தயாரானாள்.

நிலா நடுவானுக்கு வந்துவிட்டது. எங்கோ தூரத்தில் நரியொன்று ஊளையிட்டுக்கொண்டிருந்தது. நஞ்சியும், நஞ்சியின் கணவன் கக்கியும், அவள் பிள்ளை வள்ளியும், வள்ளியின் கணவன் சடலனும் பூசாரி வீட்டுக்குள் வந்து பயபக்தியாய் அமர்ந்தார்கள்.

சூரைக்காற்று அந்த வேங்கை மரத்தை சுழட்டி சுழட்டி அடித்தது.

கூரைக்குள்ளிருந்த சிம்னி யை அணைத்த சோறை, சுரைக் குடுக்கையை எடுத்து கைக்குள் வைத்துக்கொண்டாள். முறத்தை எடுத்த நடுவன் அதில் சாம்பலைக் கொட்டி விரல்களால் கோடு பிரித்து திசைகட்டி முடித்துவிட்டு கண்களைமூடி அமைதியானான். அவனுக்கு ஏதோ பிடிபட்டுவிட்டது போல் தோன்றியது.

பாட்டு, ஆங்காரத்துடனும் சில நேரம் ரகசியமாகவும் இருந்தது. அது முணுமுணுப்பதில் தொடங்கி உச்சத்தில் போய் சீராகத் தொடர்ந்து கொண்டிருந்தது.

நிலவின் வெளிச்சம், கூரையில் இருந்த ஓட்டைகளின் வழியே உள்ளே ஒழுகிக்கொண்டிருந்தது.

சிறிது நேரத்தில் முகம் வீங்கி, வெறியேறிய நடுவன் முறத்தை நிலத்தில் அடி அடியென்று அடிக்கத் தொடங்கினான். அவன் மனைவி சோறை, சுரைக்குடுவையை தட்டு தட்டென்று தட்ட ஆரம்பித்தாள். குடுக்கைக்குள்ளிருந்த தானியம், சலங்கையைப் போல் தொடர்ந்து ஒலித்துக்கொண்டே இருந்தது. தூமப்புகை வாசம் கூரையை மூழ்கடித்தது. நடுவன் இப்போது சுயநினைவை இழந்திருந்தான். ஏதோ ஒரு உருவம் அவனுக்குள் புகுந்து போவதுபோல் உடம்பை ஆட்டி ஆட்டி நெளியத் தொடங்கினான். நஞ்சியும் அவள் குடும்பமும் அவனை வைத்த கண்வாங்காமல் பார்த்துக் கொண்டிருந்தனர்.

சிறிதுநேர அமைதிக்குப் பிறகு மீண்டும் பெருங்குரலெடுத்துப் பாட ஆரம்பித்தான்.

எல்லா பெசாதுகளையும் அழைத்து இடம்கொடுத்து பக்கத்தில் உட்காரவைத்துக் கொண்டு அவற்றோடு பேச ஆரம்பித்தான்.

இப்போது பூசாரியே ஒரு பெசாதாய் மாறியிருந்தான்.

●●●

வானம் வெளுக்கத் தொடங்கியிருந்தது.

மூங்கில் தூரு பள்ளம் பறவைகளின் காச்சுமூச்சுகளால் நிறைந்திருந்தது. நீண்டுபோகும் அந்தக்காட்டுவழியில் இன்னும்

இருட்டு மங்கவில்லை. கிளைகள் முறிந்து கிடந்தன. செடிகொடிகள் இழுத்து எறியப்பட்டிருந்தன. இதற்கு மேல் வேறெந்த சாட்சியும் தேவையில்லை; ராஜா சமீபத்தில்தான் கொரையைக் கடந்து போயிருக்கிறான்... தூமன் கண்களால் துழாவினான். இலுப்பை மரத்தின் ஓரமாய் கொஞ்சம் லத்தி கிடந்தது. அநேகமாய் அது இரவுதான் போட்டிருக்கவேண்டும். சுற்றும் முற்றும் பார்த்துக் கொண்டே மரத்தை நோக்கி நடந்து குன்றிக்காயளவு லத்தியை எடுத்து உள்ளங்கையில் வைத்து கரகரவென்று கசக்கினான். ஈரம் கசிந்த அதன் வாசம் காற்றில் பரவியது. மூக்கை உறிஞ்சி நெஞ்சாங்கூட்டை ஏற்றி இறக்கிக்கொண்டான். தோள் பட்டையிலும் முதுகிலும் குறுக்காக பூசினான். மீண்டும் குனிந்து ஒரு விரல் பிடியளவு எடுத்து நெற்றியில் வைத்துக்கொண்டு 'ஏழு காரச்சிகொரை'யை நோக்கி நடந்தான்.

பனி... படலம்போல் படர்ந்து பள்ளத்தை நிரப்பியிருந்தது. அங்கொன்றும் இங்கொன்றுமாக செம்பூத்துகள் கூக்கிக்கொண்டிருந்தன. ஈரப்பதம் கலந்து மக்கிய இலைகளின் வாசம்... வனத்தில் வீசிக் கொண்டிருந்தது. அவன் நினைவில் சருகனும் மசாலும்... துள்ளியது. பள்ளத்தில் இறங்கி வேகம் கூட்டினான்.

சபி கொரையைக் கடந்து ஒத்தக்குண்டியை தாண்டி வெர காட்டில் நடந்து காராச்சி கொரைக்கு அருகில் வந்துவிட்டான். அதோ அந்த மேடு ஒன்றுதான்.. சறுக்கலைப் பொருட்படுத்தாமல் மெட்டுகளில் கால் வைத்து கொடியைப் பிடித்து மேடேறி காரச்சி கொரையில் கால்வைத்து புதரை விலக்கி ஆவலோடு பார்த்தான்.

பாவெ காலியாக இருந்தது; கொஞ்சம் தளர்ந்துதான் போனான்.

மடியில் வைத்திருந்த சொப்பை எடுத்து கிள்ளி வாயில் திணித்துக்கொண்டான். கதகதத்து ஊறிய எச்சிலைத் துப்பிவிட்டு எதேச்சையாக கிழக்குப் பக்கம் திரும்பியவன் முகம் பேயடித்தது போல் மாறியது. கொஞ்சம் முன்னால் நடந்து வந்து எட்டிப்பார்த்தான். பள்ளத்தில் இருந்து மேடேறி ஆறேழு ஆட்கள் வந்துகொண்டிருப்பது வெகுதூரத்தில் தெரிந்தது . செடிகளில் மறைந்தும் தெரிந்தும் வந்த அவர்களை தூமனால் அடையாளம் கண்டுகொள்ள முடியவில்லை. ''ஆராருப்பினா'' இன்னும் முன்னால் நகர்ந்துபோய் மரத்தைப்பிடித்து கால்களை எம்பி பள்ளத்தை எட்டிப் பார்த்தான். அவர்கள் கையில் கொஞ்சம் ஆயுதங்கள்... கூடவே நீளமாக... அநேகமாக அது கொழலாக இருக்கக்கூடும் என்று யூகித்துக்கொண்டான்... சந்தேகமே இல்லை வெளியாட்கள்தான்.

அவர்கள் கவுலபாய் நெடியைத் தாண்டி வலை விரித்திருந்த வழியில்தான் மேடேறி வந்துகொண்டிருந்தனர். தூமனுக்கு கவால் காவாலென்றிருந்தது.

அவசர அவசரமாக பாவெவயைச் சுருட்டிக்கொண்டு தலைதெறிக்க ஓடி ஓரமாக இருந்த ஆத்திமரத்தில் ஏறி உச்சிக்குபோய் உட்கார்ந்து கொண்டு மேல்மூச்சு வாங்கினான்.

ஒண்டியின் ஆவேசப்பிளிறல் அவனுக்கு மேல் புறத்தில் அருகில், மிக அருகில் 'மல்லன வெச்ச தக்கில்' கேட்டுக்கொண்டிருந்தது.

அவர்கள் ஆத்தி மரத்தை கடந்து, பிளிறல் வந்த திசையைநோக்கி நகர்ந்து போனார்கள். அவன் யூகித்தது சரியாகத்தான் இருந்தது. எல்லோர் கையிலும் நீளமான துப்பாக்கிகள் இருந்தன. அதைத் தயார் நிலையில் வைத்தபடி எச்சரிக்கையாக நடந்தார்கள். அவனுக்கு அப்படியே தூக்கிவாரிப்போட்டது. கிளையை கெட்டியாக பற்றிக் கொண்டு முகத்தை மரத்தோடு சேர்த்துவைத்துக்கொண்டு விம்மிவிம்மி அழ ஆரம்பித்தான்.

பூச்சிகள் தன் சத்தத்தை நிறுத்திக்கொண்டன. சகுனா குருவி கத்தல் எங்கோ கேட்டு நின்றது. சிறிதுநேர மௌனத்துக்குப் பிறகு படார் என்ற சத்தம் காட்டைப் பிளந்தது. அந்த அதிர்வு தரைகளில் பரவி காடு முழுதும் எதிரொலித்தது. மரங்கள் நடுங்கியது.

''தொரே..... கொலவாண்டா... , கொலவாண்டா சாமி..... அது கொஞ்ச நாளக்கி அச்சமேதா கெடக்கு... தொரே கொலவாண்டா''

தூமனின் அலறல், அடுத்தடுத்து வந்த துப்பாக்கி வெடிச்சத்தத்தில் அமுங்கிப்போனது

ஆ..அ.......................அ..........................வ்வெவெவெவெ...

ஒண்டியின் பிளிறல்தான்....

கேளை திப்பிறுத்து ஓடியது. குருவிகள் படபடத்தன.

தூமன் மயங்கிப்போய் அப்படியே கவட்டையில் தொங்கினான். எவ்வளவு நேரம் மயங்கிக்கிடந்தான் என்று தெரியவில்லை. இலைகளில் தேங்கியிருந்த பனிநீர் வழிந்து அவனது முகத்தில் கொட்டியபோதுதான் விழித்தான். பூட்ஸுக்கு கீழ் சருகுகள் சரசரக்கும் சத்தம் லேசாக கேட்டது...

அவர்கள் அரவம் ஓயும்வரை மூச்சடக்கி இருந்தான். வெகுதூரம் கடந்து போய்விட்டதை உறுதிப்படுத்திக்கொண்டு சரசரவென சறுக்கி இறங்கி 'மல்லன வெச்ச தக்கை' நோக்கி ஓடினான்.

அங்கே ஒண்டி, ஒருக்களித்து சாய்ந்து கிடந்தது. நெற்றியிலும் தொண்டையிலும் பட்டிருந்த குண்டடியிலிருந்து ரத்தம் ஆறாக ஓடிக்கொண்டிருந்தது. அதன் கண்களில் கடைசியாய் அழுத ஈரம்.. அவனால் தாங்கமுடியவில்லை. துயரமும் இயலாமையும் ஒரு சேர அவனை கலங்கடித்தது. தலையில் கைவைத்து தடுமாறி விழுந்தான்; கையெடுத்து கும்பிட்டு ''கடாவுளே நேமெல்லா இருக்கும்போதே நினாக்கு இச்சா ஒரு நெலா வந்துச்சே'' நெஞ்சிலடித்துக்கொண்டு கதறினான்; மண்ணை அள்ளி தலையில் போட்டுக்கொண்டு உருண்டான். செடிகளை பிய்த்து எறிந்தான்; மரங்களைப்பிடித்து உலுக்கினான்; தரையை உதைத்து திடீரென வெறிபிடித்தவன் போல் எழுந்து நின்றான்.

''நித்து பேத்து பிதிரு ஒந்து இனி பொழைக்காக்கில்லே வெண்ணட்டையா போவே'' குனிந்து கைகளில் கிடைத்த மண்ணை வாரி கீழ்த் திசையை நோக்கி எறிந்துவிட்டு கூரையை நோக்கி ஓடினான்.

அது வழக்கமான ஓட்டமாக இல்லை.

●●●

தோல்பக்கிகள் கூட்டம் கூட்டமாக வடக்கு நோக்கிப் பறந்து கொண்டிருந்தன.

கை தேர்ந்த வைத்தியகாரனான பூரட பாட்டனுக்காக பச்சிலை களைப் பிடுங்க சீரன் கலகரமலைக்கு வந்திருந்தான்.

யாரும் எளிதில் நுழைந்துவிடமுடியாத ஆளுயர செடிகளாலும் வானுயர மரங்களாலும் நிரம்பியிருந்த, பச்சிலைகளுக்கு பேர் போன கலகரமலை, எயிரம்மன் கோயில் தாண்டி, ஒரு கல் தொலைவில் இருந்தது.

எந்தக் காரியத்தில் இறங்கினாலும் பெசாதுகளை கும்பிட்டு விட்டுப்போகும் பதிக்காரர்கள் காட்டுக்குள் தேனுக்கோ, வேட்டைக்கோ போவதென்றால் அங்குவந்து எயிரம்மனையும் வணங்கிவிட்டு தான் போவார்கள். கோயிலை ஒட்டி வளர்ந்திருக்கும் வேங்கை மரத்தில் வடிந்து கொண்டிருக்கும் பாலைத் தொட்டு, வலைக்கும், கொடு வாளுக்கும் வைத்து, அவள் முன்னால்போட்டு

எடுத்துக்கொண்டு போனால் ஒரு ஆபத்தும் அண்டாது, வேட்டையும் சுலபமாய் கிடைக்கும் என்ற ஆழ்ந்த நம்பிக்கை அவர்களிடத்தில் காலங்காலமாக இருந்துவந்தது.

சீரகன், குத்துவாளை அவள் முன் போட்டு எடுத்துக்கொண்டு நடக்கலானான்.

• • •

கூப்பிலிருந்து கட்டைகளை ஏற்றிக் கொண்டு வந்த வண்டி யொன்று எயிரம்ம கோவில் அருகில் நின்றது. அதிலிருந்து இறங்கிவந்த ஆட்கள் கோவிலை நோட்டமிட்டார்கள்.

ஒல்லியான உருவம் கொண்ட நான்கு பேர் ஆளுக்கொரு திசையில் காவலுக்கு நின்று கொண்டார்கள்.

இருவர் கோடாலிகளை ஓங்கி ஓங்கி வேங்கை மரத்தை வெட்ட ஆரம்பித்தார்கள்.

அதிர்ந்து அதிர்ந்து ஆடிய வேங்கன் பெரும் போராட்டத்துக்குப் பிறகு பக்கத்திலிருந்த அத்தி மரத்தின் மேல் சாய்ந்து விழுந்தது.

பரபரப்பாக இயங்கிய அவர்கள் அடிப்பகுதியையும் மேலும் தேவைப்படும் என்று கருதிய மற்ற பகுதிகளையும் துண்டாக்கி வண்டியில் போட்டுக்கொண்டிருந்தார்கள்.

• • •

கொத்துக் கொத்தாக பச்சிலைகளோடு மேற்கு நோக்கி வந்துகொண்டிருந்த சீரங்கன் புதிய ஆட்களின் நடமாட்டம் தெரிந்ததும் குகைபோல் வளர்ந்திருந்த தோண்டைப்புதரில் மறைந்துகொண்டான். அவனுக்கு 'கவாலெ'ன்றிருந்தது.

"என்னா பண்ணுகா இவெ" யூகித்துக்கொண்டே ஒவ்வொரு அடியாக ஜாக்கிரதையாக வைத்து கோயில் தெரியும்வரை மூச்சை அடக்கிக்கொண்டு நகர்ந்துகொண்டே இருந்தான். இப்போது அவனுக்குத் தெளிவாக எயிரம்ம தெரிந்தாள். அவர்களும் ஏறக்குறைய தெரிந்தவர்களாகவே இருந்தார்கள்.

இனிமேல் இங்கு நிற்பது நல்லதல்ல என்று எண்ணிய சீரகன், கவுலபாய் நெடியில் இறங்கி பதியை நோக்கி ஓடத்தொடங்கினான். சுழன்று வந்த இரும்புத் தடியொன்று பின் மண்டையில் பட்டுத் தெறித்து அருகிலிருந்த பாறையில் நங் கென்று விழுந்தது.

• • •

கோங்கரைப்பதியின் சிறுகாடைப்பள்ளியில் இப்போது சடங்குகள் நடந்துகொண்டிருந்தன.

●●●

புழு - பூ கலகரண்டை மார் - ஒருவகையான சோலைச் செடியால் கட்டப்பட்ட சீமார்.

பறைகுளித்தல் - இருளப்பூசாரிகள், சாமியாடி சகாரிகளை அழைத்து குறிகேட்டல்.

சகாரி - இளம் வயதில் மரணமடைந்தவர்களின் ஆவி

பாட்டாளி - பாடும் பூசாரி, பெசாது - முன்னோர்கள், தோல்பக்கி - வௌவால், கொழல் - துப்பாக்கி, கவுலபாய் நெடி - இருளர்கள் மட்டுமே பயன்படுத்தமுடிந்த வனத்துக்குள் இருக்கும் ஒரு வழி.

வெண்ணட்டை - செழிப்பில்லாத பாறைக்காடு, கவால் - பகீர், சிறுகாடைப் பள்ளி - இடுகாடு.

7. கோயமுத்தூர் கரடி

லெலெ லேக்கராடி

இதென்னத்த கராடிகளா

லெலெ லேக்கராடி
அத்தி பம்முக்கு வந்த கராடி

லெ லெ லேக்கராடி
ஆல பம்முக்கு வந்த கராடி
லே லே லேகராடி
அத்தி பம்முக்கு வந்த கராடி

லெலெ லேக்கராடி
கருமலே கருங்கரடி
லே லே லே கராடி
செம்மலே செங்கரடி
லெலெ லேகராடி
மப்பு தட்டி வா கரடி

லெலெ லேக்கரடி
சூந்து மாந்து வா கராடி

லெலெ லேக்கரடி
குக்கெ தோண்டி கரடிகளா

லெலெ லேக்கராடி
மப்பு தட்டி வா கராடி
லே லே லேக்கராடி
இதே னேந்த கரடிகளா

லெலெ லேக்கராடி
மண்ணுக்காரங் மண்ணுகராடி
லெலெ லேக்கரடி
மப்பு தட்டி வா கராடி

லெலெ லேக்கராடி
குக்கே தோண்டி வா கரடி

லெலெ லேக்கராடி
மப்பு தட்டி வா கராடி
லெலெ லேக்கராடி
கோவேபுத்தூர் கராடிகளா

லெலெ லேக்கராடி
சதலு தட்டி வா கரடி
லெலெ லேக்கராடி
கோவேபுத்தூர் கரடிகளா
பூதிபொண்டி கரடிகளொ

மூலை, வீரகல்

கொப்பைக் குழியில் உட்கார்ந்திருந்தது கோடைக் குருவி; அதன் கத்தல் உக்கிரமாக இருந்தது.

மொக்கைகள் மொட்டையாக நின்றன. நிலம் பாளம்பாளமாக வெடித்திருந்தது. இருந்த கொஞ்ச செடிகளும் வாடிக்கிடந்தன. குன்றிகளில் சொட்டுத் தண்ணீர்கூட இல்லை. மான்களையோ காட்டு ஆடுகளையோ வரகுக்கோழிகளையோ பார்க்கமுடியவில்லை. கொலைப்பசியில் கிடந்தது கூட்டம். அவர்கள் அடிக்கடி ஒருவரை ஒருவர் ஓரக்கண்ணால் பார்த்துக் கொண்டிருந்தனர். யாராவது அடித்துத் தின்றுவிடுவார்களோ என்ற பயம் ஒவ்வொருவருக்குள்ளும் வந்து வந்து போய்க்கொண்டிருந்தது.

துனிசன், குகைக்கு முன்னால் நின்றிருந்தான். தோல்போர்த்திய அவன் உடம்பு நடுங்குவதும் விறைப்பதுமாக இருந்தது. அவ்வப்போது ஓங்காரக்கூச்சல் எழுந்து எழுந்து அடங்கியது. கூட்டம் அவன் முகத்தையே பார்த்தபடி ஒரு கணைப்புக்காக காத்திருந்தது ''ம்க்க்குகுகுகூ...'' எந்த வேலையை செய்வதாக இருந்தாலும் துனிசன் இப்படி கணைப்போடுதான் தொடங்குவான். அதோ அவன் தயாராகிவிட்டான். கால்களில் உடம்பைத் தாங்கி, குச்சியை மண்ணில் ஊன்றி எழுந்த துனிசன், தனது கழுத்தில் தொங்கிய யானையின் கொம்பைக் கழட்டி சுண்ணாம்பு மண்ணில் முக்கி எடுத்தான். கொஞ்சம் பிசினும் லக்கே சாறையும் அதில்பிழிந்து தள்ளாடி நடந்துபோய் பாறையில் ஒரு மானை வரைந்துவிட்டுத் திரும்பி வந்து உட்கார்ந்து கொண்டான்.

பெருக்கப்பதியின் பிரமாண்டமான அந்தப்பாறை அசையாமல் நின்றது.

பக்தி தலைக்கேறி கிடுகிடுத்து நின்றிருந்த கூட்டத்தின் மற்றவர்களும் அவர்கள் பங்குக்கு ஏதோ ஒன்றைப் பாறையில் வரைந்தார்கள். சில மனித உருவங்களாக இருந்தன. சில அம்புகளாக இருந்தன. கூட்டத்தின் வயதான கிண்டன் போய் ஆளை வரைந்து விட்டு தடுமாறியபடி வந்து அமர்ந்தான். துனிசன் மீண்டும் கிழக்கை குறிக்கவும் பெசாதுகள் கைவிடாது என்பதற்கு அடையாளமாக சூரியனை வரைந்தான். மந்திரக் கூச்சலும், விலங்குகளை விருந்துக்கு அழைக்கும் பாடலும் தொடங்கியது. அது மெதுமெதுவாய் உச்சம் தொட்டு பிறகு மிதமாகி நின்றுவிட்டது.

இப்போது அவர்கள் தனது வேட்டையின் திசையையும் வேட்டையாடப்பட வேண்டிய விலங்கையும் ஏறக்குறைய முடிவு செய்திருந்தார்கள். இனி அதுவாகவே வந்து அடிக்கச்சொல்லி அவர்கள் முன்னால் வந்து நின்றாலும் நிற்கும்.

●●●

வசந்தம் தொடங்கிவிட்டது. சூரியன் மறைவதற்கு இன்னும் நேரமிருந்தது. தூக்கம் கலைந்த கரடி, மேற்கு குகையிலிருந்து வெளியே வந்து போடி வழி கண்டியில் திரும்பியது. அது தன் கால்களில் சிக்கியிருந்த குச்சிகளையும் குப்பைகளையும் சுத்தம் செய்தபடி ரோமங்களை சிலிர்த்துக் கொண்டே சுற்றும் முற்றும் பார்க்காமல் வந்துகொண்டிருந்தது.

அதன் கண்களில் பசியும் காமமும் மிகுந்திருந்தது.

மேட்டிலிருந்த அத்திமரம் காற்றுக்கு ஆடி அடங்கியது.

கரடி,கீழே விழுந்து உருண்ட பழங்களை ஓடி ஓடி பொறுக்கித் தின்றுவிட்டு அண்ணாந்து பார்த்து இரண்டு கால்களால் உடம்பை எக்கி நிமிர்ந்து நின்றது. பலா மரத்தில் உட்கார்ந்திருந்த சோறைகள் தலையைத் திருப்பித் திருப்பி ஓரக்கண்ணால் பார்த்துவிட்டு சிறகடித்துப்போனது. சரசரவென்று தாவி சக்கமரத்தில் ஏறி வெடித்திருந்த பழத்தைப் பிடுங்கி கீழே போட்டது.

சக்கை கீழே விழுந்து பாறையில் பட்டுத் தெறித்து அருகிலிருந்த குழியில் உருண்டது.

'தப்'பெனக் குதித்து அதை எடுத்து பிளந்து பிளந்து ஒவ்வொரு சுளையாக விழுங்கிவிட்டு மீண்டும் நடக்க ஆரம்பித்தது.

எப்போதும் கரை புரளும் கழுதப்புலி நாளியில் கணுக்காலளவே ஓடிக்கொண்டிருந்த நீரில் கொக்குகள் மேய்ந்துகொண்டிருந்தன. கரடியைப் பார்த்ததும் அதில் ஒன்றிரண்டு எச்சரிக்கை உணர்வோடு பறந்து வேறு இடத்தில் உட்கார்ந்தன. பல்லை கிஞ்சிய கரடி தனது நடையை நிறுத்திவிட்டு மத்தை சுழட்டி சுற்றும் முற்றும் பார்த்தது. மூக்கை உறிஞ்சி... தலையை ஆட்டிப் பரபரத்தது... அதற்கு பிடித்தமான தொடுதி அருகிலிருப்பதற்கான சமிக்ஞை அது. ரீங்காரித்த தேனி ஒன்று தலையோரமாகப் பறந்தது. தலையைத் தூக்கி அதையே பார்த்துக் கொண்டு நின்ற அது, திடீரெனக் கைகளை ஆட்டி நெஞ்சிலடித்தபடி தேனீ போன திசையிலேயே ஓடிப்போய் அனிலை மரத்தினடியில் நின்று மூச்சுவாங்கியது.

கிழக்குப்புறமாக வேரில் இருந்த பொந்தை கூரிய நகங்களால் தாறுமாறாக உடைத்தது. உள்ளிருந்த தேனீக்கள் பறக்கத்தொடங்கின... எதையும் பொருட்படுத்தாமல் கையைவிட்டு ராட்டுகளை ஒவ்வொன்றாய் எடுத்து தட்டித் தட்டி தின்ன ஆரம்பித்தது.. தேன் உடம்பில் வழிந்து பிசுபிசுத்தது. கோபத்தில் ஏதோ ஒரு தேனீ அதன் மத்தில் கொட்டியிருக்கவேண்டும். வலி தாளாமல், காட்டுத் தீயில் எரிந்து கிடந்த சாம்பலில் புரண்டு புரண்டு எழுந்து அருகிலிருந்த பையிக்கு ஓடியது.

நீரை அள்ளிக் குடித்துவிட்டு கொடுக்குகளைப் பிடுங்கி எழுந்து நிமிர்ந்து தலையைத் திருப்பி திருப்பி பார்த்துவிட்டு உடம்பை கீழிறக்கி நடந்தது.

நடந்துகொண்டே இருந்தது. அதன் வேகம் இப்போது குறைந்திருந்தது.

புதரில் மறைந்திருந்த புற்றை, வீசிய காற்று காட்டிக்கொடுத்தது.

மூக்கை உள்ளே நுழைத்து வெளியே இழுத்து கிஞ்சியது. அது சதல் இருப்பதற்கான அடையாளம் . பரபரவென்று மண்ணைப்பறித்து ஓரத்தில் தள்ளிவிட்டு வேர்களைக் கடித்தும் கொத்தியும் சின்னா பின்னமாக உடைத்து மீண்டும் மூக்கை உள்ளே நுழைத்து பலங் கொண்ட மட்டும் உறிஞ்சியது. 'உர்ப்' என்ற ஒரே உறுஞ்சலில் எல்லா சதலையும் வயிற்றுக்குள் இழுத்துவிட்டு புரண்டது.

●●●

அறுவடை முடிந்து எல்லோரும் உட்கார்ந்திருந்தார்கள். பெருக்கப்பதி அமைதியாக இருந்தது.

பசுமணியின் மேகாட்டில் இடது புறமாக வளைந்து செடியில் படர்ந்திருந்த தொய்யா டாகை நினைத்ததும் ரூனிக்கு நாக்கு ஊற ஆரம்பித்தது. ராகிப் புட்டும் தட்டும் நிழலாடியது.

''லாமி, மேகாட்டுல தொய்யா, தோப்பா வெளாஞ்சு கெடாக்கு, மருதிய லெத்தா வரகாதில்லேந்தா... என்னா செய்காது நீயாவது வாமி'' கசங்கியும் முகத்தை திருப்பிக்கொண்டாள்

வேறுவழியில்லை தன்னந்தனியாக ரூனி காட்டுக்குள் போய்க் கொண்டிருந்தாள்.

செக்கான் பதி காய்ந்துகிடந்தது.

●●●

''கழுதப்புலி நாளிலே அனில மரத்துல தொடுதி கெடாக்கு, எடுகாக்கு போகே, நீ வர்கே''

''நினாக்கு காவலுக்கு நேந்தே கெடத்தனா ஆட்டுக்கூ போகே.. நே வர்காலே''

செல்லியும் மறுத்துவிட்டாள்.

ரூனி எதிர்பார்த்ததும் அதுதான்.

தன்னந்தனியாக அவள் காட்டுக்குள் போய்க் கொண்டேயிருந்தாள்.

●●●

ஒன்றோடொன்று, சொல்ல முடியாத சத்தத்தோடு உரசிக் கொண்டு நின்றிருந்த மரங்களிருந்து பசிலிக் குருவிப் பறந்துபோனது. தேவனந்தக்கில் திரும்பியவளுக்கு கவாலென்றிருந்தது. கருங்கரடி ஒன்று அவளையே உத்தபடி நின்றுகொண்டிருந்தது. அவ்வப்போது அது எழுந்து நிற்பதும், இளிப்பதுமாக இருந்தது.

என்ன செய்வதென்று ரூனிக்குத் தெரியவில்லை.

கண்களை மூடிக்கொண்டாள்.

படாரென குதித்து வந்த அது அவளது கையை பிடித்துக் கொண்டது. ''நிம்மே விட்டா எமுக்கு ஆரு ருக்கா? இந்தா கீராப்பாசி கட்டிக்கோந்து'' ஆரம்பித்தது.

''நிம்மையா''

அவள் என்னனென்னவோ சொல்லிப் பார்த்துவிட்டாள். ஆனால் அது கேட்பதாய் இல்லை.

அவளைத் தூக்கித் தோளில் போட்டுக்கொண்டு தள்ளாட்டம் போட்டுகொண்டே நடந்தது.

அரவம் கேட்ட பசுமணியின் சின்னாள் எதிரே வந்து ''எளந்தாரி வீணி அவெ அவெளா லெத்து வந்திருக்கினெ இது நியாயோ நினாக்கு'' கெ பிடித்திருந்தாலும் கேட்டேவிட்டாள்.

ஆனால் கரடிக்கு சூடு சொரணையெல்லாம் இருப்பது மாதிரி தெரியவில்லை. முடியை சிலிர்த்த அது தன் பிடியை இன்னும் இறுக்கியது.

''எத்து அப்பன் வருவினா, பாத்தா வெட்டிருகுவா கொஞ்சா நேரம் கழித்து வருகெ''ன்னு சொன்ன பிறகுதான் பிடியை விட்டது.

அவன் அப்பன் தேடி வரவும், ரூனி தப்பி வரவும் சரியாக இல்லாமல் இருந்தது.

●●●

இப்போதும் அந்தக் கரடி, பெருக்கப்பதி வழியாக மாங்குழிக்கு தாணிக்காய் மூட்டையோடும் சீவப்புல் கட்டோடும் வந்து போய்க்கொண்டிருக்கிறது.

●●●

மொக்கை - குன்று, ஆலம்பம்மு - ஆலாம்பழம், குக்கெ - சாம்பல், சதலு - கறையான்

சூந்து மாந்து, பிற்பாடு பொண்டி - ஆசணவாய், பூதி - புழுதி, கழுதப்பிலி நாளி - கழுதைப்புலிகள் அதிகமாகநடமாடும் ஆற்றோரப் பகுதி, கெ - பயம், தொடுதி - அடுக்குத்தேன், அனிலை மரம் - கடுக்காய் மரம்

மத்து - உதடு, கக்கே மரம் - கொன்னை மரம், சீவே - சீமார்ப்புல், லெத்து - அழைத்து, ருக்கே - இருக்கே, நிம்மை - உன்னை, எமுக்கு - எனக்கு.

8. பிருக்கியான்

பாறம்மா பாறொ
இதெனத்த பாருலகெ
பாறம்மா பாறொ
பிருக்கிவரே பாருலகெ
பாறம்மா பாறொ
இதெனத்த பாருலகெ
பாறம்மா பாறொ
கம்பிவரே பாருலகெ
பாறம்மா பாறொ
பாறாட்டம் பாருலகெ
பாறம்மா பாறொ
காலிதி வன்ணமோ
பாறம்மா பாறொ
கொக்கீதி வண்ணமோ
பாறம்மா பாறொ
சம்பரிவெரே பாருலகெ
பாறம்மா பாறொ
என்னக்குத்தி கெய்ய்யோட
பாறம்மா பாறொ

சாதியென்ன சாதியொ
சம்பரே சாதிலகெ
சாதியென்ன சாதியொ
குப்பிலிகோ சாதிலகெ
சாதியென்ன சாதியொ
கரட்டிக சாதிலகெ
சாதியென்ன சாதியொ
வெள்ளெக சாதிலகெ
சாதியென்ன சாதியொ
ஆறுமூப்பு சாதிலகெ
சாதியென்ன சாதியொ

பேராதர சாதிலகெ
சாதியென்ன சாதியொ
குறுநகர் சாதிலகெ

பாறம்மா பாறொ
இதெனத்த பாருலகெ
பாறம்மா பாறொ
பிரிக்கிவரெ பாருலகெ
பாறம்மா பாறொ

விதிகி, கெத்தைக்காடு

சாகிற வயசில்லைதான்; ஆனாலும் ஊஞ்சன் இறந்து விட்டான்.

குருவனுக்கும் குருவத்திக்கும் தகவல் போய்ச் சேர்ந்திருந்தது. ஊஞ்சன் வெள்ளக குலத்தைச் சேந்தவன். உள்ளூரிலிருந்த அவன் குலத்துக்காரர்களெல்லாம் அடியோடு வந்து சேர்ந்து விட்டார்கள்.

அம்மாசையின் தோட்டத்திலிருந்து தொட்டில் கட்டி தூக்கிவந்து பதியில் உள்ள சிண்டன் வீட்டுக்கு முன்னால் படுக்க வைத்தார்கள். உடம்பில் எங்கும் அடியோ காயமோ இல்லை. விரலிடுக்கில் எட்டியின் இலைகள் சிக்கியிருந்தன. 'நல்ல சாவுதான்' தூங்குவது மாதிரி படுத்துக்கிடந்தான் ஊஞ்சன்.

•••

ஊஞ்சனின், நெருங்கிய சொந்தங்கள் சிண்டக்கியிலும் வரகம் பாடியிலும் அட்டப்பாடியிலும் அதிகமாக இருக்கிறார்கள். அவர் களுக்குத் தகவல் சொல்ல வேண்டுமென்றால் கிண்டன்களோடு கட்டாயம் வீணர்கள் யாராவது போயாக வேண்டும். அவர்கள் வண்டி வைத்தோ அல்லது கால்நடையாகவோ போக வேண்டுமென்றாலும் கூட கைச் செலவுக்கு கொஞ்சமாவது காசு வேண்டியிருந்தது.

எல்லோரும் அவரவர்கள் சக்திக்கேற்ப முடிந்ததைக் கொடுத்தார்கள். சிலபேர் ராகியும் கம்பும் தந்தார்கள். வசூலித்த கூட்டகை பணம் போதுமானதாக இருந்தது. ஒவ்வொரு பதிக்கும் இரண்டுபேர்.... அந்த இரண்டுபேரில் ஒருவன் கிண்டணாகவும் இன்னொருவன் இளந்தாரி யாகவும் இருக்குமாறு கவனமாக பிரித்து அவர்கள் கையில் கொஞ்சம் காசை திணித்தார்கள். அவர்கள் குச்சியை தூக்கிக்கொண்டு கிளம்பினார்கள்.

எல்லா பொறுப்பையும் மூப்பனும் குருவனும் எடுத்துக் கொண்டார்கள்.

•••

கையில் குச்சியைப் பார்த்த சீங்கப்பதி பிருமன்

''என்னாது சாவா?''

''ஆ.. ஊஞ்சன்''

''ஓ.... போய்த்தானா?''

''ஆ ஏங்க பொறாந்து ஏங்கெ வளாந்து ஏங்கெ கண்ணாலம் பண்ணி.''...

''ஆமா ஏங்கெ பொதப்பீரு என்னது கொலா லாமி''

''ஹஹஹஹ்ஹா''

போகிற வழியில இருக்கிற எல்லாப் பதிகளிலும் இப்படியான கேள்விகளும் கேலிகளும் இருந்துகொண்டே இருந்தது

●●●

குறுதலை, ஊரின் எல்லையில் இருக்கிற அத்திமரத்துக்கு அருகில் நின்றிருந்தான். அவன், சாவு கும்பிட வரும் அயலூர் பதிக்காரர்களின் செருப்பையும் , குச்சிகளையும் வாங்கிப் பத்திரமாக காரைச் செடிக்குள் வைப்பதும் இழவு கண்டு அவசரமாக திரும்பிப் போவோர்க்கு அவரவர் பொருளை எடுத்துக் கொடுப்பதுமாயிருந்தான் .

பிணத்தின் ஓரமாக நின்றிருந்த மூப்பன் துக்கம் கேட்க வந்து கொண்டே இருந்த ஆட்களின் கையைப்பிடிப்பதும் கும்பிடுவதுமாக இருந்தான்.

வீட்டியனும் வீணர்களும் தீயிட்டு சூடேற்றிய பொறையயும் கொகாலையும் எடுத்து வந்து நடுவாசலில் வைத்தார்கள். சலங்கையைக் கால்களில் கட்டிய சிங்கப்பூரான் பாதத்தை நிலத்தில் அடித்து ஜல்லை சோதித்தான். நஞ்சன், கொகலின் ஆனைக்காலையும், அள்ளையும் கழட்டி சரிசெய்து புதிய புல்லை செருகி ஊதி சுரம் பார்த்தான். சரியாக சுதி கிடைத்தவுடன் பீக்கி... பீக்கி எல்லோரையும் தயார்படுத்தினான்.

அவன் மனதில் பிருக்கி ஊஞ்சனின் பழைய வாழ்க்கை ஓடிக் கொண்டிருந்தது.

●●●

மனைவியும் குழந்தையும் இறந்து போன சோகம் ஊஞ்சனை பித்துக்குளியாக்கியிருந்தது; அவன், மனம் போன போக்கில் திரிந்து கொண்டிருந்தான். அங்கே கொஞ்ச நாள் இங்கே கொஞ்ச நாளென்று

வாழ்க்கை ஓடிக்கொண்டிருந்தது. அவன் கடைசியாய் பண்ணையம் பார்த்தது அன்னூரிலிருந்து வந்து தோட்டம் போட்டிருந்த கொங்கன், அம்மாசையிடத்தில்தான்.

அதுகூட அவனாய் விருப்பப்பட்டெல்லாம் சேரவில்லை; பஞ்ச காலத்தில் பெற்றிருந்த ஒரு படி சோளக் கடன் அவனை அப்படியாக்கி யிருந்தது.

கடன் கழிந்ததாக கொங்கன் சொல்லும்வரை, அவன் அங்கேதான் இருந்தாக வேண்டும். எவ்வளவு நாள் உழைத்தால் ஒரு படி சோளத்துக்கு ஈடாகும் என்ற கணக்கு தெரியாததால் பிருக்கன் அதைப்பற்றி ஏதும் கேட்கவில்லை. 'அம்மாசை, இப்ப சொல்லுவார்... அப்ப சொல்லுவார்' என்று அவன் காத்திருந்தான். அம்மாசையும் சொல்வதாக இல்லை...

எதையும் கச்சிதமாக செய்பவன் அம்மாசை. அவனுடைய வேலைகளில் அப்படியொரு திட்டமிடல் இருக்கும். எல்லாரையும் போல் மிரட்டி, கெட்ட பெயர் எடுத்துகொள்ளமாட்டான். ஒருவனால் பத்து ரூபாய் சம்பாதித்துக் கொடுக்க முடியுமென்றால், அவனுக்கு இரண்டு ரூபாயை தாராளமாக செலவு செய்வான். ஒருவன் வேண்டுமென்று முடிவெடுத்துவிட்டால் என்ன வேண்டுமானாலும் செய்வான். அதுபோல் ஒருவன் வேண்டாமென்று முடிவெடுத்து விட்டாலும் என்ன வேண்டுமானாலும் செய்துவிடுவான்.

வருடங்கள் போய்க் கொண்டே இருந்தன. ஊஞ்சன் உழைத்துக் கொண்டே இருந்தான்.

ஊஞ்சனின் கள்ளாங்காடு அம்மாசையுடைய தோட்டத்துக்குப் பக்கத்தில்தான் இருந்தது. குழந்தை குட்டியில்லாத ஊஞ்சனின் காட்டையும் அம்மாசையே பெருந்தன்மையோடு பார்த்துக் கொண்டிருந்தான். அதில் என்ன விளைந்தாலும் எடுத்துக்கொண்டு கொஞ்சம் புட்டையும் டாகையும் போட்டுக் கொண்டிருந்தான்.

ஊஞ்சன், பதிக்கு வருவதை முற்றிலுமாக நிறுத்தியிருந்தான். ஊரில் அவனுக்கென்று இருந்த கூரை, சதல் பிடித்து பிய்ந்து போய்த் தொங்கிக் கொண்டிருந்தது.

•••

பிரிக்கி, பாறைகளிலும் பாறை சந்துகளிலும் குடியிருந்து இரைதேடும். அதுவும் பருந்துகள் தங்கியிருக்கும் இடத்தில்தான் பெரும்பாலும் குடியிருக்கும். அதற்கென்று சொந்தமாக ஒரு பாறைச்

சந்தையோ மரப்பொந்தையோ பரந்து விரிந்த காட்டில் அவ்வளவு சீக்கிரம் தேடிக்கொள்ளாது. அவ்வப்போது அவைகள் பாறுகள் கோபத்துக்கு ஆளாகி உயிர் விடுவதும் உண்டு. பாறுகள், செத்துப்போன எது கிடந்தாலும் விடாது ; காடுமுழுக்க பொறுக்கிக்கொண்டிருக்கும். பிரிக்கிக் குருவியையும்,பாறையும் ஊஞ்சனையும் இணைத்து கொகாலைக் காற்றில் ஆட்டி, வாயை உப்பி, நஞ்சன் சுரம் பிரித்து இழுத்தான். பாட்டு போய்க்கொண்டே இருந்தது. எல்லோரும் 'அதகு தக்கா அதே சக்கா' போட்டுக்கொண்டு அவனை இன்னும் உசுப்பேத்திக் கொண்டே இருந்தார்கள். ஆட்டம் உச்சகட்டத்துக்குப் போய் அடங்கியது.

''சத்தான்னு கேட்டா, ஊர்க்காரங்கலெல்லாம் வந்துட்டினா ஆனா சத்தான்னு சொல்லுகாக்குந்து போனா ஆளே காணோமே'' வண்டாரி வந்து மூப்பனிடம் சொல்லிவிட்டு கோபமாய் போனான்.

''எச்சாவோ போயி சாரயத்த முட்டிகிட்டு வருவினா'' தள்ளாடிய படி வீணர்கள், பள்ளம் ஏறிவருவதைப் பார்த்த மூப்பன் முனகிக் கொண்டே அடுத்த வேலைக்கு மூழ்கப் போனான்.

சம்பர், கரட்டீக, வெள்ளகெ, ஆறுமூப்பு, குறுநக... அனைத்து குலத்து ஆட்களும் அங்கே கூடி நின்றார்கள்.

•••

இருட்டத்தொடங்கிவிட்டது.

அம்மாசை ஊருக்கு எல்லையில் வந்து நின்றுகொண்டு தகவல் கொடுத்தான். ஊரில் உள்ள அவன் வயதையொத்த இருளர்கள் ஓடிப்போய் நின்று சம்மிடு கும்மிடு போட்டு அழைத்துப்போனார்கள்.

அம்மாசையோடு வந்தவர்களின் கையிலிருந்த சாராயத்தையும் ராகி மூட்டையையும் பதிக்காரர்கள் தங்கள் தோளுக்கு மாற்றிக் கொண்டனர்.

'தர்மேன்னா தர்மந்தெ' புளகாங்கிதத்தோடு காசு பொட்டலத் தையும், சாராயக் கேனையும் தூக்கிப் போனார்கள். தகவல் கிடைத்த வீணர்கள் ராகிமூட்டையை சுமந்துபோக வந்துகொண்டிருந்தனர்.

•••

ஊரே ஒதுங்கி எழுந்து நின்றது.

ஊஞ்சனின் அக்காள் மல்லி ஒப்பாரி வைத்துக்கொண்டு கையெடுத்துக் கும்பிட்டாள்.

"வவுத்து வலிக்குதுன்னு கெடந்தான். வேற நோய் நொடி ஒன்னுமில்லே; ஊர்க்காரங்க கிட்டவே போய் சேந்துரோன்னுன்னு சொல்லிகிட்டே இருப்பான்; திடீர்ன்னு இப்படிப்போய் சேர்ந்துட்டான்" கண்களை லேசாக கசக்கிக்கொண்டு அம்மாசை, தனது கையை செத்துக்கிடந்த பிருக்கனின் கையில் வைத்து ஒத்திக்கொண்டு அழுதான். கூட்டம் அம்மாசையின் கரிசனத்தைப் பார்த்து சப்புக் கொட்டி வியந்துகொண்டிருந்தது.

•••

விளைந்து நிற்கும் சாமைக் காட்டின் காவலை காரணங்காட்டி பட்டியார் பதியைச் சேர்ந்தவர்கள் சிலர் திரும்பிக்கொண்டிருந்தனர். சாவு கும்பிட்டு முடிந்த பின்னால் திரும்பிப்போகும் போது, வாங்கி வைத்த குச்சியையும் செருப்பையும் மாறாமல் அவரவர்க்கு திருப்பிக் கொடுத்தாக வேண்டும் என்பதால், குறுதலை அங்கே பொறுப்போடு நின்று கடமையாற்றிக் கொண்டிருந்தான்.

அம்மாசையும் அவனோடு வந்த அடிபொடிகளும் கிளம்பினார்கள். அவர்கள் வழக்கமாக மற்றவர்கள் போகும் வழியை விட்டுவிட்டு இருளர்கள் போகும் சாபிகொரை வழியாக சரசரத்து நடந்தார்கள்.

அவர்களைப் பின்தொடர்ந்து நடந்தும் ஓடியும் போய் கும்பிட்டு நின்ற குறுதலை அம்மாசையின் கையில் பீச்ச இலையை திணித்து விட்டு விறு விறுவென்று நடையைக் கட்டினான்.

அவனைப் பார்த்துகொண்டே பொட்டலத்தைப் பிரித்தான் அம்மாசை. பொட்டலுத்துக்குள்ளிருந்து எட்டிக் காயின் தோல், தரையில் விழுந்து மண்ணில் உருண்டது. அம்மாசை அதிர்ச்சியாகி நின்றான்.

பலகுப் புதரிலிருந்த செம்போத்து, வழியைத்தாண்டி வெப்பாலைப் புதருக்குப்போய் உட்கார்ந்து கூக்கியது.

•••

பிருக்கி - கருஞ்சிட்டு, பாறு - பிணந்தின்னிக் கழுகு, கிண்டன் - கிழவன், கூட்டகைப்பணம் - இறப்புச் சடங்குகளை நடத்த பதியர்களால் கொடுக்கப்படும் பணம், கொகால் - ஊதும் இசைக்கருவி, ஆனைக்கல் - கொகாலின் ஊதும் இடத்தை இணைக்க பயன்படுத்தப் படும் சிறிய பகுதி, அள்ளு - குழலின் வட்டவடிவமான அடிப்பகுதி, பீச்ச இலை - கள்ளமர இலை, சகுனாக் குருவி - இறப்பையும் கெட்ட சம்பவங்களையும் முன்னறிவிக்கும் மரங்கொத்தி, காகேமரம் - கொன்னைமரம்.

9. கொடாலி நுவ்வை

லாலெ லாலே லாலலெ
லாலே லாலே லாலலெ

கள்ளி மரக்கெ கள்ளிப்புள்ளெ
லொண்ட வேண்டா கள்ளிப்புள்ளெ
கள்ளி பாலொ கள்ளிப்புள்ளெ
மானங்கெடுப்ப கள்ளிப்புள்ளெ

லாலெ லாலே லாலலெ
லாலே லாலே லாலலெ

அரசா மரக்கெ கள்ளிப்புள்ளெ
லொண்ட வாண்ட கள்ளிப்புள்ளெ
அரசாம்பாலொ கள்ளிப்புள்ளெ
மானங்கெடுப்ப கள்ளிப்புள்ளெ

எருக்கா மரக்கெ கள்ளிப்புள்ளெ
லொண்ட வாண்டா கள்ளிப்புள்ளெ
எருக்கம்பாலோ கள்ளிப்புள்ளெ
மானங்கெடுப்போ கள்ளிப்புள்ளெ

லாலெ லாலே லாலலெ
லாலே லாலே லாலலெ

ஆலமரக்கெ கள்ளிபுள்ளெ
லொண்டவாண்ட கள்ளிபுள்ளெ
ஆலம்பாலோ கள்ளிபுள்ளெ
மானங்கெடுப்போ கள்ளிபுள்ளெ

லாலெ லாலே லாலலெ
லாலே லாலே லாலலெ

வேங்கே மரக்கெ கள்ளி புள்ளெ
ஒண்டவாண்டா கள்ளிபுள்ளெ

வேங்கே பாலோ கள்ளிபுள்ளெ
மானங்கெடுப்போ கள்ளிபுள்ளே

லாலெ லாலே லாலலெ
லாலே லாலே லாலலெ

இத்தி மரக்கெ கள்ளிப்புள்ளெ
லொண்ட வாண்டா கள்ளிப்புள்ளெ
இத்தி பாலோ கள்ளிப்புள்ளெ
மானங்கெடுப்போ கள்ளிப்புள்ளெ

இசுவெ மரக்கெ கள்ளிப்புள்ளெ
லொண்ட வாண்டா கள்ளிப்புள்ளெ
இசுவே பாலோ கள்ளிப்புள்ளெ
மானங்கெடுப்போ கள்ளிபுள்ளே

லாலெ லாலே லாலலெ
லாலே லாலே லாலலெ

கள்ளி மரக்கெ கள்ளிப்புள்ளெ
லொண்ட வேணாம் கள்ளிப்புள்ளெ
கள்ளி பாலோ கள்ளிப்புள்ளெ
மானங்கெடுப்பெ கள்ளிப்புள்ளெ

லா லாலே லாலலே லாலே லாலலே
லா லாலே லாலலே லாலே லாலலே

பாலே மரக்கெ கள்ளிப்புள்ளெ
லொண்ட வேண்டாம் கள்ளிப்புள்ளெ
பாலெ பாலெ கள்ளிப்புள்ளெ
காட்டிக்கொடுப்பெ கள்ளிப்புள்ளெ

லாலெ லாலே லாலலெ
லாலே லாலே லாலலெ

கெண்டகிட்டி, மானார்

நேரி வீணியாகிவிட்டாள்.

"எத்து அக்க காலத்திம்பா இதுகுந்து தனியா ஒந்துங்கெடயாது கூரேக்குள்ளாதாம்பா கெடப்பினா" வெற்றிலையை கசக்கிய கோங்கிக் கிழவி சுண்ணாம்பை எடுக்கப் போனாள்.

"எத்து காலத்திம்ப காட்டுக்குப் பக்காத்துலதான் தனியா வீணிகளுகுந்து ஒந்து கூரெகெடாக்கும், சோறு தண்ணியெல்லாம்

ஆங்கதெ வரும். ஏழு நாளக்கிந்து கூரேக்கி வர்காக்கில்லெ, ம்... நிம்மு காலோ இது'' பெருமூச்சோடு அவளுடைய காலத்தை நினைத்துக் கொண்டாள் கோங்கியைவிட இருபது வயது இளையவளான சொட்டிக் கிழவி.

நேரி, பெரியவளாகிவிட்டதால் கூரையின் வெளியே அவளுக் கென்று ஒரு ஓரம் ஒதுக்கப்பட்டுவிட்டது. அந்த இடம் இப்போது அவளுக்கு மட்டுமே சொந்தமானதாக ஆகிவிட்டிருந்தது.

அம்ம சுக்கன் இந்தச் செய்தியை குருவத்திக்கும், தல வீணிக்கும் சொல்லிவிட்டு வந்தான். குருவத்தியிடமிருந்து குருவனுக்கும் குருவனிடமிருந்து மூப்பனுக்கும் அது போய்ச் சேர்ந்து மணியாகி விட்டது.

அக்க துத்தி பரபரப்பாக இருந்தாள்.

ஒரு இரும்புப் படியும், வள்ளமும், காசுமாலையும் அவள் விளையாட பன்னாங்கல்லும் காலவாசனயில் வைக்கப்பட்டது. கொஞ்சம் தம்புலிப் பழமும் முலாம் காய்களும் உடைத்துக் கொடுத்தார்கள். அவள் வெளியே இனி தனியாகப் போகமுடியாது. எதற்கு, எங்கு போக வேண்டுமென்றாலும் தம்மாமி மகளோடு தான்செல்ல முடியும். துத்தி சொல்லும்வரை அவள் இனி எந்த வீணனையும் பார்க்கவோ பேசவோ முடியாது.

எல்லோரும் விடியட்டுமென்று காத்திருந்தார்கள்.

லேசாக வெளிச்சம் வர ஆரம்பித்திருந்தது.

நேரியை எழுப்பிய துத்தி கையில் புதிய துணியை எடுத்துக் கொண்டு முன்னால் நடந்தாள். தோழிகள் சூழ, நேரி பின்தொடர்ந்து வந்துகொண்டிருந்தாள். நாளிக்குப்போனதும் ஓரமாக இருந்த பாறையில் ஏறி தனித்து உட்கார்ந்து கொண்டாள். அவளது முகத்தில் இன்னும் தூக்கம் அப்பியிருந்தது.

சம்பர் குலத்துப் பெண்கள் வந்து அவள் உடுத்தியிருந்த துணியை உருவினார்கள். முரண்டுபிடித்த அவளை அதட்டி ஒருத்தி மௌன மாக்கினாள். இன்னொருத்தி கழட்டிய துணியை எடுத்துக்கொண்டு போய் யார் கண்ணிலும் படாத புதருக்குள் போட்டாள்.

இரண்டு பேர் தீயை வைத்து எரித்து சாம்பலின் மேல் தண்ணீரை மொளோச்சென்று தூக்கி ஊற்றி அதன் தடயத்தை அழித்தார்கள். இரண்டு பேர் மூங்கில் அண்டையில் தண்ணீரை மோந்து மோந்து அவள் மேல் ஊற்றி குளிப்பாட்டினார்கள்.

குலத்துக்காரிகள் கடமை முடிந்துவிட்டது.

ஆறு சலசலத்து ஓடிக்கொண்டிருந்தது.

தோழி ஒருவள் அவளை இழுத்து தண்ணீருக்குள் தள்ள தொபுக்கென்று போய் வீழ்ந்தாள். மற்றவர்கள் இறங்கி அவளை அல்லாட்டினார்கள்.

நீந்தியும் குதித்தும் மூழ்கியும் அவள் இஷ்டம்போல் வெகு நேரம் குளித்து எழுந்து, கூந்தலிலிருந்து சொட்டிக்கொண்டிருந்த நீரை பிழிந்துவிட்டு ஓரக்கொண்டை முடிந்தாள். கரையிலிருந்து புதிய துணி வந்து அவள் மேல் விழுந்தது. அதை எடுத்துப்பிரித்து மார்புவரை சுற்றிக்கொண்டு தோழிகளோடு மேடேறினாள்.

இனி அவள் எந்த வீணனையும் ஏறெடுத்துப் பார்க்கலாம். அவர்களோடு பேசலாம்; அவர்களோடு காட்டுக்குப் போகலாம்.

''லாமி, தலெக்கு எண்ணெ வெக்காக்கு ஆகா, நெத்திலெ வேங்கெ பாலு படுகாக்கில்லெ, இந்திலிருந்து ஏழு நாளுக்கு அச்சமே கெடக்கோந்து' குருவத்தி அறிவுறுத்தி கன்னத்தை செல்லமாகத் தட்டிவிட்டாள். இதனால் வெட்கம் வந்து, நேரி தலையைத் தாழ்த்திக் கொள்ளவெல்லாம் இல்லை.

அவள் எட்டாவது நாளுக்காகக் காத்திருந்தாள்.

●●●

புதிதாக முளைத்திருந்த மீசை, விருகனை அழகாக்கியிருந்தது, கொஞ்சம் முகத்தில் முடிகள் முளைக்க ஆரம்பித்திருந்தன. அவனை விட கொஞ்சம் வயசு கூடிய வீணர்கள் விருகனைச் சீண்டிச் சீண்டி சிரித்துக் கொண்டார்கள். அவர்களுக்குள்ளே பேசியவாறு கெக்கலி கொட்டினார்கள். அவனைக் கொண்டு போய் உளியில் முக்கியெடுத்தார்கள். வீணர் கூடத்தில் அவனுக்கென்று இடம் ஒதுக்கப்பட்டு விட்டது. உண்பது மட்டுமே கூரையில் என்றாகி விட்டது. இரவுகளில் அவன் கூடத்திலேயே உறங்க ஆரம்பித்திருந்தான்.

நாட்கள் நகர நகர அவன் முழுதும் மாறிவிட்டிருந்தான்.

அப்பன் துணையோ, அப்பன் கூட்டாளிகள் துணையோ இனி அவனுக்குத் தேவையில்லை. தனியாகவே தனக்கென்று ஒரு கூட்டத்தைச் சேர்த்துக் கொண்டு கிழங்கு தோண்டப் பழகியிருந்தான் விருகன்.

ரேய கசங்கு, கவாலை கசங்கு, வள்ளிக் கசங்கு இப்படி ஒவ்வொரு கிழங்கும் எந்தெந்த மண்ணில் இருக்கும் என்பது அத்துபடியாகியிருந்தது. பால மரத்துக்குக் கொஞ்ச தூரம் தள்ளிப்போய் புடைத்திருந்த மண்ணை இடது காலால் தட்டினான். அது பொலபொலத்தது. அருகில் நின்ற கள்ளச்செடி அதிர்ந்து ஆடிநின்றது. ரியா கிழங்கு இருப்பதை அறிய அவனுக்கு அதுவே போதுமானதாக இருந்தது.

தீட்டப்பட்ட வசி சூறாவளியைப் போல் இயங்கியது. கூட்டாளிகள் செரட்டையால் அள்ளி அள்ளி மண்ணை வெளியே வீசினார்கள். கடுமையான போராட்டத்துக்குப் பிறகு கொத்தாக கிழங்குகள் அகப்பட்டுவிட்டன. கையைவிட்டு, புதைந்திருக்கும் மண்ணை நெகிழவைத்து, வடக்கும் தெற்குமாக ஆட்டிக் கிழங்குகளை உருவி உருவி அருகில் குவித்து வைத்தான்.

துத்தன் உரசிய சக்கிமுக்கியிலிருந்து பொறிந்த தீ, காய்ந்த சருகுகளில் விழுந்து எரிந்து கொழுந்து விடத் தொடங்கியது.. அணையாமலிருக்க, சுற்றிலும் பட்டைக்கல்லை எடுத்து வந்து வைத்தார்கள். பாதிக் கிழங்கை தீயில்போட்டு விருகன் வாட்டினான். அது நன்றாக பக்குவமான வாசம் மூக்கைத் துளைத்ததும் குத்தி எடுத்து தடியால் அடித்து கரிந்த அதன் தோலை உரித்து வீசிவிட்டு கூட வந்திருந்த பொடியன்களுக்கு கொடுத்தான். மீதியை ஆளுக்கு ஒரு பங்காய் பிரித்துக் கொடுத்துவிட்டு தன் பங்கை ஆத்தி நாரால் வரிந்து கட்டி எடுத்துக்கொண்டு முனிகொரையை நோக்கி நடையைக் கட்டினான்.

•••

பிலுக்குருவிகள் அங்குமிங்கும் உட்கார்ந்தும்,பறந்தும்,வருவதை முன்னறிவித்துக் கொண்டிருந்தன.

மேகம் திரண்டு கிழக்கை மூடிக்கொண்டு வந்தது. தணக்க மரக்கிளையில் உட்கார்ந்திருந்த சூதாரிக் குருவி பறந்துபோய் புதரில் உட்கார்ந்தது. லேசான தூறலோடு மேகாத்து மரத்தை முறிப்பதுபோல் வீசத்தொடங்கியது. மின்னல், வானத்துக்கும் பூமிக்கும் வெளுத்தது. சடீரென்று இடி முழங்கி எங்கோ போய் விழுந்து அடங்கியது.

பெரிய குடைபோல விரிந்திருந்த மல்லம் பாறைக்குக் கீழே விருகனும் நேரியும் நடுங்கியபடி நின்றிருந்தார்கள்.

முனி கொரை எப்போதும் போலல்லாமல் புதிதாக இருப்பதை இருவரும் உணர்ந்தார்கள்.

காற்றும் மழையும் இடியும் குறையக் குறைய இருவருக்கும் காதல் கிறுக்கு ஏறிக்கொண்டே வந்தது. கொடாலி மரத்துக்குப் பக்கத்திலிருந்த கள்ளி மரத்தை தட்டிவிட்டு பரளிப் புதருக்குள் புகுந்துபோய் அங்கே கிடந்த பலகைப் பாறையில் வெகுநேரம் தன்னை மறந்து கிடந்தார்கள்.

●●●

எங்கு சுத்தினாலும் கொடாலி மர நெடியை தொடாமல் யாரும் ஊருக்குள் வரமுடியாது.

சீவெமொக்கை அங்கிருந்து ஒரு கல் தொலைவில்தான் இருந்தது. காய்களை பொறுக்கிக் கொண்டு ஊசிகாடு குய்யில் தேங்கியிருந்த தண்ணீரை அள்ளி முகத்தில் தெளித்து விட்டு தேய்த்துக் கொண்டே பதியை நோக்கி நடந்த துத்திக்கு, இண்டம் புதரோரம், உடைந்து பால் ஒழுகிக் கொண்டிருந்த கள்ளி உறுத்தியது. சுற்றிலும் நோட்டம் விட்டுப் பார்த்தாள். சருகு மானோ, பந்தியோ, வேறெந்த விலங்கோ போன அடையாளம் ஏதும் நிலத்தில் இருக்கவில்லை.

சடசடவென இறங்கி கூரையை நோக்கி நடையைக் கட்டினாள்.

துத்தி, போய் கூரையில் நிற்கவும், குறுக்கே கிடந்த பாதையில் விழுந்து நேரி வீட்டுக்கு வரவும் சரியாக இருந்தது. அவள் மேல்மூச்சு கீழ்மூச்சு அடக்கி நடுங்கியபடி நின்றாள்.

''நேரி என்னாதுக்கு போனீ''

''மூப்ப கொட்டெ பொறுக்காக்கூ''.

''ஏங்கெ, காட்டுவெ''

''ஆங்கே ஒந்தும் கெடாய்கலெ''

''பிந்துக்கு ஏங்கெ போனெ.''

''பந்தி குய்யி தக்குக்கு''

''ஆங்கூ என்னாது பொறுக்கினெ''

''ஆங்கியும் ஒந்தும் கெடாய்கலெ ''

''ஆனா கொடாலி மரமும் சொல்லுச்சே நீவீரு ஆங்கே போகலந்து''

திடுக்கிட்டவள் சுதாகரிப்பதற்குள்,

''நேரி, கள்ளிப்பாலு ஒடம்புக்காகாது! போவொ போகி... நாளில, நல்லா தண்ணியாடீட்டு வா''

துத்தியிடமிருந்து வந்த அந்தப் புன்னகையும் ஒற்றைவாக்கியமும் எல்லாவற்றையும் லேசாக்கிவிட்டுப் போனது.

அவள் வானத்தில் மிதக்கத் தொடங்கினாள்.

• • •

லொண்ட - ஒதுங்க, அக்க - அம்மா, அம்ம - தந்தை, தம்புலி - மாதுளை,
உலி - நீர்வீழ்ச்சி, தம்மாமி - அத்தை, ரியா கசங்கு - கவாலை கசங்கு, வள்ளிக்
கசங்கு - காட்டுக்குள் மண்ணுக்கு அடியின் ஆழத்தின் விளையும் உண்ணத் தகுந்த
கிழங்குகள், சூதாரிக்குருவி கீச்சாங்குருவி, பிலிக்குருவி - மழைக் காலத்தில்
மட்டுமே கண்ணுக்குத் தென்படும் வனப்பறவை, பந்தி குய்யி தக்கு - காட்டுப்
பன்றிகள் நீர் அருந்தும் இடம்.

முனி கொரே - சமணர்கள் வாழ்ந்ததாகச் சொல்லப்படும் பகுதி, ஊசிகாடு
குய்யி - நீர் தேங்கியிருக்கும் குழிப்பகுதி, கொடாலி மரம் - சாயமரம்.

10. ஏந்துபுள்ளெ

தில்லேலி லேலி வந்தா தில்லே லேலி லேலிவா
ராகி கட்டுன பிசுக்கிதந்த தில்லே லேலிவா

தில்லேலி லேலி வந்தா தில்லே லேலி லேலிவா
சோலதட்டெ பிசுக்கி தந்த தில்லே லேலிவா

தில்லேலி லேலி வந்தா தில்லே லேலி லேலிவா
தில்லேலி லேலி வந்தா தில்லே லேலி லேலிவா

தொகெரி கட்டென பிசுக்கிதந்த தில்லே லேலிவா
தில்லேலோ லேலேலேலெலொ தில்லேலோ லேலேலேலெலொ

தில்லேலி லேலி வந்தா தில்லே லேலி லேலிவா

தில்லேலி லேலி வந்தா தில்லே லேலி லேலிவா
கம்பகட்டின பிசுக்கிதந்த தில்லே லேலிவா

தில்லேலி லேலி வந்தா தில்லே லேலி லேலிவா

தில்லேலி லேலி வந்தா தில்லே லேலி லேலிவா
சாம கட்டினெ பிசுக்கி தந்த தில்லே லேலிவா

தில்லேலி லேலி வந்தா தில்லே லேலி லேலிவா

தில்லேலி லேலி வந்தா தில்லே லேலி லேலிவா
வாரே கட்டினெ பிசுக்கி தந்த தில்லே லேலி லேலிவா

தில்லேலி லேலி வந்தா தில்லே லேலி லேலிவா
கொள்ள்ளு கட்டுன பிசுக்கிதந்த தில்லே லேலிவா

தில்லேலி லேலி வந்தா தில்லே லேலி லேலிவா
கீரே தண்டினெ கட்டுன பிசுக்கிதந்த தில்லே லேலிவா

தில்லேலி லேலி வந்தா தில்லே லேலி லேலிவா
கடுகு தண்டினெ கட்டுன பிசுக்கிதந்த தில்லே லேலிவா

தில்லேலி லேலி வந்தா தில்லே லேலி லேலிவா

ஆத்தி கட்டுனெ பிசுக்கிதந்த தில்லே லேலிவா

தில்லேலி லேலி வந்தா தில்லே லேலி லேலிவா
தில்லேலி லேலி வந்தா தில்லே லேலி லேலிவா

மடன், பரளிக்காடு

மத்தி மரத்திலிருந்த பொண்டாந்தி தனது நீண்ட அலகில், உள்ளுக்குள்ளிருந்த கழிவையும் மெழுகையும் களிமண்ணையும் குழைத்து, குடியிருந்த பொந்தைப் பூசிப் பூசி தன்னால் முடிந்த அளவுக்கு அடைத்துக்கொண்டிருந்தது. வெளியே கிளையில் உட்கார்ந்திருந்த ஆணாந்தி, பாசம் ததும்பும் விழிகளோடும் ஏக்கத்தோடும் அதையே பார்த்துக் கொண்டிருந்தது.

இனி பொண்டு, வெளியில் போக முடியாது. அதன் சிறகுகளைக் கொத்திக் கோதிக்கொடுக்க ஆணும் உள்ளே வரமுடியாது. அது தன் அலகை நீட்டும் அளவுக்கு விட்டிருக்கும் துவாரத்தின் வழியே, இச்சிப் பழமோ, இளுப்பைத் தோலோ, புழுவோ பூச்சியோ எதுவாக இருந்தாலும் ஆண் ஆந்தி என்ன கொடுக்கிறதோ அதைத்தான் தின்றாக வேண்டும்.

இடதுபக்கமிருந்த கந்த மரத்திலிருந்த வெலில் ஒன்று தாவிப்பறந்து வெச்ச மரத்தில் போய் கச்சிதமாக உட்கார்ந்தது. அதன் கிளைகள் அங்குமிங்கும் ஆடி நின்றது.

ஆண் தன் பரந்த சிறகை அடித்து அடித்து முழக்கி, மெல்லமாய் உயர எழும்பியது. காற்றின் சமநிலை கிடைத்தவுடன் அசைவை நிறுத்திவிட்டு வானத்தில் மிதந்து தெற்கு நோக்கி போகத் தொடங்கியது.

●●●

வைத்தியகாரி சரசாள் மடன் வீட்டிலிருந்து போய்க் கொண்டிருந்தாள். அவளது முகத்தில் ஏதோ ஒரு பரபரப்பு அப்பியிருந்தது.

குடத்தை கைகளில் தொங்கவிட்டுக்கொண்டு ஆட்டியபடி வந்த வள்ளி, படலில் இருந்த சந்துக்குள் தலையை விட்டு,

''பொன்னி லா பொன்னி... பய்யிக்கு போகே நீ வர்கெ?''

''ம்க்கூ...அவெ இனி வருகாக்கில்லெ''

சொல்லிவிட்டு முகத்தைக் கூட பார்க்காமல் விறகை உருவி எடுத்து கூரைக்குள் போட்டுவிட்டு முறத்தோடு வெளியே வந்து சிரித்தாள் பொன்னியின் மாமி துடிசி.

தம்பி சுள்ளான் கொண்டு வந்த காடை முட்டைகளையும், கதவாரிகளையும் பொன்னி பார்க்கிறாளா என்று ஓரக்கண்ணால் பார்த்துவிட்டு டாகுக்குள் மறைத்து முண்டியின் கூரைக்குக் கொடுத்துவிட்டாள்.

சோளக் குழியிலிருந்து குதித்து ஓடிய சுண்டெலியை அடிக்கப் போன பொன்னியின் கையிலிருந்த தடியை பிடுங்கிக்கொண்டு,

''சப்புந்திரு''

அதட்டி உட்கார வைத்தாள்.

தனக்குத்தானே முடிவெட்டிக் கொண்டிருந்த மடனிடமிருந்த கத்தியைப் பிடுங்கி மத்தி மரத்தில் குத்திவைத்துவிட்டு அவன் அம்ம கீரன், மூப்பனின் வீட்டுக்குப் போனான்.

குருவத்தி வந்து குக்கைப் பிடித்து கூரையின் படிக்கு கீழேயும், வீட்டின் நான்கு மூலைகளிலும் சின்னதாய் குழிதோண்ட இட்டிக்கோலைப் புதைத்து மண்ணைமூடி ஒடியன் கட்டுப்போட்டாள். அதைப் பார்த்துக் கொண்டே இருந்த பொன்னியிடம் ''சிண்டே கணக்கா, ஆகாம இருக்க லாமி '' எச்சரித்து விட்டு குருவத்தி புறப்பட்டுப் போனாள்.

•••

இரவு, காடுகளை ஒன்றுமில்லாமல் ஆக்கியிருந்தது. அன்றைக்கு சாமை அறுவடை வேறு. அதனால் எல்லோரும் களைப்பில் நன்றாகத் தூங்கிப் போயிருந்தார்கள். நாய்கள் மட்டும் ரவ் ரவ்வென்று குரைப்பதும் பின் அடங்கி, ங்கொய் கொய் என்பதுமாய் இரவைத் தூங்கவிடாமல் செய்துகொண்டிருந்தன.

''சிண்டே.., லா சிண்டே, லா சிண்டே.''...வேலன் அழைக்கும் சத்தம் வெளியே கேட்டது.

''சாமே காட்டுக்குபோனவா. என்னாதுக்கு இன்னேரத்துக்கு வந்தா.. வெடியக்கூட இல்லியே?'' சலித்த சிண்டே, கண்களைக் கசக்கிக்கொண்டு எழுந்து வெளியே போனாள்.

வெளியெ கருகும்மென்றிருந்தது

''லா... லா.. ''

....

''லா.. வேலா'' கம்மிய குரலில் அழைத்துப்பார்த்தாள்.

வேலனைக் காணவில்லை.

"சத்தா கேட்டுச்சே இப்ப லெத்தானெ .ம்ம்"

"வேலா.. லா.. வேலா...." மறுபடியும் அழைத்துப்பார்த்தாள்.

சத்தத்தைக் காணோம்... குழம்பிப்போனாள்.

தயாராய் நின்றிருந்த ஒடியன் மந்திரத்தை முனக, சிண்டே சுய நினைவற்றுத் தடுமாறத் தொடங்கினாள். அவள் கண்கள் எங்கோ வெறித்து நின்றிருந்தது. ஒடியன் "செக்கேக்கு வாமி" என்றதும் சிண்டே அந்த நிலையிலேயே நடக்கத் தொடங்கிவிட்டாள்.

இழுத்த இழுப்புக்கெல்லாம் வந்துகொண்டேயிருந்த சிண்டேயை சுன்றிப் புதருக்கு இழுத்து வந்து துணிகளை அவிழ்த்து நிர்வாண மாக்கினான். அவள் எந்தவித பேச்சுமற்று வெளிச்சம் கண்ட முயல்போல் அப்படியே கால்களை விரித்துப்படுத்துவிட்டாள்..

மெல்ல அவளது கருப்பைக்குள் கையைவிட்டு முற்றாத கருவை இழுத்து தயாராக வைத்திருந்த புரடையில் போட்டு மண்ணையும் முளிச்செடியையும் உள்ளே திணித்து வைத்துவிட்டு, பூனைபோல் நடந்து மறைந்தான்...

இப்போது சிண்டே மூச்சற்று இருந்தாள்.

சாமைக் காட்டில், பந்தாவில் பந்தி காவலிருந்த வேலன், கூரைக்கு வந்து சிண்டேயைத் தேடினான்.

"...".

"...".

சிண்டே, முனிகொறையின் மூலையில் நிர்வாணமாய்க் கிடந்தாள்.

இப்போது பொன்னி நிலைக்கு வந்துவிட்டாள். உடம்பெல்லாம் வேர்த்துக்கொட்டியது, 'கடாவுளே' வானத்தை நோக்கி கைகளை உயர்த்தி வேண்டிக்கொண்டாள்.

வானத்தில் ஆத்தியின் சத்தம் கேட்டது.

இறக்கைகளை மடித்துக்கொண்டு சத்தமில்லாமல் கிளையில் வந்து உட்கார்ந்த ஆணாத்தி தலையைச் சாய்த்து, இருபுறமும் பார்த்துவிட்டு மெல்லமாய் நடந்துபோய் பொந்துக்கு அருகில் நின்றுகொண்டது. காத்திருந்த பொண்டாந்தி சந்துக்குள்ளிருந்து தன் அலகு நீட்டி கத்தியது. வயிற்றுக்குள்ளிருந்த பழங்களையும்

பூச்சிகளையும் எக்கி எக்கி ஒவ்வொன்றாய் எடுத்து ஊட்டிவிட்டு, ஆணாந்தி மறுபடியும் கிழக்கு நோக்கிப் பறந்தது.

•••

பத்து மாதம் முடிந்து, நாலைந்து நாள் கடந்தும் விட்டது. இன்னும் பொன்னிக்கு வலியெடுக்கக் காணோம். சரசாள் வந்து மந்திரித்த விளக்கெண்ணையும் கொஞ்சம் பிரசவத் தழைகளையும் கொடுத்துவிட்டுப் போனாள். கூரை மரத்தில் தொங்கிக் கொண்டிருந்த கேளை மானின் காலை வெட்டி சூப்பு காய்ச்சி பொன்னிக்குக் கொடுத்தாள் துடிசி. கொஞ்ச நேரத்தில் லேசாக வலியெடுக்க ஆரம்பித்தது.

அவள் முனக ஆரம்பித்தாள்.

பதிக்காரிகள் சில பேர் வந்து பொன்னியைத் தூக்கிக் கொண்டு போய் முட்டுச் சாளை சுவரில் அணைத்து தலையைச் சாய்த்து வைத்து கால்களை நன்றாக இழுத்து வைத்துப் பிடித்துக்கொண்டார்கள்.

அவள் கண்களில் கண்ணீர் தாரை தாரையாய் வழிந்து கொண்டிருந்தது. முன்பை விடவும் கத்தலும் முக்கலும் அதிகமாகிக் கொண்டிருந்தது. வெளியே கக்கி, மனசு துடிக்க பதட்டத்துடன் நின்றிருந்தான்.

இப்போது அலறல் சத்தம் நின்றுவிட்டது. கொஞ்சநேர அமைதி அந்த இடத்தை பயங்கரமாக்கியது. குழந்தை வீறிட ஆரம்பித்ததும் மடன் தெற்கே திரும்பி காரை தெய்வத்தை, பெசாது மடத்தை வணங்கி நன்றி சொல்லிக் கொண்டான்.

துடிசி, காகே டாகோடு வெட்டி வைத்திருந்த மூங்கில் குறுத்துக்களையும், சீரகத்தூளையும், மல்லி விதைகளையும் போட்டுக் காய்ச்சி பொன்னிக்குக் கொடுத்துவிட்டு, கொஞ்சம் தேனை உள்ளங்கையில் ஊற்றி வாயில் தள்ளினாள்.

வைத்தியகாரி இடுப்பில் வைத்திருந்த இரண்டு வெங்கச்சாங் கற்களை எடுத்து தொப்புள் கொடியைக் கொட்டிப் பிரித்து விட்டு ராகி மாவு பத்தைப் போட்டு விட்டாள். பொன்னி, தனது மார்பில் இருந்த பாலை, கொஞ்சம் தரையில் பீய்ச்சிவிட்டு, குழந்தையை எடுத்து மார்பில் அணைத்துக்கொண்டாள். மடனின் தங்கை கந்தி, வைத்திய காரி வெட்டிய தொப்புள் கொடியைப் புதைக்க சபி கொரைக்குப் போனாள்.

•••

காடெங்கும் பச்சை பரப்பியிருந்தது. செடிகளில் தேங்கியிருந்த பனித்துளிகளை உறிஞ்சியபடி தொட்ரு படபடத்து நகர்ந்து போனது. பொண்டாந்தி தான் கூட்டைச் சுற்றி அடைத்து வைத்திருந்த கழிவுகளையும் மெழுகையும் பசைகளையும் அலகால் கொத்தி உடைத்து எடுத்துக் கொண்டிருந்தது. கிறீச்சிடும் குஞ்சுகளின் சத்தம் காற்றில் கலக்கத் தொடங்கியது. மூடுபனியில் நனைந்து உதிர்ந்திருந்த இண்டம் பூக்களின் மணம் அந்த வனத்தை மேலும் ரம்மியமாக மாற்றிக் கொண்டிருந்தது.

வாசலில் பெருமாட்டிக் குருவி தரையை கொத்திப்பொறுக்கி கத்திவிட்டுப் பறந்தது

...

ஆத்தி - இருவாச்சி, தொட்ரு - கொண்டைக்குயில், கந்த மரம் - சந்தனமரம், வெலில் - மலை அணில், வெச்சா - வெள்ளை நாகமரம், பெருமாட்டிக்குருவி - நல்ல சம்பவத்தை முன்னறிவிக்கும் குருவி.

11. தாட்டிக்குருவி

லல்லாலெ லாலாலெ லாலாலெ
லல்லாலெ லாலாலெ லாலாலெ

கங்காலு சீமேக்கெ பதிரப்ப
ஓடிதனெ போகமோ முனுக்கபொண்ணு
ஓடிதனெ போனாக்கி பதிரப்ப
காலும் கையும் நோகுமொ மினுக்கபொண்ணு
காலும் கையும் நோந்தாக்கி பதிரப்ப
குக்கிதனெ போகமோ மினுக்க பொண்ணு

(லல்லாலெ)

கல்லூரு சீமேக்கெ பத்திரப்ப
ஓடிதனெ போகுமொ மினுக்கபொண்னு
ஓடிதனெ போனாக்கி பத்திரப்ப
காலூம் கையும் நோகுமொ பதிரப்ப
காலும் கையும் நோந்தாக்கி பதிரப்ப
குக்கிதனெ போகமோ மினுக்க பொண்ணு

(லல்லாலெ)

வெள்ளோ கொளோ சீமேக்கி பத்திரப்பா
ஓடிதானொ போகுமொ மினுக்கப்பொண்ணு
ஓடிதனெ போனாக்கா பத்திரப்பா
காலூம் கையும் நோகுமோ பதிரப்பா
காலும் கையும் நொந்தாக்கி பதிரப்பா
குக்கிதனெ போகமோ மினுக்க பொண்ணு

(லல்லாலெ)

பாலக்காடு சீமெக்கி பதிரப்ப
ஓடிதானொ போகுமொ மினுக்கப்பொண்ணு
ஓடிதனெ போனாக்க பத்திரப்ப
காலூம் கையும் நோகுமொ பதிரப்ப

காலும் கையும் நோந்தாக்கி பதிரப்ப
குக்கிதனே போகமொ மினுக்க பொண்ணு

(லல்லாலெ)

நீலம்பதி சீமெக்கி பதிரப்ப
ஓடிதனெ போகுமொ பதிரப்ப
ஓடிதனெ போனலொ பதிரப்ப
காலூதனெ நோகுதொ மினுக்கபொண்ணு
காலுதனெ நொந்தலொ பதிரப்பா
குக்கிதனே போகமொ மினுக்கபொண்ணு

(லல்லாலெ)

சேம்புகரே சீமேக்கி பதிரப்பா
ஓடிதனெ போகுமோ பதிரப்பா
ஓடிதனெ போனலொ பதிரப்பா
காலூதனெ நோகுதொ மினுக்கபெண்ணெ
காலுதனெ நொந்தலொ பதிரப்பா
குக்கிதனெ போகமோ மினுக்க பெண்ணெ

(லல்லாலெ)

பனபள்ளி சீமேக்கி பதிரப்பா
ஓடிதனெ போகுமொ பதிரப்பா
ஓடிதனெ போனலோ பதிரப்பா
காலூதனெ நோகுதோ மினுக்கபெண்ணெ
காலுதனெ நொந்தலொ பதிரப்பா
குக்கிதனெ போகமோ மினுக்க பெண்ணெ

(லல்லாலெ)

ஜடையன். வெள்ளபதி

குண்டரிக்கு அவினன் பேத்தி ஆத்திமேல் மூன்று கண் இருந்தது.

ஆத்தி, மஞ்சரக்கண்டிக்கு விறகு பொறுக்கக் கூட்டாளிகளோடு கிளம்பினாள். ஆங்காங்கே கிடந்த சுள்ளிகளை உடைத்து சுமையாக்கிக் கொண்டே வந்தவர்கள், கொஞ்சம் தள்ளிப்போய் ஆனே சத்த படுகைக்கு வந்துவிட்டார்கள். தெரியாமலெல்லாம் வந்துவிடவில்லை. இந்த வீணிகளுக்கென்று ஒரு திட்டமிருந்தது.

வெடித்துக் கிளம்பிய 'சக்கன்' வாசம், காற்றில் மிதந்து வந்து ஆளைஇழுத்தது. யானை தின்று போட்ட அதன் மிச்சங்களில்

எறும்புகள் மொய்த்துக்கிடந்தன. அங்கிங்குமாக சிதறியிருந்த சாணியை உருட்டிக் கொண்டு பூச்சிகள் நகர்ந்து கொண்டிருந்தன. மரத்துக்கு மேல் தாவுவதும், சண்டையிடுவதுமாக கீறீச்சிட்டுக் கிடந்த புசுகிகள் இவர்களைப் பார்த்ததும் சத்தமடங்கி நின்று குறுகுறுத்தன.

•••

பீளமேடு நாயக்கருக்குச் சொந்தமான கட்டை வண்டி ஆடியாடி வந்து நின்றது. ஓட்டி வந்த குண்டரி, காளைகளை அவிழ்த்து, அருகிலிருக்கும் சபி கொரையில் மேயவிட்டான். அது தலையை மேலே தூக்காமல் மேய்ந்து கொண்டே இருந்தது. தயாராக நின்றிருந்த ஆட்கள் மரங்களைக் கட்டி இழுத்தார்கள்.

•••

படுகையின் ஓரத்திலிருந்த பட்டமரம், காற்றில் சரசரத்தது. உளியில் கத்திக் கொண்டிருந்த ஆடுகள் மேலே வந்துவிட்டன. கன்றுகள் மட்டும் ஒன்றையொன்று துரத்தியபடி அங்கேயே விளையாடிக் கொண்டிருந்தன. பக்கத்திலிருந்த கழஞ்சிப்புதரில் வண்டாரிக் குருவி, லாறிக் கிடந்தது. யாரோ வெட்டிப் போன மரத்தின் சோடி மரமொன்று காய்ந்து, படாரென்ற சத்தத்தோடு விழுந்து தெறித்தது.

பத்ரன் அதைத் துண்டுதுண்டாக உடைத்துக் கட்டிக் கொண்டிருந்தான். ஆத்தி அவனோடுபோய் சேர்ந்துகொண்டாள். அவளதுதோழிகள், புதர் மறைவில் நின்று கண் கொட்டாமல் அவர்களையே பார்த்துக் கொண்டிருந்தனர்.

•••

குண்டரி கீழ்நாட்டுக்காரன். அவன் பெயரைச் சொன்னால் பெட்டை ஆடுகள் கூட வாலைச் சுருட்டிக்கொள்ளும். பொண்ரீகள கண்டா நாக்கு அவனுக்கு தடாகத்துக்கு வந்துவிடும். கங்கானோடு எதையோ குறிவைத்து நாள் தவறாமல் பதிக்குள் வருவதும் போவதுமாக இருந்தான்.

•••

சூரியன் மேற்கு சீமையில் இறங்கிக் கொண்டிருந்தான். ஆத்தி பரபரப்பில் இருந்தாள். அவள் கூட்டாளிகளும் 'தாட்டி' விடும் பரபரப்பில் திரிந்தார்கள்.

பத்திரனும், ஆத்தியும், தலைவெட்டி பள்ளம் தாண்டி, மருதங்கரை தாண்டி, பனப்பள்ளி தாண்டி, தூமனூர் தாண்டி, பள்ளத்தில் இறங்கி ஏறி இறங்கி ஏறி, மலைகளுக்குள் போய்க்கொண்டிருந்தனர். தூரத்தில் கங்காலு சீமை தெரிந்தது.

•••

இன்றைக்கு குண்டறி வரவில்லை. இனிமேலும் அவன் வரப்போவதில்லை.

•••

வெறை - பாறை, கழஞ்சி - யானைகள் அஞ்சும் ஒருவகை முள் செடி

சக்கன் - பலாப்பழம், லாறி - அழுதல், தலைவெட்டிப்பள்ளம் - மன்னர்களை எதிர்த்தவர்களை தலைவெட்டி பலிகொடுத்த பள்ளம்

புசுகி - குரங்கு, தாட்டிவிடல் - இளம்பெண்ணையும் இளம் பையனையும் தம்பதியாக்க காட்டுக்குள் அனுப்பிவிடுதல்.

12. மடலேறு

சோதொ தோதொ ஆமிதெ......
சோதொ தோதொ லாமிதெ.....

கங்ககாலு நெடிக்கெ ஆமிதெ
மாடோட்டி போனா அம்மிதெ
மாடுக்கொரு கண்ணுலகெ ஆமிதெ

சோதொ தோதெ ஆமிதெ......
சோதொ தோதொ லாமிதெ

கொலுவுக்கல்லு மலெக்கெ அம்மிதெ
மாடோட்டி போவோம் அம்மிதெ
மாடோட்டி போனா அம்மிதெ
உனக்கொரு கண்ணுலகெ அம்மிதெ
எனக்கொரு கண்ணுலகெ அம்மிதெ

(சோதொ)

நம்க்கு ஒரு கண்ணுலகெ ஆமிதெ
சோதெ தோதெ ஆமிதெ
சோதொ தோதெ லாமிதெ
ஏழு நாளி மெலெக்கு அம்மிதெ
ஆடோட்டிபோகே அம்மிதெ
ஆடுக்கொரு கண்ணுலகெ அம்மிதெ
ஆடுக்கொரு கண்ணுலகெ அம்மிதெ
நம்மக்கொரு கண்ணுலகெ ஆம்மிதெ

(சோதொ)

பைய கெரே குண்டிக்கெ அம்மிதெ
மாடோட்டிபோகெ அம்மிதெ
மாடுஒட்டி போன லாமிதெ
அஞ்சாலெ வாண்டா லாமிதெ

அஞ்சாலெ வாண்டா லாமிதெ
சோதொ தோதொ லாமிதெ

(சோதொ)

சிறுவாணி தண்ணிக்கெ அம்மிதெ
தண்ணியாடுகாக்கெ போகொ அம்மிதெ
தண்ணியாடுகாக்கு போனா அம்மிதெ
தண்ணியொரு மெரேசா லாமிதெ

ஆலமார முண்டேக்கு அம்மிதெ
ஒத்தெ தூரி கட்டுகொ அம்மிதெ
ஒத்தெ தூரி கட்டுகொ அம்மிதெ
ரெட்டெ தூரி கட்டுகெ அம்மிதெ
எனக்கு வேண்டி குலாலாமி அம்மிதெ
அஞ்சாலெ வேண்டா அம்மிதெ
அருளாலெ வாண்டா அம்மிதெ

(சோதொ)

ஜடையன், நீராடி, பழனி, மாங்கரை

சீங்கி, பெரியவளாகி கொஞ்ச நாட்கள் ஆகியிருந்தது. வீட்டுக்கு வெளியே வருவதற்கான எல்லா சுதந்திரமும் இப்போது அவளுக்கு கிடைத்து விட்டது. தண்ணிக்குப் போகலாம்; மாடோட்டிப் போகலாம்; சுள்ளி பொறுக்கப் போகலாம். தனக்குப் பிடித்தவன் கூடப் போகலாம்.

அவள் கும்பாரத்தை எடுத்துக் கொண்டு ஒத்தையடிப் பாதையில் தன்னந்தனியாக நடந்து கரைக்குப் போனாள். புரண்டு கொண்டிருந்த அலையில், காகனும் பகரியும் மெக்கெயும், வரத்தியும், ஆரனும் துள்ளிக் குதித்துகொண்டிருந்தன. எங்கிருந்தோ வந்த மீகுத்தி சராலெனப் பாய்ந்து மண்ணுக்குப்போன காகனைக் கவ்வி எடுத்து பக்கத்திலிருந்த பாறையில் உட்கார்ந்தது.

ஆற்றை அலசி தண்ணீர் நிரப்பிக் கொண்டு கும்பாரத்தை எடுத்தாள். பொத்தென்று என்னவோ விழுந்த மாதிரி தெரிந்தது. இருந்த இடத்தில் நின்றுகொண்டே, கண்களால் துளாவினாள். பெறுபோதிக்கா யொன்று பக்கத்தில் கிடந்தது. அண்ணாந்து பார்த்தாள். அங்கு போதிக்கொடியில்லை. வேறு எந்த மரமுமில்லை. இடது பக்கமாய் திரும்பிப் பார்த்தாள். வலது பக்கமாய் திரும்பிப் பார்த்தாள். ஒரு துரும்பும் இல்லை.

'வேறெ என்னாவா ருக்கூ' யோசனையில் குழம்பிப்போய்த் திரும்பினாள்.

கோஞ்சன் சீங்கியை நோக்கி வந்துகொண்டிருந்தான். அவனைப் புதிதாகப் பார்ப்பது மாதிரி இருந்தது அவளுக்கு.

''ஓ நீமுதா அம்த்து கொடியா ? என்னாதுக்கு நிமுக்கு கை மீறுகு'' சீங்கி வெடுக்கினாள்.

''சும்மாந்தெ'' தடுமாறித்தான் போனான் கோஞ்சன்.

அவள் தனக்குள் களுக்கிக்கொண்டாள்.

அதற்குமேல் ஒரு இலைகூட விழவில்லை.

●●●

கோஞ்சனுக்கு கொள்ளைப்பிரியம் சீங்கியின் மேல். ஆனால் சீங்கிக்கு அதே பிரியம் இருக்கிறதா என்று கோஞ்சனுக்கு தெரிய வில்லை. அதைத்தெரிந்துகொள்ளும் ஆசையில் அவ்வப்போது சீண்டிக்கொண்டிருந்தான்.

''நாளேக்கி நே பய்யா கரே குண்டிக்கு மாடோட்டுகெ, மனசெல்லா படபடான்னு அடித்தெ கெடாக்குது கொஞ்ச பெசுகோனு''

சீங்கிக்கு அப்படியொன்றும் அடிக்கவில்லை. சப்பெந்திருந்தாள்.

''சீங்கி..''.

'' ம்... ''

''நே கேட்டுக்கொந்தே இருக்கினெ.. இச்சாமெ நிக்கியெ.. நீவீரு வர்கேந்தா வர்கேந்து சொல்லு.. இல்லேந்தா நே போய்கொந்தே ருக்கெ''

''வர்கெ'' என்று ஒற்றை வார்த்தையுடன் அவள் அந்த அத்தியாயத்தை முடித்துவைத்தாள்.

●●●

பையாக்கரை குண்டி சலசலத்தது. கோஞ்சனது மாடுகள் சீங்கியைப்பற்றிய கவலை ஏதுமில்லாமல் அததுபாட்டுக்கு மேய்ந்து கொண்டிருந்தது. வாலை தன் முதுகில் சுழட்டிப் போட்டபடி காரிக்கன்று பேயோட்டம் ஓடியது. நேரம் வேறு போய்க் கொண்டேயிருந்தது. காத்துக் காத்து கடுப்பேறிப் போயிருந்த அவன் அப்படியே மல்லாந்து கொன்ன மரத்தினடியில் படுத்துக்கொண்டான்.

எப்பொழுது தூங்கினானென்று தெரியவில்லை.

மாடுகளின் ஓயாத கத்தல் அவனது தூக்கத்தைக் கலைத்தது. கண்களைக் கசக்கிக்கொண்டு சுற்றிலும் பார்த்தான்.

பொழுது மேற்கே சாய்ந்திருந்தது.

சீங்கி வரக்காணோம்; மனசுக்குள் ஏதோ ஒரு பாரம் ஏறி உட்கார்ந்திருந்தது.

●●●

அன்று இரவு கோஞ்சனுக்கு தூக்கம் பிடிக்கவில்லை; எப்பொழுது விடியும் எனக் காத்திருந்தான். வெளிச்சம் வந்ததோ இல்லையோ முதல் வேலையாக சீங்கியைதேடிப்போனான். அவள் கூரையில் இல்லை. வெண்ணட்டைக்கு அண்ணன் சுங்கனோடு விறகுக்கு போயிருந்தாள். கோஞ்சனைப் பார்த்த சுங்கன்,

''நே தழைக்கு போகெ நீமு சுங்கன தொனேக்கி வெத்துக்கே'' சொல்லிவிட்டு மறைந்தான்.

கோஞ்சனுக்கு வசதியாகப்போய்விட்டது.

''சீங்கி..''

'' ம்.. ''

''இன்னேக்கி கங்காலு நெடிக்கெ ஆடோட்டுகெ, வாமி.. கொஞ்சா பேசுகோனு''

''ம் வர்கெ சொமைய தலேக்கி எத்தோனு, ஒரு கை பிடிலா'' சுமை தலைக்கு வந்தவுடன் வேறெதுவும் பேசாமல் தனுக் தனுக்கென்று போயே விட்டாள்.

கங்காலு நெடிக்கும் அவள் போகவில்லை.

''பாத்தா சிரிக்கா, பேசுந்தா பேசுகா, ஆன்னா வான்னா வருகாதில்லெ''. கோஞ்சன் குழம்பிப் போனாலும் அவளை விட்ட பாடில்லை.

●●●

அவள் ஆட்டுக்கு சீங்கை இலையை உருவிக்கொண்டிருந்தாள்.

குறுக்கு வழியில் புகுந்து அவளுக்கு எதிரில் போய் நின்ற கோஞ்சன், குரல் கம்ம,

''நேத்திக்கு பையாக்கரே குண்டி, அதுக்கு முந்த நாளு கங்காலு நெடிக்கே, இன்னாக்கி கொலுவுகல்லு மலேக்கி போகேன் இன்னாக்கி நீ வர்கெ லாமி ''

'' ....''

'' ம்ம்......''

கொலுவுக்கல் மலைக்கும் அவள் வரவில்லை. 'ஏதாவது வேலையா இருந்திருபினா' தனக்குத்தானே சமாதனப்படுத்திக் கொண்டான்.

●●●

சீங்கி ஆட்டுக்கூரைக்கு கீழே இருந்த புழுக்கைகளை மாரால் கூட்டி ஒதுக்கி வைத்துவிட்டு நிமிர்ந்தாள். சினுக்கன் கூரைக்கு போவது போல் போய், வேலியருகே நின்ற கோஞ்சன் 'பக்காத்துல லெத்தாதா வர்காதில்லே கொஞ்ச தூரமா லெத்தா வந்தாலும் வருவினா' நெருக்கினான்.

''இன்னேக்கி சிறுவாணி தெண்ணிக்கெ போகே''

சீங்கி அவனை ஏறிட்டுப்பார்த்தாள்.

நினைத்தது நடந்தது; அவனுக்கு சந்தோசமாக இருந்தது.

''தண்ணியாடுகாம்போது ஒரு மொறசோ... அச்சா நல்லா கெடக்கு.. வாமி''

''ம் வர்கெ!''

அவள் இந்த முறை வந்துவிடுவாளென்று உறுதியாக நம்பினான். ஆனால் சிறுவாணித் தண்ணிக்கும் அவள் வரவில்லை.

●●●

''நேத்திக்கு சிறுவாணித்தண்ணி, அதுக்கு முந்த நாளு கங்காலு நெடிக்கே, அத்துக்கு முந்துன நாளு பையாக்கரே குண்டி, வர்கேந்து சொன்னே; ஆனா நீவிரு ஏங்கியும் வர்காலே... அத்து கெடாக்குது இன்னாக்கி நே ராயிகல்லு மலேக்கி போகேன்; இன்னாக்கி மட்டு நீமு வர்லேந்தா நித்து ஒறாவே வாண்டாலெ''

மொன்னை சபதம் செய்துவிட்டு கொஞ்சதூரம் போனவன் திரும்பிவந்து ''லாமி என்னாதுன்னாலும் பயாக்கா வண்டாலெ; சீங்கி.. லா.. சீங்கி'' கோஞ்சன் கெஞ்சாத குறையாக சொல்லிவிட்டுப் போனான்.

ஆனால் இந்த முயற்சியும் பலனளிக்காமல் போனது.

கோஞ்சனுக்கோ மாட்டைப்பார்த்தால்.. ஆட்டைப்பார்த்தால்.. செடி கொடி இப்படி எதைப்பார்த்தாலும் அவளாகவே தெரிந்தது. மனம் வேறு கனமாகிக் கொண்டே வந்தது.

வண்டாரி வீட்டுக்கு போய்விட்டு திரும்பிக்கொண்டிருந்த சீங்கியை பார்த்ததும் ஜிவ்வென்று ஏறிய எரிச்சலை அடக்கிக்கொண்டு நேராக அவளிடம் வந்தான்.

''ஒத்தே தூரி கெட்டுகே, ரெட்டே தூரி கட்டுகே'' என்று நேரடியாகவே சொல்லிவிட்டான். கொட்டிச் சிரிப்பு சிரித்துவிட்டு நடந்த சீங்கி, ஒன்றுமே நடக்காதது போல் போய்விட்டாள்.

அவள் எதையும் புரிந்த கொண்ட மாதிரி கோஞ்சனுக்காரனுக்கு தெரியவில்லை. புரியாதது மாதிரியும் தெரியவில்லை. மேலும் குழம்பிப்போன அவன் தன் கைவசமிருந்த கடைசி ஆயுதத்தை கையிலெடுக்கத் தீர்மானித்துவிட்டான்.

''வேண்டாவெ அவெளுக்கு புடிக்கலந்தா இச்சா செய்காக்காது'' என்று, கூட இருந்த காரையனும் கோங்கரையும் தடுத்துப் பார்த்தார்கள்.

''அவாளுக்கு புடிக்காலேன்னு நித்து கூரேக்கு வந்து சொன்னாளா'' கோபத்தை கொப்பளித்துவிட்டு கையை உதறி விறுவிறுவென்று நடந்து போனான்.

●●●

மாலை வெயில், வெள்ளப் பதியை மஞ்சளாக மாற்றியிருந்தது. மூப்பன் திண்ணையில் உட்கார்ந்து சொப்பை மென்று கொண்டிருந் தான். ஆடுகளும் மாடுகளும் மேய்ச்சலுக்குப் போய்விட்டு திரும்பிக் கொண்டிருந்தன.

கோஞ்சன் தன் கூரேக்கு வருவதையே பார்த்துக் கொண்டிருந்த சீங்கி, ஓடிப்போய் கதவுகளுக்குப் பின்னால் நின்று கொண்டாள். அம்மா கோசி, புன்னகையுடன் அவளை அணைத்துக் கொண்டாள்.

''என்னாது கோஞ்சா... ஈங்கே வந்திருக்கெ என்னாது விசயம் கெடாக்கு?''

''ஒந்துமில்லே அம்மெ வந்திருக்கினான்னு சொன்னா, அதான் வந்தெ''

''அவே ஈங்கு ஒந்தும் வர்காலெ; அச்சா குப்பிலிகா கூரேல குக்கி கெடக்கா... நீ போகெ'' சிரித்து விட்டு உள்ளே போய்விட்டாள்.

கோஞ்சனுக்கு என்ன செய்வதென்று தெரியவில்லை.

''குக்குவே'' தோளைப் பிடித்து இழுத்து அந்த சங்கடமான தருணத்தைக் கொஞ்சம் இளக்கிவிட்ட மூப்பன், இவன் வந்த நோக்கத்தைப் புரிந்து கொள்ளாமல், கோஞ்சனோடு கதையடித்துக் கொண்டிருந்தான்.

'பதி நாயம், தக்கு நாயம்' எல்லாம் முடிந்தது. ராகிக் களி கிண்டும் சத்தம் கேட்பதும் நிற்பதுமாக இருந்தது 'என்னாது நடக்குமோ' என்ற பயம் வேறு அவனை ஆட்டு ஆட்டென்று ஆட்டிக்கொண்டிருந்தது.

டாகு கடையும் லொட லொடா நின்று மரத்தட்டுகள் உருண்டன. ஒருவாறு எல்லாம் முடித்துவிட்ட கோசி,

''சீங்கி...... கோஞ்சே புட்டு திங்கினான்னு கேளுவி'' அவளுடைய சம்மதத்துக்காக காத்திருந்தாள் .

வழக்கமாய் இதுபோன்ற சமயங்களில் வந்த வீணனை, வீணிக்கு பிடித்திருந்தால் வெளியே வந்து கைகழுவ தண்ணீரைக் கொடுத்து விட்டுப்போவாள். பிடிக்கவில்லையென்றால் உள்ளேயே இருந்து கொண்டு ''எனக்கு இச்சா ஒரு கூரேக்காரனா? வாண்டா லாக்கா'' என்று வெளியே இருக்கும் வீணனுக்கு கேட்கும்படி சொல்வாள்; பச்சைத் தண்ணீர்க்கூட வரலாது.

கோஞ்சனுக்கு திக் திக்கென்றிருந்தது..

சீங்கி வெளியே வரவும் இல்லை...

தண்ணீரைக் கொடுக்கவும் இல்லை...

அடுத்து இருக்கும் ஒரே தேர்வு 'வாண்டா லாக்கா' தான்.

கோஞ்சனுக்கு பைத்தியம் பிடித்துவிடும்போல் இருந்தது.

மூப்பன் கூரைக்குள் நின்ற கோசியைப் பார்த்துக்கொண்டிருந்தான். கோசி, சீங்கியின் முகத்தையே பார்த்துக்கொண்டிருந்தாள். அந்த அமைதி அவ்வளவு சீக்கிரம் முறிவதாக இல்லை.

கோஞ்சனால் காத்திருக்கமுடியவில்லை... எழுந்தான்,

அப்போதும் அவள் வரக் காணோம். ஆனால் உள்ளிருந்து ''ஆமா திம்பினா'' என்ற சத்தம் மட்டும் கேட்டது.

குதிக்கவேண்டும் போலிருந்தது. ஏனோ அடக்கிவாசித்தான். முகம் தீடீரென்று பொலிவடைய ஆரம்பித்தது. இனந்தெரியாத உணர்ச்சிகள் அவனுக்குள் வந்து கண்களை முட்டியது.

வாசலிலிருந்த காற்று மரத்தை ஆட்டிவிட்டுப் போனது.

இப்போதைக்கு ஒரு கண்டம் தாண்டியாயிற்று. அவள் சம்மதித்துவிட்டாலும் ஒருமாசமாவது தங்கியிருந்து வேலைகளைச் செய்யவேண்டும். அது அவள் குடும்பத்துக்குப் பிடிக்கவேண்டும். குறிப்பாய் சீங்கிக்குப் பிடிக்கவேண்டும். பிடிக்காவிட்டால்.... வேறு வழியில்லை, நடையைக்கட்ட வேண்டியதுதான். இந்த அடுத்த கண்டம் அவனை மண்ணுக்குக் கொண்டு வந்து சேர்த்தது.

தாமதிக்கவில்லை; கோடரியை எடுத்து வாசலில் கிடந்த விறகுகளை பிளக்க ஆரம்பித்தான்.

●●●

மாதங்கள் மசால் கணக்கா ஓடியது...

பொண்ணு வேலை முடிய இன்னும் ஒரே நாள் மீதமிருந்தது. கூரையின் மூலையில் சீங்கி கோஞ்சனின்மேல் காலைபோட்டபடி தூங்கிக்கொண்டிருந்தாள். அவன் புரண்டுபடுத்து அவள் கழுத்தில் கையைப்போட்டு கோர்த்து இழுத்து அணைத்துக்கொண்டான்.

●●●

கண்ணுலகெ - கண்களில், ஆமி - செல்லமாய் பெண்களை அழைத்தல், ஆலமர முண்டி- குளத்தின் ஓரமிருக்கும் ஆலமரம், பையாக்கரே - வழிந்து ஓடும் கிணற்றுத்தண்ணீர், குண்டி - ஊற்று, மொரசோ - முறைச்சல்,கங்காலுநெடி - பள்ளத்தாக்கு பள்ளப்பாதை, அஞ்சாலெ - அஞ்சாதே

காக, மெக்கெ, பகரி வரத்தி - மீன்வகைகள், மீ குத்தி - மீன்கொத்தி, ருக்கு - இருக்கு

கும்ப - குடம், குன்றி - ஊற்று, மென மாப்பிளெ - தானாகவே வலிந்துபோய் மனதார நினைத்தவள் வீட்டில் ஆறுமாதம் தங்கி அவளை மனைவியாக்க வீட்டு வேலைகளைச் செய்துகொண்டிருக்கும் இருள ஆண்

பொண்ணு வேலை - தானாகவே வந்து பெண்ணின் வீட்டுக்குள் நுழைந்து அவர்கள் குடும்பத்தில் நல்ல பெயரெடுத்து அந்தப் பெண்ணின் வீட்டிலேயே வாழும் முறை

13. பட்டணப்பாலை

பட்டமரக்கெ ஏரி பட்டணம் பாத்தெ சோரெ
பாப்பி சோரெ தங்க பாப்பி சோரெ

(பட்ட மரக்கெ)

ஊஞ்சமரக்கெ ஏரி ஊஞ்சி பாத்த சோரே
என்னே நம்பதெ சோரே நம்பாதெ சோரே

இந்தெக்கு கூடின கூட்டொ நாளைக்கு கூடொனு
பாப்பி சோரெ தங்க பாப்பி சோரெ

(பட்ட மரக்கெ)

மத்தி மரக்கெ ஏறி மறந்து பாத்த சோரெ
பாப்பி சோரே தங்க பாப்பி சோரெ

சக்கெ மரக்கெ ஏறி ஊஞ்சி பாத்தெ சோரெ
என்னெ நம்பாதெ சோரெ நம்பாதெ சோரெ

(பட்ட மரக்கெ)

நேரெ மரக்கெ ஏறி நெருங்கி பாத்த சோரெ
பாப்பி சோரெ தங்க பாப்பி சோரே

பட்டமரக்கெ ஏரி பட்டணம் பாத்தெ சோரெ
பாப்பி சோரெ தங்க பாப்பி சோரெ

(பட்ட மரக்கெ)

காடோடிமூப்பன், சுருக்கி

வேடர்பட்டிக்கும், வீரகேரளத்துக்கும் போய்விட்டு வந்த சொடங்கன் மாறித்தான் போயிருந்தான். அவன் பேச்சில் தடுமாற்றம் தெரிந்தது. எந்த நேரமும் வேப்பமரத்தைத் தொட்டு வளர்ந்திருக்கும் அந்த பட்டமரத்தின் உச்சியில் ஏறி உட்கார்ந்துகொண்டு கீழ் நாட்டையே பார்த்துக்கொண்டிருந்தான். அவன் அந்த நினைப்பிலிருந்து அவ்வளவு சீக்கிரமாய் வெளியேற முடியவில்லை.

•••

மழை, தூறலாய் தொடங்கியிருந்தது. மடுவிலிருந்த நாரேக்கல்லுகள் பொளீரென எழுந்து வடக்கு நோக்கிப்பறந்தது 'கூமை', 'குட்டுருக் கே'யை விரட்டிக்கொண்டிருந்தது.

கோக்கண்டன் ஆளுகைக்குக் கீழிருந்த வீரகேரளத்தின் வணிகம் கருமலை செட்டியின் கைக்கு வந்திருந்தது. செட்டி, தவறாமல் வரியைக் கட்டி தனது அதிகாரத்தை தக்கவைத்திருந்தான்.

நரசாம்பதி இப்போது பலவிதமான மாற்றங்களுக்கு உள்ளாகி யிருந்தது. பெயர்கூட மாறிவிட்டிருந்தது. பதி இருந்த இடத்தில் குளம் வெட்டத் தொடங்கியிருந்தார்கள். மிச்சமிருந்த ஒன்றிரண்டு இருளர்களும் அங்கே வசிக்க விரும்பாமல் மூட்டை முடிச்சுகளை தூக்கிக்கொண்டு வடக்கு நோக்கி நகர்ந்து போனார்கள்.

கருமலை அதோடு நிற்கவில்லை.

''அது சத்தியுள்ள சாமி; அத தொட்டா நம்ம வம்சமே தழைக்காது அது ஒரு ஓரமா இருந்துட்டு போகட்டும்''

கருமலை அடங்கவில்லை.

ஊர் பெரியவர் சேமனை துச்சமாக மதித்தான். இருளர்கள் காளியாக வணங்கி வந்த மூப்பத்தி கோவிலையும், அதற்கு மேற்கில் இருந்த மணியரசி கோவிலையும் கைப்பற்றி, அதற்கு தன்னைத்தானே தர்மகர்த்தாவாக அறிவித்ததோடு நில்லாமல் காளி கோவிலை இடித்துவிட்டு அங்கே புதிய கோயிலையும் கட்டத் தீர்மானித்தான்.

●●●

மராமத்து வேலைகள், போர்க்கால அடிப்படையில் நடந்து கொண்டிருந்தன. வேல்மேடு, விளக்குமேடு. மிச்சம்விடாமல் எல்லாவற்றையும் இடித்துத்தள்ளினான். படலைத் தூக்கி எறிந்துவிட்டு கட்டடத்துக்கு அடிக்கல் போட்டான். கிடுகிடுவென்று வளர்ந்த கோவில் சீக்கிரமாகவே ஒரு அமைப்புக்கு வந்திருந்தது. முக்கியமானவர் களைக் கூட்டி கும்பாபிசேகம் நடத்த நாள் குறித்தான்.

அந்த நாளும் வந்துவிட்டது. ஊர்கூடி கும்மியது.

வேப்ப இலைத் தோரணங்கள் எல்லா வாயிலிலும் தொங்கிக் கொண்டிருந்தன. தூபப்பிசினின் வாசனையில் தெருக்கள் மூழ்கியது. சாமிஅழைப்பு களை கட்டியது. வேடிக்கை பார்க்க சுத்துப்பட்டியிலிருந்து ஆட்கள் வந்து குவிந்தனர். பூக்களாலும் மஞ்சளாலும் அலங்கரித்த கரகங்கள் உடலைக் குலுக்கிக்கொண்டு பின்னே வருவதும் முன்னே போவதுமாக தனது பயணத்தைத் தொடங்கிவிட்டன.

எல்லை வரைக்கும் எந்தவிதப் பிரச்சனையும் செய்யாமல் வந்த 'காளி கரகம்' கோயிலை எட்ட எட்ட முரண்டுபிடிக்க ஆரம்பித்தது. சாமி அழைப்பவன் 'நெஞ்சைப்பிளந்து நெரிகுடல் வாங்கிக்' கொண்டிருந்தான். ஆனால் அவள் அந்த இடத்தைவிட்டு தாண்டு பவளாக இல்லை. நாக்கைத் துருத்தி ஆங்காரக் கூச்சலிட்டபடி இருளர்கள் போன திசையை நோக்கியே திரும்பத்திரும்ப ஓடிக் கொண்டிருந்தாள். எவ்வளவோ முயன்றும் அவளை, பீடத்துக்கு திருப்ப முடியவில்லை.

ஒரு கட்டத்தில் பல்லைக் கடித்து விழியைப் பிதுக்கி எக்கி எக்கி குதித்துக்கொண்டே போய், கரகம் எந்த இடத்தில் துள்ளத் தொடங்கியதோ அந்த இடத்திலேயே மயங்கி சரிந்து விழுந்தது.

ஊர்க்காரர்கள் மத்தியில் சலசலப்புகள் தொடங்கின.

•••

துரத்தியடிக்கப்பட்ட இருளர்களைக் காண சேமன் காடுகளில் அலைந்து திரிந்து கொண்டிருந்தான். சேமனைக் கண்டதும் எல்லா இருளர்களும் ஓடிப்போய் புதர்களுக்குள் பதுங்கிக்கொண்டனா. நீண்ட முயற்சிக்குப் பிறகுதான் அவர்களை சேமனால் சந்திக்கமுடிந்தது.

விலாவாரியாக நடந்ததை சொன்னதும் இருளர்கள் கண்ணீர் கசிந்தார்கள்.

''அவெ எம்த்து காளி, காளிந்தா... வெளாந்த மூப்பத்தி மூப்பத் தீந்தா நீதி நெல நாயம். அவெ நிம்த்து, மத்துக்கு அசையமாட்டினா சேமா''

கருமலைக்காக மன்னிப்பு கேட்ட சேமன், அவர்களை சம்மதிக்கவைத்துவிட்டான்.

•••

கரகங்கள் தொடங்கும் 'நீலிய அடித்த தக்கில்' மீண்டும் ஊர் கூடி நின்றது.

பூக்களாலும் பலவிதமான இலைகளாலும் சோடித்து வைக்கப் பட்டிருந்த கரகங்கள் மூன்றும் எதற்காகவோ காத்துக்கிடந்தன. கொகாலும், பொறையும், தவிலும் கரகத்துக்கு முன்பாக வைக்கப் பட்டிருந்தன. பூசாரி பூசையை முடித்ததும் சேமன், பொறைக்கும் தவிலுக்கும் கொகாலுக்கும் பொட்டுவைத்து முழங்கால் போட்டு

அவற்றைத் தொட்டுக் கும்பிட்டான். அது, அவன் அவைகளிடத்தில் மன்னிப்புக் கேட்பதைப் போலிருந்தது.

அதற்காகவே காத்திருந்த இருளர்கள் பொறையையும் தவிலையும் எடுத்துக் கட்டிக் கொண்டு வெறிகொண்டு முழக்கினார்கள். கொகாலின் சுருதி இறங்கி இறங்கி ஏறியது. அதற்குத் தகுந்தாற்போல் தவிலும் பொறையும் சீராக குமுக்கியது. இருளர்கள் பழையதை மறந்து 'ஹே ஹே ஹேய்... ஊ ஊ ஊய்.'... என்று சத்தமெழுப்பிக்கொண்டே இருந்தார்கள்.

காளி புகுந்த சிக்க மூப்பன், படீரெனத் தரையில் விழுந்து உருண்டான்., சிக்கன் உருள்வது நின்றபாடில்லை. சாமியார் சுப்பன் தயாராக வைத்திருந்த கருப்புத்துணியை வாயில் கட்டிக்கொண்டான். வெங்கல மணியை ஒரு கையிலும் பூக்கள் நிரம்பிய தட்டை மறு கையிலும் ஏந்தி அரைவட்டமாய் சுற்றினான். சிக்கன் இன்னும் வேகமாக உருண்டான். அப்பியிருந்த புழுதியும் குப்பையும்... அப்போதுதான் பூமியிலிருந்து முளைத்தவன் போலிருந்தான். அவனிடமிருந்து வித விதமான சத்தங்கள் வந்துகொண்டிருந்தன. கிடுகிடுவென நடுங்கிய சாமியார் வானத்தை நோக்கி தட்டை நீட்டி மணியை அடித்து ஏதோ வேண்டினான்.

இப்போது சிக்கன் எழுந்திருந்தான். விரிந்த தலைமுடியும் நீண்ட தாடியும் அவன்முகத்தை மறைத்திருந்தது. சிவந்து தெறித்திருந்த கண்கள் பிதுங்கி அச்சுறுத்தியது. ஊரார்கள் குடத்திலிருந்த தண்ணியை சிக்கன்மேல் கொட்டினார்கள். நிலைகொண்ட அவன் கரகங்களுக்கு முன்னால்போய் நின்று ஆட்டத்தை ஆரம்பித்தான். பொறைக்காரனும் தவிலனும் தங்களை மறந்து உச்ச நிலையில் இயங்கினார்கள். கொகலன் ஆடி அசைத்து ஊதியபடி அவர்களையும் கரகங்களையும் கோவிலை நோக்கி அழைத்துப் போனான்.

கரகங்களுக்கு முன்னால் இரண்டு குழுக்கள் ஆளுக்கொரு தட்டைக் கையிலேந்தி வந்துகொண்டிருந்தன. தட்டில் இரும்பாலான உருவங்கள் நிறைந்திருந்தன. ஒன்றில் ராஜா பொம்மையும் கொஞ்சம் போர் வீரர்களும். இன்னொரு தட்டில் இருளர்களும் முன்னால் மூப்பன் நரசனும் இருந்தார்கள். அடிக்கடி போர் நடப்பதுபோல், முட்டவைத்துக் கொண்டும் அடித்துக்கொண்டும் நகர்ந்தனர். ஓங்காரக் கூச்சலும் புழுதி கிளப்பியது.

கோயிலுக்கு இன்னும் கொஞ்ச தூரம் இருந்தது.

கூச்சல் அதிகமாகிக்கொண்டே வந்தது. வந்தவர்களிடையே இப்போது பெருத்த சண்டை மூண்டிருந்தது. மோதல் முற்றி ஒன்றையொன்று முட்டியும் தடுத்தும் இரண்டு குழுவும் குதிக்கத் தொடங்கியது. அந்த இடம் கிட்டத்தட்ட போர்க்களம்போல் ஆகியிருந்தது. வெகுநேரம் நடந்த இந்த சண்டையின் இறுதியில் நரசன் குழு ஜெயித்துக் கூச்சலிட்டது.

இப்போது காளி முரண்டு பிடிக்காமல் கோயிலுக்குள் போய் உட்கார்ந்துகொண்டு இவர்களைப் பார்த்தாள். அதில் கோபம்தான் இருந்தது.

●●●

இதற்குப் பிறகு வருடம் ஒருமுறை அங்கே போவதும் வாரக் கணக்கில் தங்கியிருந்து ஒவ்வொரு நாளும் செட்டிகள் தரும் மரியாதையை ஏற்றுக்கொண்டு தவிலடிப்பதும் ஆடுவதும் வாடிக்கையாகிவிட்டது.

இந்த வருடம் போனபோது உள்ளூர்க்காரி சென்னியின் வலையில் சொடங்கன் வீழ்ந்திருந்தான்.

களை கட்டியிருந்த கூட்டத்துக்குள், அவர்கள் காதலை வளர்த்தனர்.

'சென்னி, ஆட்டம் பார்க்க அடுத்த நாளும் வருவாளா' என்று ஏங்கத் தொடங்கியிருந்தான்.,

அவன் அந்த நினைப்பிலிருந்து அவ்வளவு சீக்கிரமாய் வெளியேற முடியவில்லை. மூன்று வருடங்களுக்கு ஒருமுறை வரும் காளிகரகம் தினந்தோறும் வராதா என்று ஏங்கிக்கொண்டிருந்தான்.

●●●

சொடங்கனின் கூரையில் சென்னி, டாகை கடைந்துகொண்டிருந்தாள்.

●●●

பட்டமரம் - மூங்கில்மரம், சோறே - காட்டுப் புறா, நாரக்கல்லு - நாரை, கூமை - பருந்து, குட்டுருக்கே - குயில்

பட்டமரம் - மூங்கில் மரம், ஊஞ்ச மரம் - அரப்பு மரம், இந்தெக்கு - இன்றைக்கு

நீலிய அடித்த தக்கு - தேன்கொடுக்க மறுத்த இருளச்சியை கட்டிவைத்து அடித்த இடம், டாகை - கீரை,வேல்மேடு - வேல் குத்த களிமண்ணால் பூசி வைத்த சிறிய மேடு, விளக்குமேடு - விளக்குவைக்க உருவாக்கபடும் சிறிய குழிந்த மேடு

கோவையிலிருந்து 5 கிலோமீட்டர் துரத்திலிருக்கும் இருளர் ஊர்களாக விளங்கிய வீரகேரளம், வேடபட்டி ஆகிய பகுதிகளில் இருக்கும் காளிகோவில்கள் சிலவற்றுள் மூன்று வருடங்களுக்கு ஒருமுறை நிகழும் சாட்டுக்களில் இன்றளவும் இருளர்கள் இல்லாமல் கரகம் எடுப்பதில்லை.

14. அலரணங்கண்

தூமனூரு தூகேகண்ணு புள்ளெ
எந்நேரம்பாத்தாலும் எந்நோட நோட்ட
சேம்புக்கரே சொல்லேகண்ணு புள்ளெ
எந்நேரம் பாத்தாலும் எந்நோட நோட்ட
கருத்த முகளகெ கருஞ்சுள்ளி பூவு
சிருத்த மொக அளகெ செவ்வரளி காயோ

கொண்டனூரு பள்ளங்கண்ணு புள்ளெ
எந்நேரம்பாத்தாலும் எந்நோட நோட்ட
கண்டிவழி கடாய்கண்ணு புள்ளெ
எந்நேரம்பாத்தாலும் எந்நோட நோட்ட

(கருத்த முகளகெ)

பனப்பள்ளி பளியகண்ணு புள்ளே
எந்நேரம் பாத்தாலும் எந்நோட்ட நோட்ட
அல்லமர மேடு அகந்தெ கண்ணு புள்ளெ
எந்நேரம்பாத்தாலும் எந்நோட நோட்ட

(கருத்த முகளகெ)

பூளப்பதி பூளக்கண்ணு புள்ளெ
எந்நேரம் பாத்தாலும் எந்நோட நோட்ட
குலக்கையூரு குருடுக்கண்ணு புள்ளெ
எந்நேரம் பாத்தாலும் எந்நோட நோட்ட
கருத்த முகளகெ கருஞ்சுள்ளி பூவு
சிருத்த மொக அளகெ செவ்வரளி காயோ

(தூமனூரு)

ஜோகி, தோண்டை

கோழிக்கூரையின் மேல் உட்கார்ந்திருந்த செல்லன் தன் சுருட்டை முடிக்குள் கையை விட்டுவிட்டு கோதிக்கொண்டிருந்தான். அவனொன்றும் பாட்டன் கூத்தாடிக் கிழவனை அப்படியே உரித்து

வைக்கவில்லை. ஆனால் கூத்தாடிக் கிழவன் சொல்லும் கதைகளைக் கேட்டுக் கேட்டே வளர்ந்த செல்லன், கிழவன் செத்தபிறகு கூத்தாடி யாகவே மாறிப்போயிருந்தான். கஞ்சி சீர் கூத்துக்களில் பம்பரமாய் சுழன்று ஆடவும் பேசவும் பழகியிருந்தான். அதனால் இயல்பிலேயே கொஞ்சம் துடுக்காகவும் பட்டென்று வெடிப்பவனாகவும் இருந்தான்.

கருப்பாட்டின் குட்டிகள் காலைத் தூக்கி அவனது மடியில் வைத்து தலைமுடியை கடித்துக் கொண்டிருந்தன... காலுக்கடியில் சேவலும் கோழியும் ஏதாவது செல்லன் போடுவானா என்று தலையைத் தூக்கி ஓரக்கண்ணால் பார்த்துவிட்டு குஞ்சுகளுக்கு தரையை கொத்தியது...

வேகும் வெயிலில் வந்த ரங்கன், முருங்கை மரத்தினடியில் நின்று 'கொல்லா கொல்லா' என்று கத்திக்கொண்டே இருந்தான். அதைக் கண்டும் காணாததுபோல் செல்லன் சேவலைப் பார்த்துக் கொண்டிருந்தான்.

''ஏண்டா உன்ற அப்பன் எங்க போயிட்டா?''

''காட்டுக்குப் போயிருக்கின''..

''எப்ப வருவா?''

ரங்கனின் அடுத்த கேள்வியை எதிர்கொள்ள செல்லன் இல்லை.

அவன் மேகாட்டின் மூலையை எட்டியிருந்தான்.

'' நின்னே பாக்காக்கு கொங்கெ வந்திருக்கினா'' மரத்தில் இருந்த கொல்லனிடம் தகவல் கொடுத்துவிட்டு பக்டா பட்டையை எடுக்க காட்டிற்குள் போனான்... கொல்லன் தலை தெறிக்க கூரைவந்து சேர்ந்தான்.

கொல்லனின் தலையைக் கண்டதும் ரங்கன் அதுவரை தொங்கப் போட்டிருந்த கைகளை இடுப்பில் வைத்து நிமிர்ந்து விறைப்பாகி,

''டே கொல்லா'' ... அதிகாரித்தான்.

''கடாவுளே.... ஏன்னாதுக்கு ஈங்கே வந்திருக்கினா ''

''நல்ல கருப்பு சேவலொன்னு வேணுமே'

''ஓ... ஈங்க ஒந்துதெ கெடாக்கு கொங்கா..''

''நானும் தேடிப் பாத்தே; ஜோசியன் சொல்லற மாதிரி பொரியில்லாத சேவல் எங்கியும் கெடைக்கல; அதான் கேக்குறேன்; சாமிக்குத்தா கேக்குறேன்''.

கொல்லன் கூடையில் இருந்த கம்பை எடுத்து வாசலில் இரைத்தான். கொக்கொக்கிக்கொண்டுவந்த சேவலைப்பிடித்து ரங்கன் கையில் எடுத்துக் கொடுத்தான். ரங்கன் ஒருகையில் சேவலைப்பிடித்துக் கொண்டு மறுகையில் வேட்டியின் சுங்கை அவிழ்த்து எதையோ எடுத்து நிமிர்ந்தான். அதற்கெல்லாம் கொல்லன் நிற்கவில்லை பட்டிக்கு போய் படலை நீக்கி மாடுகளை மேய்ச்சலுக்கு விரட்டினான். எடுத்த பொருளை மறுபடியும் வேட்டியில் செருகிக்கொண்டு ரங்கன் கிளம்பிவிட்டான்.

சேவலின் 'கொக்கே கொக்கே' சத்தம் தூரத்தில் கேட்டது. அது செல்லனை அழைப்பதுபோலிருந்தது. கொஞ்ச தூரம் முன்னே வந்து பாறையில் ஏறி நின்று பார்த்தான். தூரத்தில் ரங்கன் சேவலோடு போய் கொண்டிருந்தான். அது அவனுடையது தானா என்று செல்லனால் அடையாளம் காண முடியவில்லை. 'நம்த்துதா இருக்கக்கூடாது' என்று நினைத்துக்கொண்டான்.

அவனுக்கு மனது நிலை கொள்ளவில்லை. அன்று சீக்கிரமாகவே பட்டிக்குத் திரும்பிவிட்டான்.

பக்டா பட்டையை வாசலில் போட்டுவிட்டு கோழிக்கூரையைப் பார்த்தான். கோழி இருந்தது; குஞ்சுகள் இருந்தது; சேவலைக் காண வில்லை. கோபம் தலைக்கேறியது. அதோடு அப்பனிடம் பேசுவதை செல்லன் நிறுத்திக் கொண்டான்.

•••

ஊரே அல்லோகலப்பட்டது.

''செல்லன் ஆரோ பீணியோட போய்ட்டினா'' எல்லோருக்கும் ஆச்சாரியமாகத் தான் இருந்தது.

''அச்சா ஒரு குறிப்பூங் காட்டுகாலே'' அவன் சோட்டாளி வெள்ளன் குழப்பத்திலிருந்தான்.

அவன் எங்கேயோ ஓடிப்போய் மூன்று நாளாகி விட்டது; நஞ்சிக்கும் கொல்லனுக்கும் எந்தக் கவலையுமில்லை; அவர்கள் போத்தம் படுகையில் ஆடுமாடுகளை மேய்த்துக் கொண்டிருந்தார்கள்...

''செல்லன், கூரேக்கு வந்திட்டினா?'' ஆட்டுக்கு கள்ளா தழையை உடைத்துக் கொண்டிருந்த வெள்ளப்பதி மூப்பன் கேட்டான்

'' ம்க்க்கூ ஏங்கே வந்தா, ஆளே காங்காலெ'' கொல்லானின் வார்த்தையில் லேசான பெருமிதம்தான் இருந்தது.

''புள்ளே ஆருந்து பாத்தெ''

''அதூந்தா தெரிகாலெ மூப்ப, நம்த்து பதிலெ எல்லாரும் இருக்கினா''

''பொட்டே பதி துத்தேம் புள்ளையா இருப்பினா?''

''ம்க்கூ அச்சாந்து இருக்காக்கில்லெ''

''நடுப்பதி கொரடங்கூரே வீணியா இருப்பினா... அந்த வீணி இருக்காளே கொக்கி முள்ளு அன்னாக்கி''.....

இப்படி பேச்சு திசைமாறி எங்கெங்கோ போய் முடிந்தது. மாலை மயங்கிவந்தது. ஆடுகளை விரட்டிக்கொண்டு ஊர் திரும்பினார்கள்.

●●●

'இன்னக்கி வந்துருவினா நாளேக்கி வந்திருவினா' ன்னு காத்துக்கிடந்தார்கள். ஆனால் அவன் வந்த பாடில்லை.

''பெரு நரி திந்திருக்கு!''

''லாக்கா நேம் பாத்தே முள்ளாம் படுகையிலே ரேசாங்கூட களாக்கய பொறுக்கி கொண்டிருந்தின ''

''இல்லே லாமி மாம்படுகையிலெ,முள்ளிகூட, மூாப்பக் கொட்டெபொறுக்கி கொண்டிருந்தின''

''ஆனா என்னாந்து பாக்காலே பாறேக் குழிக்கு பக்காத்துலெ நாத்தமா கெடக்கு''

''இல்லேலா ஒடி அடிச்சிருப்பினா'' என்று சொன்னதோடு நிற்காமல் வண்டாரி மகன் கக்கிக்கு நடந்ததை தனக்கு நடந்தது போலவே சொல்ல ஆரம்பித்து விட்டான் இருவன்.

●●●

பொண்டு பொன்னியின் கட்டளையை மீறமுடியாமல் கக்கி விறகுபொறுக்க காட்டுக்கு கிளம்பிவிட்டான். அடையாளம் தெரியாத ஒருவன், அவனுக்கு இடது புறத்திலிருந்த கள்ளிப் புதரிலிருந்து நடந்து வந்துகொண்டிருந்தான். கக்கிக்கு, அவனை எங்கேயோ பார்த்தது போலும் பார்க்காதது போலும் இருந்தது.

ஆளில்லாத புளியமர நெடியில் இப்போது அவர்கள் இருவர் மட்டும்தான் இருந்தார்கள்.

தாசங்கரை நாளியிலிருந்து தண்ணீரை சுமந்துவந்த காற்று, தணுக்கமரத்தின் கடைசி கொம்பை மட்டும் லேசாக அசைத்து விட்டுப்போனது.

''பொண்டு வெறகு இல்லேந்தா வெட்டுகொக்கு போகே'' அவனாகவே வந்து அறிமுகமாகிக் கொண்டான்.

''ஆமா நீவீரு ஆரு?'' கேட்டுவிட்டு, உறுக்கென்று அவனையே பார்த்தான் கக்கி,

''நேந்த செங்காலூரு சின்னான் மகெ சொரியே!நேனும் வெறகுக்குதா வந்திருக்கினெ''

''ஓ அச்சாந்தா வாயி!'' தோள்மேல் கையைப் போடாமல் கொஞ்சம் பின்னால் தள்ளியே நடந்தான் கக்கி..

ஒருவொருக்கொருவர் பேசிக்கொண்டே எலிக்கல் மொக்கைக்கு வந்துவிட்டார்கள்.

கந்த மரத்திலிருந்த குருவிகள் இவர்களைப் பார்த்ததும் காச்சுமூச்சென்று கத்தத்தொடங்கின... வழக்கமாக இல்லாத இந்தச் சத்தத்துக்கு கக்கி தலையைத் தூக்கி கண்ணுக்கு மேல் கையை வைத்து அண்ணாந்து பார்த்தான்.

அவைகள் திக்கில்லாமல் பறந்துபோயின.

சொரியனும் கக்கியும் ஆளுக்கு ஒரு திசையில் பிரிந்து காய்ந்த விறகுகளைத் தேடினார்கள்.

கக்கி தோளில் இருந்த சொரைப் புரடையையும் இடுப்பில் இருந்த துண்டையும் அவிழ்த்து கந்த மரத்தோரம் வைத்துவிட்டு, காய்ந்த சுள்ளிகளை உடைத்து உடைத்து கொடியின் மேல் வைத்துக் கொண்டிருந்தான். இன்னும் சுள்ளிகள் அவனுக்கு தேவையானதாக இருந்தது. பொறுக்கிக்கொண்டே மான்படுகைக்கு வந்துவிட்டான். சொரியனின் திசையில் வெட்டுப்படும் கிளைகளின் சத்தமும் அது முறியும் சத்தமும் கேட்டுக்கொண்டிருந்தது. நின்று தலையை லேசாக சாய்த்து, காதை இழுத்து அந்த சத்தத்தை கேட்டுவிட்டு நகர்ந்தவனுக்கு, காலடியில் காய்ந்துபோன வேப்பனின் வேரொன்று தட்டுப்பட்டது. அது மண்ணில் புதைந்து நன்றாக இறுகியிருந்தது.

ஆட்டிப்பார்த்தான். இளகிக்கொடுத்த வேர், லேசாக அசைந்ததே ஒழிய முறியக்காணோம். யோசித்துவிட்டு கள்ளா மரப்பொந்தில்

என்றோ வைத்து விட்டுப்போன கோடாரிப்பிடியை எடுக்கத் திரும்பி வந்தான்.

வந்தவன் தடுமாறிப்போனான்.

அவன் அங்கு வைத்து விட்டுப்போன துண்டைக் காணோம். அதே இடம்தானா என்று கண்களால் சுற்றிலும் துளாவினான்.. அதே இடம்தான் சந்தேகமே இல்லை. கந்த மரத்துக்கு அருகில் இருந்த கரும்பாறை... ... அதோ... அப்படியே இருக்கிறது. குழம்பிப்போய் அண்ணாந்து பார்த்தான். அந்தக் கந்த மரத்தையே காணோம்.

கொஞ்சம் பதட்டம் ஆரம்பித்துவிட்டது. என்ன நடக்குதென்று தெரியாமல் தடுமாறினான். அதிர்ச்சியில் நாக்கு வறண்டது; கண்கள் நிலைகுத்திவிட்டது. தண்ணீர் குடிக்க சொரைப் புரடையை தேடினான். அங்கிருந்த சொரைப் புரடையையும் காணோம்.

இடதுபக்கம் கொஞ்சதூரம் ஓடிப்போய்ப் பார்த்தான். எசிவீரம்மன் கோயிலுக்கு அருகில் உயர்ந்திருந்த வேங்கை மரத்தையும் காணோம். எசிவீரம்மனையும் காணோம்.

ஹூ ஹூ ...,, ஹூ ஹூ ...,, சங்கேத சத்தம்போட்டும் பார்த்துவிட்டான். ''ஏய் சொரியா........ சொரியா......?'' பலங்கொண்ட மட்டும் கத்திக் கத்தியும் பார்த்துவிட்டான். பதில்குரல் வரவே இல்லை.

''ஏங்கவே போனெ'' அவன் குரல் பயத்தில் உடைய ஆரம்பித்தது.

பரளிச்செடி மட்டும் ஆடி நின்றது. வேறு எந்த இடத்திலும் அசைவைக் காணோம்.

சுற்றிலும் பார்த்தான். சின்ன சத்தம் கூட இல்லை. ஊய்யென்று வந்த காற்றும் சோலைக்குள் போய்விட்டது. அவனை 'க்கெ' பிடித்து ஆட்டியது; மெல்ல மெல்லமாய் அடியெடுத்து அந்த இடத்தைவிட்டு நகர்ந்து........ வேகம் பிடித்து எடுத்தான் ஓட்டம். ஊர் எல்லைக்கு வந்த பின்தான் திரும்பிப் பார்த்தான்.

''இல்லேந்தா அண்ணிக்கே கக்கி கொப்பேக்கு போயிருப்பினா'' இருவன் முடிக்க,

''சொரியன் என்னானான்'' சுள்ளாந்தான் கேட்டான்.

''என்னாலா நீ கேக்கெ, வெறாகு வெட்டப்போனவெ சொரியனில்லே... அத்து ஓடி... ஓடியொயந்தா போயிரிக்கினா, அதுமாதிரி செல்லனும் ஏங்கியாவது சிக்கியிருப்பின''

பேச்சுகள் இப்படி மாற ஆரம்பித்தது பெற்றவர்களை கவலை கொள்ள வைத்தது. ஆட்களை சேர்த்துக் கொண்டு தேடத் தொடங்கினார்கள்.

ஊர் ஊராகத் தேடினார்கள். ஒரே ஒரு வீணன் தவிர எந்த வீணியும் ஓடிப்போகவில்லை என்பதை உறுதி செய்து கொண்டார்கள். ''வீணங்கூடயே தாட்டினா'' அவனையொத்த வீணர்கள் சிரித்துக் கொண்டார்கள்.

''ஏதாவது அடிச்சு சத்திருப்பானோ'' ஆனால் அவன் இறந்து போனதுக்கான எந்தத்தடயமும் அவர்களுக்குக் கிடைக்கவேயில்லை.

'என்னாகியிருப்பா' னென்ற சந்தேகம் ஓடிக்கொண்டேதான் இருந்தது. தேடுவதை அவர்களும் நிறுத்தவில்லை.

•••

முருகன்பதிக் காடுகளில் வெரையாட்டு பாறையின் ஓரமாய் ஏதோ ஒரு ஆள் உட்கார்ந்திருப்பது மாதிரி தெரிந்தது, மாசால் வேட்டைக்கு வந்த கவுண்டிக்கல் சின்னான் நின்று யோசித்தான். புள்ளியாய்த் தெரிந்த அது அருகில் போகப்போக பெரிதாகிக்கொண்டே வந்தது இப்போது அந்த உருவம் தெளிவாகத்தெரிந்தது.

ஆம்..... அவனேதான்.

அருகில் போய்ப் பார்த்தான். யாரவது வீணி வருகிறாளாவென்று சுற்றும் முற்றும் நோட்டமிட்டான். எந்த வீணியும் கூட இல்லை. எவளும் வரவும் இல்லை. பாவம் செல்லன் சோர்வாக இருந்தான். சின்னான், பறைக் குழியில் இருந்த நீரை அள்ளிப்போய் அவன் முகத்தில் சடீரென்று அடித்தான்.

என்ன கேட்டுப் பார்த்தும் செல்லன் பதில் சொல்லவேயில்லை.

கூரைக்கு வந்து சேர்ந்த பின்னாலும் கூட நஞ்சியும் கொல்லனும் எவ்வளவோ கெஞ்சிப்பார்த்தார்கள். ஆனால் அவன் வாய் திறப்பவனாய் இல்லை.

''லா நஞ்சி, இவெ ஆரோ கூட ஓடிருக்கினா என்னாதுக்கோ சொல்லுகாதில்லே ஆருந்து பாத்து அவேளே லெத்து செல்லாம் பொண்டா ஆக்கோனு''

அன்றிலிருந்து நஞ்சியும், கொல்லனும் அதே வேலையாய் அலைந்தார்கள்.

'' போனேந்தா போகாவாண்டியதுதாண்டா, என்னாக்கு அவெள விடுகிந்து இச்சா வெந்தெ, ஆமா ஆரு அவெ, தூமம் பதிக்காரியா கொண்டம் பதிக்காரியா?,'' சொப்புக்குப் போகிற பொண்றிகள் சீண்டிக்கொண்டே இருந்தார்கள்.

''அச்சா பயாங்கெடக்கவ என்னாக்கு லெத்துப்போகோனு,

''ஆமாலா... அவெ வெள்ளேப்பாறேக்காரியா?, ராயப்பதிக்காரியா?''

''படுக்காக்கு முடிகலேந்து வந்திட்டினா?''

அட்டே திங்கவாண்டியது தானே''

காய்க்குபோகிறபோதும் ஊஞ்சைக்கு போகிறபோதும் சிரித்துச் சிரித்து வீணிகள் அவர்கள் பங்குக்கு மேலும் உசுப்பேத்திக்கொண்டே இருந்தார்கள்.

ஆசையாக ஒருத்தியைக்கூட பார்க்கமுடியவில்லை. செல்லன் படாத பாடு படவேண்டியிருந்தது.

●●●

கோழிகளையும் குஞ்சுகளையும் கூட்டிக்கொண்டு இப்போது அந்த கருப்பு சேவல்... அவன் காலை சுத்திக்கொண்டிருந்தது.

●●●

கோழிக்கூரை - குடியிருப்பை ஒட்டி கல்திட்டைபோல் கட்டப்பட்டிருக்கும் கோழிக்களுக்கான கூரை.

தூகே - காட்டுக்கொடி, பள்ளா கண்ணு - மாறு கண்ணு, பூளை - பூளைப் பூச்செடி, அகந்தே - ஆந்தை, பளிய - புளியங்கொட்டை, லெத்து - அழைத்து, சம்மிடு கும்மிடு - காலில் விழுந்து கும்பிடல் லாக்கா - ஏனக்கா,

ழாப்பக்கொட்டை - இழுப்பங்கொட்டை, கருப்புசேவல் படைகள் வருவதை முன்னறிவித்த காரணத்துக்காகக் கருப்பு ஆடுகளையோ கருப்பு கோழிகளையோ உண்ணாத பழக்கம் இருளர்களுக்குள் ஒருகாலத்தில் நிலவிவந்தது.

பக்டா மரத்தின் பட்டையை புதைத்துவைத்தால் மாடுகளுக்கும் ஆடுகளுக்கும் கோழிகளுக்கும் ஏற்படும் நோய்கள் தீருவதுடன் அதைத்தாண்டிப் போகும் கால் நடைகளை தீய சக்திகள் அண்டாது. இது இருளர்களின் கால்நடை மருத்துவ முறைகளில் ஒன்று.

அட்டை மருத்துவம் - அட்டை பூச்சியை கடுகு எண்ணையில் வறுத்து தின்றால் காமம் மிகும் என்பது பள்ளத்தாக்கு பழங்குடிகளின் மருத்துவ நம்பிக்கை

15. நத்தாலி

குழு 1 மாமிதெ மாமிதெ மாமுநத்தாலியெ
குழு 2 இவ பச்ச புள்ளெ காரிலகெ மாமுநத்தாலியெ
குழு 1 மாமிதெ மாமிதெ மாமுநத்தாலியெ
குழு 2 அவ பக்காத்துக்கு போகவாண்டா மாமுநத்தாலியெ
குழு 1 மாமிதெ மாமிதெ மாமுநத்தாலியெ
குழு 2 நே கெசங்குவெட்டி திந்தேமுமாமுனத்தாலியே
குழு 1 மாமிதெ மாமிதெ மாமுநத்தாலியெ
குழு 2 நாசீங்கே டாகே பொருக்கி திந்தேமமுனத்தாலியெ
குழு 1 மாமிதெ மாமிதெ மாமுநத்தாலியெ
குழு 2 நே ஷூங்கே முல்லே அட்டுத்திந்தே மாமுனத்தாலியெ

குழு 1 மாமிதெ மாமிதெ மாமுநத்தாலியெ
குழு 2 நே கொக்கட்ட சுட்டு தின்னாலகே மாமினத்தாலியெ
குழு 1 மாமிதே மாமிதே மாமுநத்தாலியே
குழு 2 கத்தால கெசங்கெ தோண்டி திந்தே மாமினத்தாலியெ
குழு 1 மாமிதெ மாமிதெ மாமுநத்தாலியெ
குழு 2 நூரே கசங்க தோண்டி திந்தே மாமினத்தாலியே
குழு 1 மாமிதெ மாமிதெ மாமுநத்தாலியெ
குழு 2 ரியான் கசங்கெ தோண்டி திந்தே மாமினத்தாலியெ
குழு 1 மாமிதெ மாமிதெ மாமுநத்தாலியெ இப்ப
குழு 2 தண்ணி வெக்கெ புடிச்சிருச்சு மாமனத்தாலியெ
குழு 1 மாமிதெ மாமிதெ மாமுநத்தாலியெ இப்ப
குழு 2 முள்ளி கசங்கெ தோண்டி திந்தே மாமினத்தாலியெ
குழு 1 மாமிதெ மாமிதெ மாமுநத்தாலியெ
குழு 2 வசலடாகே கடந்து திந்தே மாமுனத்தாலியெ
குழு 1 மாமிதெ மாமிதெ மாமுநத்தாலியெ
குழு 2 ராகிபுட்டு பன்னி திந்தே மாமினத்தாலியெ
குழு 1 மாமிதெ மாமிதெ மாமுநத்தாலியெ
குழு 2 வெள்ளசோல புட்டு திந்தே மமிலத்தாலியெ

குழு 1 மாமிதெ மாமிதெ மாமுநத்தாலியெ
குழு 2 வெரகரிசி சோருலதெ மாமினத்தாலியெ
குழு 1 மாமிதெ மாமிதெ மாமுநத்தாலியெ
குழு 2 ரூடுசாமே புட்டுலகே மாமிலத்தாலியெ
குழு 1 மாமிதெ மாமிதெ மாமுநத்தாலியெ
குழு 2 பொவிடாகு பொருக்கிதிந்தே மாமுனத்தாலியெ
குழு 1 மாமிதெ மாமிதெ மாமுநத்தாலியெ
குழு 2 முஸ்டே டாகு முரித்துதிந்தேமெ மாமுனத்தாலியெ

குழு 1 மாமிதெ மாமிதெ மாமுநத்தாலியெ
குழு 2 பாலே டாகெ பொரிக்கி திந்தே மாமுனத்தாலியெ
குழு 1 மாமிதெ மாமிதெ மாமுநத்தாலியெ
குழு 2 கடுக டாகெ வறுத்து திந்தே மாமுனத்தாலியெ
குழு 1 மாமிதெ மாமிதெ மாமுநத்தாலியெ
குழு 2 காக்கே டாகு பொறுக்கி திந்தே மாமுநத்தாலியே
குழு 1 மாமிதெ மாமிதெ மாமுநத்தாலியெ

நாகன், சிறுகிணறு

மாமி நத்தாலி கோபக்காரி; கூடவே கொஞ்சம் மசாரு... சண்டை வந்தால் அவ்வளவுதான். கண்முன் நிற்கும் யாரையும் விடுபவளில்லை. எது கிடைத்ததோ அதைத் தூக்கி எறிந்து விடுவாள். அவளிடம் அடிபடாத ஆளென்று பதிக்குள் முளைக்கப்போகும் விதையைத் தவிர வேறு ஒன்றையும் காட்டமுடியாது. அவளது ஒரே மகள் நீலி சாந்த மானவள். ஏன் என்றாள் என்னவென்று கேட்பாள். அவ்வளவுதான்.

''நீலி, படக்காரேக ஆரையோ தேடிக் கொந்திருக்கினா, கள்ளாக்கரே படுக பக்காத்துலதான் கெடந்து போகாரு... வருகாரு நாளிக்கு போகா வாண்டா... வேணுமிந்தா கோனோதக்கு உளிக்கி போய்க்கோகு...,'' நத்தாலி புரடையை எடுத்து வாசலில் போட்டுவிட்டு டாகை பொறுக்க சொள்ளியங் காட்டுக்கு போனாள்.

•••

நீலிக்கு பாண்டனை பார்க்கவேண்டும் போலிருந்தது. பாண்டன் நீலியின் ஆண்வடிவமாக இருந்தான்; கள்ளக்கரைக்காரன்; அவனோடுதான் இவள் கூடி வாழப் போகிறாள்.

அம்மாவின் கட்டளையைத் துடைத்து வீசிவிட்டு சுள்ளான் தக்கை கடந்து அருகிலுள்ள சோலைக்குள் போய் அவனைத் தேடினாள்.

பாண்டன் மாவ மரத்திலிருந்தான்.

''என்னாதுக்குவே ஆங்கே குக்கிகொண்டிருக்கே, நின்னெதெ பாக்க வந்திருக்கேமு''

''ஆ ஆ வடுவெ உழுக்கீட்டு வாரே''

''பிந்துக்கு உழுத்து ... நேம் பேசுகோனு''

''வர்கேந்தா வர்வெ பெனாங்காம நில்லுவி''

பாண்டனைக் கீழே இறங்கச் சொல்லி கத்தவும், மாவண்டூர் படைக்காரன் ஒருவன் அருகில் வரவும் சரியாக இருந்தது. படைக்காரன் வேர் தடுக்கி கீழே விழுந்து உருண்டு கொண்டிருந்தான். மரத்திலிருந்து இறங்கிய பாண்டன் அவளை இழுத்துக்கொண்டு ஓடினான்.

அவன் துரத்தவும் இவர்கள் ஓடவும், காடு அதிர்ந்து கொண்டிருந்தது.

மிக நெருக்கமாக இருந்த மரங்களும் கழஞ்சிப் புதர்களும் அவர்களிடமிருந்து பாண்டனையும் நீலியையும் காப்பாற்றியது.

காட்டை கும்பிட்டுவிட்டு ஓடினார்கள்.

●●●

ஓடி ஓடி மூச்சிரைத்தது அண்டிக்காய் மரத்துக்கு கீழே ஓடி வந்து நின்றபோது இருட்டிவிட்டிருந்தது.

''செக்கா ஒரு வீணனு வீணியு வர்கினா ஆர்ந்து பாரு''

''ஆ பாக்கே பாக்கே''

அங்கே ஏற்கனவே ஓடிவந்து குடிசைகட்டி வாழ்ந்துவந்த செக்கனும், கோங்கியும் அவர்களுக்கு ஆறுதலாக இருந்தார்கள், அவர்களும் நத்தாலியை அக்குவேராய் ஆணிவேராய் அறிந்திருந்தார்கள்.

''நேங் கூரேக்கு போகோனு '' என்று அடம்பிடித்தாள் நீலி.

''அச்சா போகாக்கு முடிகாது நீலி ருட்டி வருது இது பெருநரிக் காடு'' பாண்டனும் கோங்கியும் எச்சரித்தார்கள்.

''அச்சா போகலேந்தா எப்பவும் போகாக்கில்லெ, எத்து தாயே தெரிகூந்ததனே நிமுக்கு''

நீலியின் கண்கள் ஈரமானது.

''எச்சானாலும் பாண்டந்தா நிமுது கூரேக்காரே அத இந்துக்கே செய்கா வாண்டியதுதானே''

செக்கான் அழுத்தத் தொடங்கினான்.

நத்தாலியின் சொல்லை மீறிவிட்ட நீலிக்கு, அவர்கள் சொல்வது தான் சரியெனப்பட்டது. விடிந்துபோனால் அவள் தோலை உரித்தாலும் உரித்துவிடுவாள். பாண்டனை கூடிக்கொண்டு இங்கேயே வாழ்வதென்று முடிவு செய்தாள்.

பைர மரங்களும், காராச்சி மரங்களும் நிறைந்திருந்த அந்த வாரியாம் படுகை சோலை, எங்கு தொடங்கி எங்கு முடியும் என்று தெரியாத அளவுக்கு நீண்டிருந்தது. யாரும் எளிதில் நெருங்கமுடியாத படிக்கு அடிக்கடி ஒண்டிப் புலியும் யானைகளும் அங்கே நடமாடிக் கொண்டிருந்தன. இது ஒருவகையில் அவர்களுக்கு நிம்மதியைக் கொடுத்தது.

ஆனால் வாழ்வதற்கு இந்தப் பாறையும் சின்னக் கூரையும் போதுமானதாகவும் பாதுகாப்பானதாகவும் இருக்கவில்லை. அவர்கள் அந்தக் கூரையை ஒட்டி தங்களுக்கென்று புதிதாக ஒன்றைக் கட்டத் தொடங்கினார்கள்.

•••

வீடு திரும்பிய நத்தாலி எல்லாப் பக்கமும் தேட ஆரம்பித்தாள்.. சிலர் அவளிடம் 'என்ன நடந்தது' என்று கேட்டால் போதும், அவ்வளவுதான் கண்டதையும் தூக்கி எறிய ஆரம்பித்து விடுவாள். அதனால் என்ன நடந்தது என்று அவளிடம் சொல்லும் துணிச்சல் பலருக்கும் இல்லை.

•••

சுகை கட்டும் இடம் தயாராக இருந்தது.

பரமரத்தை எழுப்பி, காராச்சி மரத்தை விட்டத்துக்குப் போட்டு குறுக்காக பைரனை போட்டு, ஜவுனக்கொடியால் வரிந்துகட்டி கூடுபோல் ஆக்கிவிட்டு களைப்பில் சாய்ந்திருந்தார்கள். நீலியும் கோங்கியும் பாறைக்குள்ளிருந்த தண்ணீரை சொரைப்புரடையில் நிரப்பிக்கொண்டு வந்து மண்குட்டின் மேல் ஊற்றினார்கள்.

செக்கனும் பாண்டனும் மண்ணைக் குழைத்து அரை அடி உயரத்துக்கு அணைத்து சுவர் எழுப்பி அதில் வரிசையாக சொறிகடலை கம்பை குறுக்காக செருகி கோடைகுச்சி சுவரை பின்னத் தொடங்கினார்கள். செம்மண்ணும் சாந்தும் கலந்து பூசிய சுவர்

இப்போது ஒரு முடிவுக்கு வந்திருந்தது. புற்று மண்ணைக் கரைத்து அதன் மேல் பூசி சாணியைக் கரைத்து தேய்த்துவிட்டுக் காத்திருந்தார்கள்.

காய்ந்து விட்டதா என்று விரலால் அழுத்திப் பார்த்துவிட்டு சாம்பலை, தண்ணீரில் கரைத்து ஒரு இடம் விடாமல் பாண்டன் பூசத் தொடங்கினான்.

நீலியும் கோங்கியும் எங்கிருந்தோ அறுத்து வந்த வாலைப்புல்லை கூரையில் போட்டு பரப்பிக் கட்டினார்கள்.

●●●

மழையில்லாத காலத்துக்கு தாகத்துக்கு பெரும்பாலும் நீர்முள்ளி கிழங்கையே நம்பியிருந்தார்கள். சில நேரங்களில் முயலும் பழமும் கிடைக்காமல் பட்டினி கிடந்தார்கள். அங்கே இருக்கும் கிழங்குகளைத் தோண்டிக் கீரைகளைத் தின்றும் காலத்தைக் கடத்தினார்கள்.

நீலிக்கு குழந்தையும் பிறந்துவிட்டது.

நீண்ட நாள் தாக்குப் பிடிக்க முடியவில்லை.

●●●

வயதுக்கு வந்த வீணிகள் அவர்களுக்குப் பிடித்தவர்களோடு போவதும் மூன்று நாள் கழித்து வந்து ஊரிலேயே குடிசைகட்டி தனிக்குடித்தனம் செய்வதும் வாடிக்கையானதுதான் என்பதால் நத்தாலிக்கு அது பெரியதாகத் தெரியவில்லை. ஆனால், ‘அவா எத்து சொல்ல மீறி போய்த்தாளே’ என்ற கோபம் அடங்காமல் பெணாங்கிக்கொண்டே இருந்தாள்.

காரச்சிக் கோலைத் தூக்கிக்கொண்டு ஆவேசமாக அடிக்க வந்த நத்தாலியின் கோபத்தை அடிக்கடி கண்டிருக்கிற பாண்டன்,

‘‘ வாண்டா மாமிகெ’’ பதறிப்போய் தடுக்கப் போனான்.

அவனைத் தள்ளிவிட்டு மீறிப் போனவள்,

குச்சியைத் தூக்கி வீசிவிட்டு நீலியைக் கட்டிப்பிடித்துக் கண்ணீர் வடித்தாள். பதியிலுள்ள எல்லோரும் அவளைப் பார்த்து சலசலத்தனர்.

‘‘நத்தாலி வெறும் கோபக்காரி மட்டுமில்லே அவளுக்குந்து பாசோ கெடக்குலா’’ சொல்லி முடித்த குறுதலையின் மண்டையில் ஏதோ பட்டு விழுந்த மாதிரி தெரிந்தது.

பாண்டன், வாரியாம் படுகையைப் பார்த்துத் திரும்பி நின்றுகொண்டான்.

•••

சுகை - கூட்டாக வாழக் கட்டப்படும் பெரியவீடு, நத்தாலி - இருளச்சி, பச்சைப் புள்லாகாரிலகே - புதிதாய் குழந்தை பெற்ற பெண், கொக்கட்டை - சுட்டு - உடைத்து, கத்தாலே கசங்கு, நூரே கசங்கு, ரியான் கசங்கு, தண்ணி வெக்கே - தாகம், முள்ளிக் கசங்கு - நீர் கிழங்கு, வசலடாகு, பொவிடாகு, முஸ்டெ டாகு, பாலே டாகு - மலைகளில் கிடைக்கும் கீரை வகைகள், வெரகரிசி - வரகு, ரூடு சாமே - மலைச்சாமைக் குறுணை, மூங்கமுள் - மூங்கில் அரிசி.

16. கொலவண்டன்

கொல வண்டா கொலவண்டா
ராய்கொலக்கெ வர வாண்டா
உறும்பே உறும்பெ நீயொரு சுத்துவா

கொல வண்டா கொலவண்டா
சோளகொலக்கெ வரவாண்டா
உறும்பே உறும்பெ நீயொரு சுத்துவா

கொல வண்டா கொலவண்டா
தென்ன கொளக்கெ வரவாண்டா
உறும்பெ உறும்பெ நீயொரு சுத்து வா

கொல வண்டா கொலவண்டா
வரக கொளக்கெ வரவாண்டா
உறும்பெ உறும்பெ நீயொரு சுத்து வா

கொல வண்டா கொலவண்டா
கம்பு கொளக்கெ வரவாண்டா
உறும்பெ உறும்பெ நீயொரு சுத்து வா

கொல வண்டா கொலவண்டா
தென கருதுக்கெ வரவாண்டா
உறும்பெ உறும்பெ நீயொரு சுத்து வா

கொல வண்டா கொலவண்டா
தொவே கொளக்கெ வரவாண்டா
உறும்பெ உறும்பெ நீயொரு சுத்து வா

சாத்தன், கொடியூர்

நஞ்சனையும் ஒந்தனையும் தேடிக்கொண்டிருக்கும் சோலைதுரை, அவனது குதிரைப் படையோடு வெச்சபதியில் நின்றிருந்தான். நீண்ட தூரம் மலைப்பாதையில் வந்த களைப்பில் குதிரைகள் கணைத்துக் கொண்டும் கால்களை உதறிக்கொண்டும் ஓய்விலிருந்தது. துரையின் சுருட்டு புகைந்து அந்தப் பகுதி முழுக்க வாசம் பரப்பியது.

இன்னும் சிறிது நேரத்தில் அவர்கள் தூமன்பதிக்கு கிளம்பக்கூடும்.

தேடித்தேடி துரத்துமளவுக்கு நஞ்சன் அப்படி தலைபோகிற தப்பொன்றையும் செய்யவில்லை... 'அனுமதியில்லாமல் கொத்துப் பிடிக்குக்கூட மரங்களை வெட்டக்கூடாது' என்று துரைகள் கொண்டு வந்த திடீர் சட்டத்தை துச்சமாக மதித்து மேகாட்டில் இருந்த காராச்சி மரங்களை வெட்டி கூரையில் போட்டிருந்தான். ''காட்டுக்கு வந்து அச்சா செய்யாதே, இச்சா செய்யாதேந்து சொல்லுகாக்கு அவானுக்கு என்னா கெடாக்கு'' கேட்டுவிட்டு, கேட்டதோடு நில்லாமல் ஒந்தன் பொரிசமரக்காட்டில் இருந்த கள்ளாம் புதரை வெட்டி அப்புறப்படுத்தி விட்டு அங்கே தீயை வைத்திருந்தான். அவ்வளவுதான்.

தகவல் போனதும் குதிரை துரை கனைக்கத்தொடங்கிவிட்டான்.

''சோலைதுரை பிடித்தாந்தா நிம்த்து ரெண்டாளையூ தூக்கில போடாம விடுகானில்லே''

''ஆ நேம் பாக்கே எத்து தந்தே பாக்காத தூக்கா''

நெஞ்சு நிமிர்த்திய அவர்களை, பதிக்காரர்கள் வற்புறுத்தினார்கள். மசிந்த நஞ்சனும் ஒந்தனும் தகவல் வரும்போது ஓடிப்போய் சோலைக்குள் ஒளிந்துகொள்வார்கள். மற்ற நேரங்களில் எப்போதும் போலவே உலவிக்கொண்டிருந்தார்கள். இந்த கண்ணாமூச்சி தொடர்ந்துகொண்டே இருந்தது.

'குற்றவாளிகளை'த்தேடி குதிரைகள் அடிக்கடி இங்கே வந்து போய்க் கொண்டிருந்தன.

●●●

சேமன்பதி அறுப்பதும் களையெடுப்பதுமாக இருந்தது.

கொத்துகாட்டில் மண்ணைக் கிளறி வீரம்மா கம்பை விதைத்திருந்தாள். நஞ்சி, சாமை போட்டிருந்தாள். ஊரே ஆளுக்கு ஒன்றை விதைத்திருந்தது. பச்சையாக விளைந்து நின்ற காடு மஞ்சள் வெயிலில் மின்னிக்கொண்டிருந்தது.

சோலையை ஒட்டியிருந்த அவளது காட்டில் வீரம்மாள் பாலே டாகைப் பறித்து மடியில் கட்டிக்கொண்டே களைகளைக் கொத்திக் கொண்டிருந்தாள். ஒரு உறும்பு தனது படை பரிவாரங்களோடு பொலியில் ஏறி அவளை நோக்கி வந்துகொண்டிருந்தது.

●●●

குதிரைகளின் கனைப்பு மிக அருகில் கேட்டது. அநேகமாக அவர்கள் ஒத்தை புளியனில் இருக்கலாம். சாமைக்காட்டு வேலியின் புதர் லேசாக அசைந்தது. அதிலிருந்த உருவம் வெளியே வந்து எட்டிப்பார்த்துவிட்டு தலையை இழுத்துக்கொண்டது. வேறு யாரும் கவனித்தார்களா என்று தெரியவில்லை. ஆனால் வீரம்மாள் கவனித்துக்கொண்டேதான் இருந்தாள்.

பக்கத்திலிருந்த கல்லின் மேல் நின்று அவள் எம்பிப் பார்த்தாள். அதற்குள் துரை உடல் குலுங்கியபடி வந்துவிட்டான்.

கல்லிலிருந்து இறங்கிய அவளுக்கு கோபம் தலைக்கேறியது.

''என்னாக்கு இச்சா வர்கெ? நினாக்கு அறிவு கெடாக்கா? குத்தாலி பட்டு செத்துபோனா ஆரு உங்குஞ்ச காக்கறது'' பெணாங்கி சலித்தாள்.

குதிரையிலிருந்த துரை புருவத்தை நெறித்து சேவகனைப் பார்த்தான்.

சேவகன் ஏதோ சொல்ல, துரையின் கண்கள் கொலவண்டு களையே பார்க்க அவைகள் பாதையை மாற்றிக்கொண்டு மேல் காட்டை நோக்கி நகர ஆரம்பித்தன.

நஞ்சி, மேல்காட்டில் தனது உடல்முழுவதும் இருந்த சக்தியை தோள்களின் வழியே குச்சிக்கு இறக்கி ம்க்..ம்க்..என்ற சத்தத்தோடு கைகளை மாற்றிப்போட்டு ஓங்கி ஓங்கி அடித்துக்கொண்டிருந்தாள். அது தரையில் பட்டு ம்க்...ம்க்..க்கோடு சேர்ந்து சீராக ஒலித்துக் கொண்டிருந்தது. கதிரிலிருந்து சிறிது சிறிதாகப் பிரிந்து விழுந்த சாமையை ஓரமாக கூட்டிக் குவித்து நஞ்சியின் கணவன் சோந்தன், அவ்வப்போது அவளுக்கு உதவிக்கொண்டிருந்தான்.

வனத்தைக் கண்களால் துழாவிய துரை 'டக்'கென்று மேற்கே திரும்பி நஞ்சியைப் பார்த்தான். நஞ்சி குச்சிகளை இன்னும் வேகத்தோடு வீசினாள்.

ஓந்தனுக்கும் நஞ்சனுக்கும் பசி குடலைக் கிள்ளியது. சத்தம் போட்டு சொல்லவும் முடியவில்லை. துரைகள் ஓய்ந்திருக்கும்போது எப்படியாவது சாமைக்குத்தாரியில் வைத்திருக்கும் ராகிபுட்டை எடுத்து வந்துவிட வேண்டும் என தீர்மானித்தார்கள்.

கதிர் அடிப்பதை எப்போது நிறுத்துவாளென்று தெரியாத உறும்பு பொறுமையிழந்து, அவள் ஓய்ந்த நேரத்தில் மேற்கே போக எத்தனித்து களத்தின் பாதிக்கே வந்துவிட்டது.

''லா உறும்பெ, என்னாக்கு ஈங்கே வர்கெ. நீ சத்து சருகா போகாக்கு எத்து களந்தெ கெடாத்ததா, அச்சா போகா வாண்டியதுதானெ. அலுங்கு இச்சாதெ நின்னுகெடாக்கு நீ காங்காலே குத்தாரிய சுத்தி வர்கா வாண்டியதுதானே''

என்னவென்று அறியாத துரைகளும் அடிபொடிகளும், இவர்களின் ராகத்தைக் கேட்டபடி தலையாட்டிக்கொண்டிருந்தனர்.

நஞ்சனும் ஓந்தனும் கொஞ்சம் கொஞ்சமாய் நகர்ந்து குத்தாரிக் குள்ளிருந்த புட்டை எடுத்துக்கொண்டு மறுபடியும் சோலைக்குள் போய்க்கொண்டிருந்தனர்.

வேலையை முடித்துவிட்ட பதிக்காரர்கள் கிளம்பினார்கள். எல்லோரும் கிளம்பிவிட்டதை உறுதி செய்த உறும்புகள் தலையை தூக்கி துரையைப் பார்த்து விட்டு நஞ்சனும் ஓந்தனும் போன திசையில் பரிவாரத்தை கூட்டிக்கொண்டு போய்க்கொண்டிருந்தது.

''ராங் இன்பர்மேசன் நோபடி ஹியர்''

''இல்லை தொரை, நான் பார்த்தேன் அதான் உங்களுக்கு தகவல் கொடுத்தேன்''

''பிளீஸ்'' கடிந்துகொண்ட துரை குதிரையில் ஏறி லகானை தட்டினான்.

●●●

கொலவண்டு- கட்டெறும்பு

17. எம்த்து நாடு

தில்லெ லேலோ தில்லெலேலொ
தில்லெ லேலோ தில்லெலேலொ

நம்த்து நாடு மலெ நாடு
நாமு இருப்பது சோலெகாடு
நம்த்து நாடு மலெ நாடு
நாமு இருப்பது சோலெகாடு

லாலே லாலெ லல்லாலாலெ
லாலே லாலே லல்லாலாலெ

அப்பதாம்பா சோலே காடு
இப்பதேம்பா மொட்டெ காடு

தில்லெ லேலோ தில்லெலேலொ
தில்லெ லேலோ தில்லெலேலொ

அப்பத்த கால வீணி வீணி
மனசெ பாத்து நடக்காரு
இப்பத்த கால வீணி வீண
காசெ பாத்து கெடக்காரு

ஊருமு கெட்டுபோச்சு தில்லேலேல்லோலொ
நாடுமுகெட்டுப்போச்சு தில்லேலேலொ
அப்பத்தி காலத்திம்ப தேனு மானூ
திந்து நடந்தாரு சோலெ சோலேயா
இபத்தி காலத்திம்ப சாராயொ
குடித்து நடக்காரு ரோட்டு ரோட்டா

(நம்த்து நாடு)

ஊருமு கெட்டுபோச்சு தில்லேலேல்லொ
நாடுமுகெட்டுப்போச்சு தில்லேலேலொ
மண்ணு கெட்டுப்போச்சு தில்லேலேலொ
மரமூ கெட்டுபோச்சு தில்லேலேலொ

லாலே லாலே லல்லாலாலெ
லாலே லாலே லல்லாலாலெ

அப்பதாம்பா மண்ணுக்காரெ
சூரியனெ பாத்து வெதெ போட்டா
இப்பதேம்பா வந்தாரெல்லா
நெனைத்த போலே வெதக்காரு

லாலே லாலே லல்லாலாலெ
லாலே லாலே லல்லாலாலெ

மாமுபோச்சு மாஞ்சு போச்சு
நாளி நரக்கவத்திப்போச்சு
சீரு செத்தாலு சினிமாதே
சாவு செத்தாலு ஆட்டமில்லெ

லாலே லாலே லல்லாலாலேலெ
லாலே லாலே லல்லாலாலெ

அப்பதேம்பா காலுவண்டி
இப்பதேம்பா ஜீப்புலாரி
மறந்துபோச்சு மாஞ்சு போச்சு
அந்தாக்காலோ் ஆட்டோம் பாட்டோ

ஊருமு கெட்டுபோச்சு தில்லேலேல்லொ
நாடுமு கெட்டுப்போச்சு தில்லேலேலொ

தில்லெ லேலோ தில்லெலேலொ
தில்லெ லேலோ தில்லெலேலொ

(நம்த்து நாடு)

நாகமூப்பன், பூச்சைமரத்தூர்

முக்காலியை, பனி மூடியிருந்தது.

மாடுகளும் ஆடுகளும் ஊர் திரும்பிக்கொண்டிருந்தன; சம்பர் கூட்டம் வேட்டைக்குத் தயாரானது.

கொட்டாலை கலைந்துகிடந்த தன் தலைமுடியை அள்ளி கட்டி குருவுக்கு முன்னால் நின்று பயமில்லாமல் பக்தியோடு வணங்கினான். ஒவ்வொருவராய் மண்டியிட்டு ஆயுதங்களை எடுத்துக்கொள்ள கூட்டம் புறப்பட்டது.

அது, ஒரு நாள் நடக்கவில்லையென்றால்கூட வழியை மறைத்து விடுகிற காடு. தட்டுத்தடுமாறி நடக்கவேண்டியதாயிற்று. அட்டைகள்

வேறு கால்களில் பிப்பெழுப்பியது. கால்வைத்த இடத்திலெல்லாம் ஈரம் வழுக்கியது. கொட்டாலை, செடிகளை விலக்கி முன்னால் நடந்தான். அவன் தலைவனாகவேறு இருந்தான்; அவன்தான் நடந்தாக வேண்டும்.

மல்லன் பாறை இவர்களையே பார்த்துக்கொண்டிருந்தது.

• • •

சருகு மான்களின் புழுக்கைகளும் அலுங்கின் காலடித்தடமும் பந்தத்தின் வெளிச்சத்தில் தெளிவாகத் தெரிந்தது.

தென்னங்கொம்பனும் கோழியனும் அவ்வளவாக காட்டுக்குள் போவதில்லை. அவர்கள் பதியைச் சுற்றியுள்ள இடங்களில் எளிதில் வேட்டையாடப் பழகியிருந்தனர். சுருக்கையும் கத்தாரியையும் ரெட்டையடிப்பாதையில் பிரித்து வைத்து காட்டை வணங்கிவிட்டு திரும்பி நடந்து பதியின் அருகிலுள்ள மரத்தில் காத்திருந்தார்கள்.

தூரத்தில், பிறந்து கொஞ்ச நாட்களே ஆகியிருந்த நான்கைந்து பந்திகள் குட்டியோடு உர்க் உர்க்கென்று அதே வழியில் மேடேறி வந்து கொண்டிருந்தன. இறங்கி ஓடிவந்த கொருக்கன், சுருக்கை எடுத்து ஓரமாக வைத்துவிட்டு, அருகிலுள்ள மரத்தின் மறைவில் அது கடக்கும்வரை காத்திருந்தான்.

பன்றிகள் வேகமெடுத்து காட்டுக்குள் மறைந்துவிட்டது.

சுருக்கையும் கத்தாரியையும் பழையபடியே வைத்துவிட்டு "தாயும் புள்ளையாதெ வருகினா, கடுவனா... ஒந்த வர்காச் சொல்லுலா", மல்லஞ்சாமியை வேண்டி நாணைப் பட்டையில் சொருகி இழுத்துப் பார்த்துவிட்டு நகர்ந்து போனான்.

மான் முட்டிய இடது முழங்காலில் குந்திரிக்கை எண்ணையை தேய்த்துக்கொண்டே வந்து சேர்ந்தான் கடமன்.

பனிமூட்டம் முன்பைவிட அதிகமாகி இருந்தது.

முன்னோர்கள் வேட்டையாடி வாழ்ந்த அந்த ராயி குழி தக்கு இப்போது அமைதியாக இருந்தது.

• • •

இன்னும் விடியவில்லை...

இருட்டு அப்பியிருந்த இலைகள் சரசரத்தது. மின்னிகள் பறந்து பறந்து விழுந்துகொண்டிருந்தன... சருகுகள் சரசரத்தன. கொட்டலை

கூட்டத்தின், தோள்களில் தொங்கிய ஈச்சம்பாய் நடைக்கு தாளம் போட்டது. நெருக்கமாக இருந்த மரங்களில் அடிபட்டு அடிபட்டு வந்துகொண்டிருந்த மாவின் தோலிலிருந்து சொட்டு சொட்டாய் நிணநீர் வடிந்துகொண்டிருந்தது. கொழுப்பு அப்பியிருந்த குத்தீட்டி, வெளிச்சம் பட்டு மின்னியது. அவர்கள் நடையில் உற்சாகம் கூடியிருந்தது. அதை நடையென்று சொல்லிவிடமுடியாது.

பொன்ன மரத்தினடியில் சமதளம் போலிருந்த பட்டைப்பாறையில் மானை போட்டுவிட்டு ஆளுக்கொரு திசையில் அமர்ந்தார்கள். கொடுவாளை எடுத்து வயிற்றைக் கிழித்து குடலை எடுத்து வெளியே போட்டுவிட்டு அடுத்தவேலைகளில் மும்முரமானான் கொட்டாலை.

கொஞ்ச நேரத்தில் தலைவேறாய் தொடைவேறாய் கறிவேறாய் கூறுகூறாய் கடமான் ஆகியிருந்தது. அதைப் பச்சைப் பாயின்மேல் கொட்டிப் பரப்பிவிட்டார்கள்.

அதன் ஈரல் எல்லா கூறுகளிலுமிருந்தது.

கூரிய மூங்கிலில் குத்தப்பட்ட சருகு மானின் தொடைகள், தீயில் கருகிக்கொண்டிருந்தன.

உப்பிலிகனும் அவன் கூட்டமும் அதைத் திருப்பித் திருப்பி வாட்டிக்கொண்டிருந்தனர்.

வழி தவறாமல் குறுக்கே உடும்பொன்று ஊரியது. அதை விரட்டிவிட்டு மீண்டும் கருக்கலில் மூழ்கிப்போனார்கள்.

தேவனர்களின் வார்த்தைகள் இப்போது விதைப்பை நோக்கி திரும்பியிருந்தது.

''வெதப்புக்கு நாளு நெருங்கீடுதல்ல'' வெடுகன் முகத்தில் விழுந்த புகையை ஒதுக்கிவிட்டு பேசினான்.

''ஆ நாளக்குதா சொல்லீருக்கினா மண்ணுக்கரன்''

''வெத இருக்கினா?''

''ஆ நெறையா கெடாக்கு எல்லாக் காட்டுக்கும் போடுகிலா, ஒந்தும் பிரசனயில்லலா மூங்கா''

●●●

இரவும் பகலும் தொட்டுக்கொள்ளும் நேரம்; பட்டியில் மாடுகள் கத்தல் தொடங்கிவிட்டது

கொட்டாலை குருமொடத்திலிருந்தான்.

எல்லா கூரைகளிலிருந்தும் ஆளுக்கு ஒருபிடி தானியம் வந்து விட்டதை மண்ணுக்காரன் கூகன், குருவிடம் உறுதி செய்தான். கூகன் சாமையை இஞ்சிப்புல்லால் பின்னப்பட்ட பாயில் கொட்டி கலந்தான். அதிலிருந்து கையளவு எடுத்துவந்து குரு மொடத்தில் வைத்து பூசை செய்துவிட்டு இரவு முழுக்க அங்கேயே வெறும் தரையில் படுத்துக்கொண்டான்...

•••

காரை தெய்வம் தேமேனென்று நின்றிருந்தது. குயில்கள் கூவி, தூங்கிக் கிடந்த சோறைகளையும் பொன்னேடுகளையும் எழுப்பி விட்டன. கூக்..கூக்கென்று கத்தியபடி சொடலிப்புதருக்குள் செம்போத்துகள் போயின. லேசான தூரல்... குளிரை இன்னும் கூட்டியது.

இருட்டின் உக்கிரம் குறைந்திருந்தது.

ரெட்டை சில்லு நாளி, முழங்கியபடி போய்க்கொண்டிருந்தது.

கூகன் இப்போது கரையிலிருந்தான்.

நடுவில் இருந்த நீராடும்பாறையின் கழுத்தை நனைத்தபடி நாளி ஓடிக்கொண்டிருந்தது. நீரில் இறங்கி கால்களை எடுக்காமல் அப்படியே நகர்ந்து நகர்ந்து பாறைக்குப் போய்ச்சேர்ந்துவிட்டான். கொண்டுவந்திருந்த புளியும் புத்துமண்ணும் குறுந்தொட்டி இலையும் சேர்த்து, கொஞ்சம் தண்ணீர்விட்டு உருளைக்கல்லால் அரைத்தான். அது நெகு நெகுவென்று நீத்தப்பொடியாக மாறிவிட்டிருந்தது. சின்ன சின்ன உருண்டையாக்கி எடுத்து உடம்பெல்லாம் பூசிவிட்டு, பூச்சைக்கொட்டையை கொட்டி தலையில் தேய்த்து முக்குளித்து எழுந்து சிலுப்பினான். நுரை பொங்கி வழிந்தது; மறுபடியும் முக்குளித்தான். நீண்டுகிடந்த முடியை மீண்டும் மீண்டும் நீரில் அலசி எடுத்து சடீர் சடீரென்று அடித்து நீரை வடித்து விட்டு கூரைக்கு வந்து சேர்ந்தான்.

தூபப் புகை கூரையைக் கலக்க ஆரம்பித்தது...

உடைத்து வைத்திருந்த விளாங்குச்சியை மொடத்தின் மேல் தொட்டுத் தொட்டு கண்களை மூடி பாடல்களைப் பாடி, கெஞ்சியும் வணங்கியும் கோரிக்கை வைத்தும் காரைதெய்வத்தை சாட்டினான். போக்கு காட்டிய அது மண்ணுக்காரனின் மேல் வந்துவிட்டதற்கு அறிகுறியாய் கூகனின் தலை குத்திக் கண்கள் செருகி உடல் நடுங்கியது.

கொஞ்ச நேரத்தில் ஆட ஆரம்பித்த அவன் அருள் நிலையிலேயே உழவு குச்சியையும் கலப்பைக் குச்சிகளையும் எடுத்துக்கொண்டு நேராக நிலத்துக்குப் போய் ஒரு பாத்தி உழுதுவிட்டு கிழக்கைப் பார்த்தான்.

வெளிச்சம் மெல்ல மேலே எழும்பிக்கொண்டிருந்தது. அன்னியர்கள் யாரும் பார்க்கவில்லை என்று உறுதி செய்தபின் வானத்தை நோக்கி கைகளை உயர்த்தி வணங்கி விதைகளை அள்ளித் தூவிவிட்டு நடந்தான்.

விதைத்துவிட்டதற்கான சங்கேத ஒலி குருவுக்கு போய்விட்டது. குருமொடத்திலிருந்த தானியங்களை ஆளுக்கு ஒரு பிடி எடுத்துக் கொண்டுபோய் பதியர்களும் தூவினார்கள்.

மீதியாட்கள் நிலத்தைக் கொத்தி மண்ணைப் போட்டு விதைகளை மூடினார்கள்.

அது வேண்டுமென்கிற அளவுக்கு விளைந்தது.

அப்போது நிலம், கூகனுக்கென்றோ குருவனுக்கென்றோ தனியாக இல்லாமல் இருந்தது.

•••

கொட்டலையின் பேரன், தலைவீணன் பெரண்டனும், கொருக்கனின் பேத்தி, தலைவீணி சுடலியும் முறையே வயதுக்கு வந்த ஆண்களுக்கும் பெண்களுக்கும் பொறுப்பாக இருந்தார்கள். அவர் களுக்கென்று தனி மடம் இருந்துவந்தது. அதில் சில கட்டுப்பாடுகளும் இருந்துவந்தது. அதை ஒழுங்குபடுத்தும் பொறுப்பும் அவர்களுக்கு கூடுதலாக இருந்துவந்தது.

பெரண்டன், பொரிச மரத்தின் இலைகளைப் பிடுங்கி கசக்கி மடுவில் தேங்கிய நீரில் கலந்து விட்டு அடிமரத்திலிருந்த சக்கைப் பழத்தை வெட்டி பிளந்துகொண்டிருந்தான். அவனிடமிருந்த கத்தியைப் பிடுங்கிக்கொண்டு போக்குக்காட்டியபடி ஓடித் திரும்ப வந்து அவன்மேல் விழுந்தாள் சொடலி.

''என்னாக்கு இச்சா விழுகே? நேராவே விழுகா வாண்டியதுதானே சொட்லி.'' அவளது அம்மா நின்றுகூட பார்க்காமல் போய்க் கொண்டிருந்தாள்.

சொடலி தனக்கான ஜோடியை யாருடைய சம்மதமும் பெறாமல் அங்கேயே தேர்வு செய்துகொண்டாள்.

அப்போது பெரண்டனுக்கு வீணர்கள் மட்டுமே வலுவானவர்கள் என்ற எண்ணம் இல்லாமல் இருந்தது.

●●●

சோலைக்குள் மழை பெய்துகொண்டே இருந்தது. வானுயர்ந்த மரங்களில் பட்டு மேகங்கள் உடைந்து பார்க்கும் இடங்களிலெல்லாம் உளி கொட்டிக்கொண்டிருந்தது.

ஆடுக்குபோகும்போது குத்திவைத்துவிட்டு மறந்துபோன கொக்கித்தடி இலைவிட்டுக்கொண்டிருந்தது.

குறும்பர், முடுகர், இருளர் தவிர அந்நியர் யாரும் இல்லாமல் இருந்தார்கள்.

●●●

பேரதரர்களும் கோழி வெள்ளகாக்களும் தவிலையும் நீலிபொறையையும் மான்தோலால் செய்துகொண்டிருந்தார்கள். தீயெரிந்துகொண்டிருந்தது. எரிகிற தீயின் கங்குகள் காற்றில் எழுந்து உற்சாகமாய் ஆடிக்கொண்டிருந்தது.

ஊதுபவர்கள் நிறைந்து ஊதிக்கொண்டிருந்தார்கள்.

வேட்டை வெற்றியின் போதும், சாவின்போதும் ஊரே கூடி ஆடியும் பாடியும் களைகட்டிக்கொண்டிருக்கும். ஊரில் உள்ள பெரும்பாலானவர்களுக்கு கொகால் பிடிக்க முடிந்தது. தவிலும் பொறையும் அசைந்து காடுகளைக் காற்றுக்கு இதமாக உறங்க வைத்துக்கொண்டிருந்தது.

சொடலியும் கொட்டலையும், கொருக்கனும் பெரண்டனும் கூகனும் மூச்சிரைக்குவரை ஆடி ஓய்ந்தனர்.

●●●

பெருநரிகளும் குப்ளாக்களும், யானைகளும் புலிகளும் கழுதைப்புலிகளும் சம்பர் மான்களும் தானாக வந்து அடிக்கச் சொல்லி நின்றிருந்தன. அதன் உயிர் சங்கிலிக் கணக்குகளை காடும் மக்களும் சரியாகத்தான் வைத்துக்கொண்டிருந்தார்கள்.

ஒவ்வொன்றுக்கும் தனித்தனியான வழிப்பாதைகளையும் நீராடும் தக்குகளையும் வைத்துகொண்டு அததுபாட்டுக்கு போய்க் கொண்டிருந்தது.

அவைகள் ஊருக்கு வருவதும் கண்ணுக்குத் தட்டுப்படுவதும் முயல்கொம்பாக இருந்தது.

●●●

கார்டர் வந்தார்... பாரஸ்டர் வந்தார் இன்னும் புதிது புதிதாய் பதவிகள் வந்துகொண்டிருந்தன.

●●●

காடுகள் அழிந்து எல்லா பருவமழையும் பொய்த்தது. நாளிகள் வற்றியது; காடுகளில் கட்டிடங்கள் விளைந்தன; விலங்குகளுக்கு மூச்சுத்திணறியது. ஆண்கள் பெண்களை கையோங்க ஆரம்பித்தனர். கூலிகள் என்ற வார்த்தையை முதன்முதலாகக் கேட்டார்கள். பழைய பண்பாடுகளை இழந்துகொண்டிருந்தனர். வனத்துறை தனது கட்டுப் பாடுகளை இன்னும் தீவிரமாக்கிக்கொண்டிருந்தது... கொண்டிருக்கிறது.

●●●

வீணன் - இளைஞன், வீணி - இளைஞி, தலவீணி - வீணிகளின் தலைவி, தலைவீணன் - வீணர்களின் தலைவன், பொன்னேடு - அரிகாடை, மண்ணுக்காரன் - விவசாயம் இவனின்றி நடக்காது. நிலத்தில் மண்ணுக்காரன் விதைபோட்ட பின்புதான் அனைவரும் விதைக்கவேண்டும் என்பது இருளர்களின் எழுதப்படாத சட்டம். மண்ணுக்காரன் முதலில் தன் விதைகளை விதைக்கவேண்டும் என அத்தனை இருளர்களும் கரட்டியம்மனை வேண்டுவார்கள். அப்படி யார் கண்ணும் படாத வகையில் விதை விதைத்தால் அந்த ஆண்டு அதிகமாக விளைச்சல் கிடைக்கும் என்பது நம்பிக்கை. அதேபோல் விளைந்த விளைச்சலை அறுக்கும் முன்பு அவன் எல்லா காடுகளுக்கும் போய் கொஞ்சம் அறுத்து எடுத்துவந்து பூசை செய்து சமைத்து பிரசாதம் கொடுப்பான். அதற்குப் பின்னரே மற்றவர்கள் அறுக்கத்தொடங்குவார்கள்.

18. பண்ணாடி

சேந்தோ சேந்தாலப்பா பண்ணாடி
சேந்தோ சேந்தாலப்பா பண்ணாடி
(சேந்தா)

சேந்தோ சேந்தாலப்பா பண்ணாடி
சேந்தோ சேந்தாலப்பா பண்ணாடி
மேக்க ராஜ்ஜியம் போனாலப்ப பண்ணாடி
அது ஓத்தி திங்க ராஜியலப்ப பண்ணாடி
(சேந்தா)

சே சேந்தோ சேந்தாலப்பா பண்ணாடி
சோந்தோ சேந்தாலப்பா பண்ணாடி
வடக்கு ராஜ்ஜியம் போனாலப்ப பண்ணாடி
கப்பெ திங்கற ராஜியலப்ப பண்ணாடி
(சேந்தா)

சே சேந்தோ சேந்தாலப்பா பண்ணாடி
சோந்தோ சேந்தாலப்பா பண்ணாடி
தெக்கு ராஜ்ஜியம் போனாலப்ப பண்ணாடி
ரண்ணே திங்கற ராஜியலப்ப பண்ணாடி
(சேந்தா)

சே சேந்தோ சேந்தாலப்பா பண்ணாடி
சோந்தோ சேந்தாலப்பா பண்ணாடி
கிழக்க ராஜ்ஜியம் போனாலப்பா பண்ணாடி
சுடுட்டை திங்கற ராஜியலப்பா பண்ணாடி
(சேந்தா)

கோயன், அன்சூர்
"ஜாகீர்தாரர், மலைக்கு வருகிறார் பராக்... பராக்.. பராக்.."

முட்டிவலியோடு படுத்துக்கிடந்த ஜாகிரே வரவேண்டியதில்லை தான். ஆனால் அவன் அடிபொடிகளின் மிரட்டல் வேலைகளெல்லாம் பலிக்காமல் போனதால், வேறு வழியில்லாமல் அவனே வரவேண்டிய கட்டாயத்துக்கு ஆளாகியிருந்தான். போதாக்குறைக்கு இது அவனுக்கு புதிய பொறுப்புவேறு. புதிய வட்டலில் ஏழு வட்டல் குடிக்கும் ஆசையோடு இருந்தான்.

சமவெளியிலிருந்து பார்ப்பவர்களுக்கு மிக எளிதாக அடைந்து விடமுடியும் போலத்தான் தோன்றும் போரத்தி. ஆனால் வழியெங்கும் அடர்ந்து பரந்து விரிந்து நீண்டு இன்னும் என்னென்னமோவெல்லாம் ஆகி, வானைத்தொட்டுக்கொண்டு நீண்டிருக்கும் வேங்கைக்காடு, பட்டப்பகலையே நடுராத்திரியாய் மாற்றிவிடும் வல்லமை பெற்றிருந்தது. மேலும் புலிகளையோ கரடிகளையோ மலைப்பாம்பு களையோ எதிர்கொள்ளாமல் இங்கு யாரும் எளிதில் வந்துவிட முடியாது.

செய்தி மலைக்கு வந்துவிட்டது.

ஜாகீர் இருக்கும் நாளென்றால் வெள்ளை சோறும் சாராயமும் வேண்டியமட்டும் கிடைக்கும், ஆட்டமும் பாட்டும் களைகட்டும். கல்லன் சந்தோசத்தில் துள்ளினான். காரை மூப்பன் மேற்பார்வையில் நல்லூர்பதி திருவிழாக்கோலம் பூண ஆரம்பித்திருந்தது.

இவன் புதிய ஜாகீர்தாரன், அப்பன் ராமண்ணன் இறந்து போனதால் அந்தப் பொறுப்பு இவனுக்கு வந்திருந்தது. ராமண்ணன், நோயில் படுத்த படுக்கையாய் கிடந்தபோது, தேவையான கொண்ணாப் பட்டையையும் கொழிஞ்சி வேர்களையும் கொடுத்துக் கொடுத்து அவன் அன்புக்கு பாத்திரமாகியிருந்தான் காரையன். கெஞ்சிக் கெஞ்சியே பதி கட்டவேண்டிய வரியெல்லாம் பாதி இனமாக்கி வைத்திருந்தான்.

ஜாகீர், போகவேண்டியது போரத்திக்குத்தான். ஆனால் இடையில் அவன் நல்லூர்பதியில் தங்கி ஓய்வெடுத்துப்போவதாக ஏற்பாடு செய்யப்பட்டிருந்ததால், காரையன் எல்லாவற்றையும் செய்ய வேண்டியதாகிவிட்டது.

•••

கரடு முரடான மலைப்பாதைகள் தயாராகிக் கொண்டிருந்தன. பாதையை மூடியிருந்த முள்ளும் செடிகளும் வெட்டப்பட்டது. மேடுகள் தட்டப்பட்டு குழிகள் மூடப்பட்டன. இடையூறு இல்லாமல்

பல்லக்கு போவதற்கு என்னனென்ன செய்யவேண்டுமோ அத்தனையும் குறுதலை மேற்பார்வையில் நடந்துகொண்டிருந்தன.

வீணர்களை வைத்து வேப்பங்கொத்துகளை பிடுங்கிவந்து எப்படியாவது மனமிரங்கமாட்டானா என்ற நப்பாசையில் வண்டாரி, ஆங்காங்கே தோரணங்களைக் கட்டிக்கொண்டிருந்தான்.

எல்லையில் மூப்பனோடு வண்டாரியும் பதிக்காரர்களும் காத்திருந்தனர்.

தாரை தப்பட்டை முழங்கும் சத்தம், வெகு அருகாமையில் கேட்க ஆரம்பித்தது.

பாறையின் மேல் ஏறி நின்று பார்த்தார்கள்.

ஆம்... வந்தேவிட்டான்.

கூட்டம் முண்டியடித்தது. மூப்பனும் வண்டாரியும் தலைவீணனும் தலைவீணியும் அவர்கள் பாரம்பரிய முறைப்படி வளைந்த மூங்கில் குச்சியைக் கையில் கொடுத்து வரவேற்றார்கள். காட்டுப் பூக்களால் பின்னப்பட்ட ஒரு மாலையைப் போட்டு பச்சைச் சந்தனத்தை பூசிவிட்டனர். கொகலும் பொறயும் தவிலும் முழங்கி காடுகளில் எதிரொலித்தது.

வேறொரு சந்தர்ப்பமென்றால், ஜாகீர் அகமகிழ்ந்து கையில் வந்த பரிசைத் தூக்கி வீசியிருப்பான். ஆனால் இப்போது அப்படியல்லாமல் எல்லா மரியாதைகளையும் ஏற்றுக்கொண்டு இறுகிய முகத்தோடு உட்கார்ந்திருந்தான்.

பல்லாக்கு அசைந்து அசைந்து ஊருக்குள் போய் நின்றது.

விருட்டென இறங்கிய ஜாகீர்தாரன் தனக்கென ஒதுக்கப் பட்டிருந்த இடத்தில் போய் அமர்ந்துகொண்டான். ஊதும்பிப் பத்தை அவன் முட்டியில் போட்டுவிட்டு மூப்பன் ஒதுங்கி பவ்யமாய் நின்றுகொண்டான்.

●●●

ஓய்வு முடிந்தது

''யாரங்கே?...'' யாரிருப்பார்கள்... எல்லோரும் சாராய விருந்தில் தலைமுட்டி ஆளுக்கொருபுறம் குப்புறக்கிடந்தார்கள். அவனாகவே போய் அடிபொடிகளை எழுப்பிப்பார்த்தான். ம்கூம் ஒருவருக்கும் தலைகால் நிற்கவில்லை. ஜாகீருக்கு கோபத்தில் கண்கள் எகிறியது.

காலுக்கடியில் கிடந்த சேவகனை உதைத்துவிட்டு, பதியர்களில் போதையில்லாத சொடங்கனையும் சினுக்கனையும் அழைத்தான். பதுவனும் ஒட்டிக்கொண்டான்.

''போலாமா?''

மறுபேச்சில்லை. அவர்கள் ஆளுக்கு ஒருகை பிடித்துத் தூக்க பல்லாக்கு போரத்தியை நோக்கிச் செல்ல ஆரம்பித்தது. கூடவே பதியை சேர்ந்த சிலரும் துணைக்கு வந்து சேர்ந்தனர்.

அவ்வப்போது திரையை விலக்கி காடுகளைப் பார்த்ததோடு சரி; ஜாகீர் ஒருவார்த்தைகூட பேசவில்லை.

என்னாகுமோ ஏதோ என்ற பயம் அவர்களை ஆட்டிப்படைத்தது.

•••

போரத்தியின் மூப்பன் சாடன், தன் கூட்டத்தோடு ஆழ்ந்த யோசனைக்குப் போய்விட்டான். ஜாகீர்தாரர் கிளம்பிவிட்டதாக வந்த தகவல் அவனைக் கவலையில் ஆழ்த்தியது.

இதுவரைக்கும் பாக்கி வைத்திருந்த வ.ரிகளைக் கட்டியாக வேண்டும். இல்லாவிட்டால் எல்லாவற்றையும் பறித்துக்கொள்வது மட்டுமல்லாமல் நல்ல பொண்ரிகளாய் பொறுக்கி 'ஏலம்' விட்டு விடுவான். சில சமயங்களில் அவனேகூட ஏலத்தில் எடுத்துவிடுவான். ரொம்ப கறாரான பேர்வழி என்ற பேச்சு சாடனை மூச்சிறைக்க வைத்தது. இந்த வீணன்கள் ஆத்திரப்பட்டு அவர்களின் ஆட்களை சுண்டியிருக்கக்கூடாது என்று வீணர்களை நொந்துகொண்டான்.

ஜாகீரின் கையாள் மாதேஸ்வரன் அறிவித்திருந்த பாக்கிப்பட்டியல் அவன் நிம்மதியை மேலும் குலைத்துக்கொண்டே இருந்தது.

புதிதாக காடு வெட்டிய வகையில், வெட்டுக்காட்டு வரி 2 ரூபாயும், ஆட்டு வரி 4 ரூபாயும், கூரைக்கு மேய்ந்துகொள்ள இஞ்சிபுல் வெட்டிய வகையில் இஞ்சிபுல் வரி 1 ரூபாயும், வழக்கை தீர்க்கக் கூட்டம் நடத்திய வகையில் பஞ்சாயத்துவரி 1 ரூபாயும், ராமன், ரங்கன் சின்னன், மாடன், கல்யாணம் செய்தவகையில் கல்யாண வரி 2 ரூபாயும், திருமணமாகாத வீணன்களுக்குப் போடப்பட்ட இளந்தாரி வரி ஆளுக்கு காலணா வீதம் 11 பேருக்கு 2 கால் ரூபாயும், ஆக மொத்தம் மாதேஸ்வரன் சொன்ன 16 ரூபாயை பைசா குறைவில்லாமல் செலுத்தியாகவேண்டிய கட்டாயத்தில் இருந்தான்.

•••

பல்லக்கு அசைந்து நெளிந்து நகர்ந்து கொண்டிருந்தது. நல்லூரிலிருந்து போரத்தி போவதற்கு மூன்று மைல்கல் போகவேண்டியிருந்தது.

பாதுகாப்பிற்கென்று அவனது ஆட்கள் யாரும் இல்லை.

யானைகள் போட்டிருந்த சாணியிலிருந்து ஆவி பறந்து கொண்டிருந்தது.

அத்தர் மணந்து காட்டில் பரவிக்கொண்டிருந்தது. யானை, புதிய ஆட்களின் வாசனையை எளிதில் கண்டிபிடித்துவிடுவது மட்டுமில்லாமல் தேடியும் வந்துவிடும்.

ஆனால், ஜாகீர் பயமில்லாமல் உட்கார்ந்திருந்தான். அவன் கையில் நாட்டுக்குழல் ஒன்று தயாராகவே இருந்தது. அவன், அதை சாடனை சுடுவதற்கென்றே வைத்திருந்ததுபோல் இவர்களுக்குத் தெரிந்தது. அது உண்மையாகக்கூட இருக்கலாம் போல் கறுவத் தொடங்கினான்.

''சாடனுக்கு மட்டும் என்ன அத்தனை திமிரு. பெரிய கொம்பனா?''

ஒரு மரியாதைக்குக்கூட வந்து பார்க்கலை. கட்டவேண்டிய வரி வேற ரூவாக்கணக்குல இருக்கு. ஆளுக போனா பசங்களவிட்டு பாறையத்தள்ளி சுண்டியால் அடித்து போக்கு வேறு காட்டுறானாம். அவனே ஏம் பேரச் சொல்லி திங்குறானாமா?

''...''

அதே மாதிரி கொல்லாம்பதி வேடன்பதி... ஒருத்தனையும் இன்னிக்கு உயிரோடு உடப்போறதில்லே சுட்டுத்தள்ளீட்டுதான் திரும்புவேன் ''

''......................................''

சொடங்கனுக்கும் சினுக்கனுக்கும் கவாலென்றிருந்தது. நீண்ட அமைதிக்குப்பிறகு சொடங்கன்தான் தொடங்கினான்.

''சாமி நிமக்கு தெரிகாதில்லே. அந்த சாடனோடு சேத்து நாலு பதி கெடாக்குது. கல்கொத்திக்கு மேக்கே பொட்டப்பதி. அம்த்துரானுக பொல்லா ஆளுக... ஓடற பல்லிய அச்சாமே புடித்து பச்சையாவே திந்து போடுவினா''

''அதையும் பாத்தர்றே ஒருகை''

உண்மையில் ஜாகீருக்கு குமட்டிக்கொண்டு வந்தது. ஆனாலும் கறுவிக்கொண்டான்.

''தெக்கே சீங்கப்பதி கெடாக்குது. சீங்கப்பதியானுக சுருட்டைய மென்னு பச்சுன்னு துப்பிருவினா''

திடுக்கிட்ட ஜாகீர் திரையை விலக்கி திரும்பி சொடங்கனை பார்த்தான்.

சினுக்கன் தொடர்ந்தான்.

''இதொந்தும் பெல்லா விசயாமில்லே பண்ணாடி. அதுக்கும் மேக்கே கெடாக்கும் வெள்ளப்பதியானுக ரண்ணையையே திம்பினா''

அண்டையிலிருந்த தண்ணியைக் கொடுத்து ஆசுவாசப்படுத்தி விட்டு சொடங்கன் தொடர்ந்தான்.

''சாமி ... வடக்கு ராஜியத்திலிருக்கிற ஆளுகா, கப்பயெ பிடித்து காலே விரிச்சு கிழிச்சு அச்சாமே திந்து பேளுவினா, லா சினுக்கா''

இப்போது ஜாகீர் குமட்டியே விட்டான்.

''இதையெல்லா திங்கா ஆளுக நின்னே தப்பிக்காக்கு உடுகானா பண்ணாடி ?''

''சொடங்கா நிமுக்கூ தெரிகூமாலா? இந்த மூனுபதிக்காரனுக சொன்னா ஆனை நில்லுந்தா நிக்கூ, நடன்னா நடக்கூ, ஆரை குறி வெத்து மந்திரத்த சொல்றாங்களோ பெரு நரி அம்தாளு கொறவலிய கடித்து கொந்துவந்து காலடியில போட்டுட்டு வாலே கொணேக்கூ'' கூட வந்த பதுவன் ஜாகீருக்கு கேட்கும்படி கொஞ்சம் சத்தமாக சொல்லிவிட்டு மூச்சு வாங்கினான்.

இப்போது பல்லக்கு கிழக்கு நோக்கி... திரும்பிப் போய்க் கொண்டிருந்தது.

•••

கப்பே - தவளை, ரண்ணை - பாம்பிராணி, சுருட்டை - பாம்பு, ஊதும்பிப்பத்து - குளவிக்கூட்டின் மண்ணை எடுத்து உப்புமண் கலந்து தேனைக் குழைத்துப் போடப்படும் மூட்டுவலிக்கான இருளர்களின் மருத்துவமுறை.

19. வாரியின் துரை

சோதோ தோதோ சின்னா தோரெ
சோதோ தோதோ சின்னா தோரெ
                              (சோதோ)

ஆண்டவ சாமிக்கே சின்னா தோரெ
சரபொங்க வெக்கமோ சின்னா தோரெ
சர பொங்க வெக்கமோ சின்னா தோரெ
சாலுபொங்க வெக்கமோ சின்னா தோரெ
சோதோ தோதோ சின்னா சின்னா தோரெ
                              (சோதோ)

சிறுவாணி பையதண்ணி சின்னா தோரெ
காலு கேக பத்ததோ சின்னா தோரெ
கையி கெக பத்ததோ சின்னா தோரெ
சோதோ தோதோ சின்னா தோரெ
சோதோ தோதோ சின்னா தோரெ
ஆலமர படிகைக்கெ சின்னா தோரே
ஒத்த தூரி கெட்டுகமெ சின்னா தோரெ

ஒத்த தூரி கட்டுகமெ சின்னா தோரெ
ரெட்டை தூரி கட்டுகமெ சின்னா தோரெ
                              (சோதோ)

ஆண்டவ சாமிக்கே சின்னா தோரெ
புள்ள வர போகமோ சின்னா தோரெ
பூ வர போகமோ சின்னா தோரெ
கடம்பமி இட்டக்கெ சின்னா தோரெ
சாராய கெடெ வெக்கெமோ சின்னா தோரெ
சாராய கடே வெக்கமோ சின்னா தோரெ
கள்ளுகடே வெக்கமோ சின்னா தோரெ
                              (சோதோ)

கள்ளுகடே வெக்கமோ சின்னா தோரெ
கடெ கன்னி வெக்கமோ சின்னா தொரே
சோதோ தோதோ சின்னா தோரெ
சோதோ தோதோ சின்னா தோரெ

சிறுவானி பெருவானி சின்னா தோரெ
பொழுதோடே முழுகா சின்னா தோரெ

(சோதோ)

கொரியன், லட்சவீடு

சுண்டை இருளந்தான். பக்கத்திலிருக்கும் பொட்டைபதிதான் அவனது ஊர். வெளியாட்களிடம் கொஞ்சம் தொடர்பில் இருப்பவன். ஊரில் எதானாலும் "இச்ச கெடக்குது நாயோ... நீ என்னா சொல்கே?" என்று அவனிடம் வந்து ஆலோசனை கேட்பார்கள். மாநிறம்; ஐந்தரை அடி உயரம்; இளவயசுக்காரன். பார்ப்பதற்கு லட்சணமாக ஒன்றும் இல்லை. இருந்தபோதும் வாரிக்கு அவனைப்பிடித்துவிட்டது.

சிறுவாணிக்காட்டில் அவர்கள் சுத்தாத இடமில்லை.

நரசிம்மலு - மில் மொதலாளி. தனது மில்களுக்கு வேண்டிய எல்லா மரங்களையும் இந்த சிறுவாணி காட்டிலிருந்துதான் வெட்டியெடுத்துக் கொண்டிருந்தான். அவனும் கொஞ்சம் வெள்ளை காரன்களும் சேர்ந்து கோவன்பதிக்கு அருகில் பஞ்சு மில்லைக் கட்டியிருந்தார்கள். பஞ்சை கலனில் போட்டு ஆவி விட்டு வேகவைத்தபின்தான் அது நூற்பதற்கு இதமாகவும் பக்குவமாகவும் பிரியும். நீராவி என்ஜினை இயக்க விறகு வேண்டியிருந்தது; நிறைய விறகுவேண்டியிருந்தது. இருந்தே இருந்தது இருளன்காடு.

வளம் கொழித்த சிறுவாணிக்காட்டின் ஒவ்வொரு மரமும் மில்லுக்கு போய்க்கொண்டிருந்தது. சுண்டை அந்த வேலைக்கு தேவையாக இருந்தான். அழைத்தார்கள், மறுப்பேதும் சொல்லாமல் சேர்ந்துகொண்டான்.

•••

விறகு லாரியில் ஏறிக்கொண்டபின் சுண்டைக்கு 'கொழுப்பு' அதிகமாகித்தான் போயிருந்தது. வேலைக்கு இருக்கிறோம் என்ற நினைப்பே இல்லை. நரசிம்மலுவின் மருமகன் போல் ஆடிஓடி பேசி ஊரில் ஜம்பமடித்தான். அவன் உடை நடை படை எல்லாமும் மாறிப்போனது.

வாரியை சுத்தமாக மறந்துபோனான்

●●●

பொறுத்துப் பொறுத்துப் பார்த்துவிட்டு வாரி அவனது பதிக்கே போய்விட்டாள்.

''மாமி, ஏங்க போய்த்தா சுண்டெ''. அந்த உரிமை அவளுக்கு இல்லாமல் யாருக்கு இருக்கும்?''

''ஓ ! வாமி தொரே ஈங்கதா ஏங்கியோ கெடந்தினா''

''மாமி அவே போக்கே செரில்ல. வண்டிக்கு போனா பிந்துக்கு அவே எத்து கூரேக்கு வர்காதில்லே. எம்ம பாக்காதில்லே, பேசுகாதில்லே, முந்துக்கு இச்சா கெடயாதுவ, ... , ...''

பேயாட்டம் போட்ட வாரியிடமிருந்து தம்மாமிக்கு தப்பித்தால் போதுமென்றாகிவிட்டது.

''ஹேய்ய்ய்..., வாரி அவ ஈங்கியும் அச்சமேதா நடந்து கொண்டிருக்கினா, புட்டே போட்டா திங்காதில்லே; புது புதுசா ஏங்கியோ இருந்து டுத்து வந்த துணிய மாட்டிக்கிறா; சுண்ணாம்பு கணக்கா எதயோ மூஞ்சிலே பூசிக்கறா; அவே ஜம்ப தாங்கல மருமக; கடவாயில ரெண்டு போட்டு மூத்துபோ நித்து கூரேக்கு, நேனா வேண்டாங்கெ''

''ஏங்க போய்த்தா அவே''

''நீராடுகாகுந்து சொன்னா நாளிக்குதா போயிருப்பின''

''தம்மாமி அவெனெ மூத்து வர்கெ'' என்று ஆத்துக்கு கிளம்பியவள், அவன் நினைவில் மூழ்கவெல்லாம் இல்லை. ஒரு முடிவோடு தேடத்தொடங்கினாள். சுண்டை கிடைத்தால் என்ன ஆவான் என்று சொல்லமுடியாதளவுக்கு வேகம் அவளிடம் இருந்தது.

நாளி கரையிலிருந்த மேட்டைத் தொட்டுப் போய்க்கொண்டிருந்தது.

பாறைக்கு அருகில் யாரோ குளிப்பது தெரிந்தது; கண்களை இடுக்கிக்கொண்டு பார்த்தாள். அவனேதான்.

''லா.... சுண்டே'' பலங்கொண்ட மட்டும் கத்தினாள்.

நீரின் முறைச்சல் அதிகமாக இருந்ததால் அவன் காதில் இவள் விழவில்லை.

கொஞ்சம் இறங்கிப்போய் நின்று கொண்டு மறுபடியும் கத்தினாள்.

"ஆ... வாரி என்னாதுக்கு ஈங்கே வந்தே"

"என்னாக்கா... ஆத்தே குடிக்கலாந்து" அந்தக் கிண்டலில் கோபம் தெரித்தது.

"இப்பதெ தண்ணியாடுகாக்கு வந்தெ; மொரசல் அதிகமா கெடக்கு; அச்சமே நில்லு வர்கெ" பழைய சுண்டையாக இருந்தால் இந்நேரம் மேலே வந்திருப்பான்; இல்லையென்றால் வாரியை ஆற்றுக்குள் இழுத்திருப்பான்.

அவனுடைய வார்த்தைகள் ஏனோ அவளுக்கு வெற்றாக இருப்பதாகப் பட்டது.

"மேலே வர்கியா இல்லியா சுண்டே"

"வர்கே சும்மா கத்திக்கெடக்காமே அச்சாமே நில்லுவி" கொஞ்சம் கோபமாக வந்த அவனின் வார்த்தைகள் இவளை பக்கிட வைத்தது.

"இவே ஏங்கியோ கீழ்நாட்டுக்காரிய கண்டு மயங்கியிருக்கினா. அவனா மாதிரியே நேனும் சட்டகாரன புடிக்கே; அச்சாந்தா தா இவே அடங்குவினா"

தனக்குத்தானே சொல்லிக்கொண்டு மேலே ஏறிபோய் தள்ளி யிருந்த மத்தி நிழலில் உட்கார்ந்து சாய்ந்துகொண்டாள். சாய்ந்து கொண்டே இருந்தாள். இப்போது அவளை அறியாமலேயே கனவு அவளை ஆக்கிரமித்திருந்தது. அந்தக்கனவில் அவள் எல்லாவற்றையும் கண்டுகொண்டாள்.

●●●

வாரியை சுண்டை தேடிக்கொண்டிருந்தான்.

●●●

சரபொங்கா - சக்கரைபொங்கல், பையத்தண்ணி - ஆற்றோரம் இருக்கும் கிணற்று நீர், மொரச - அதிகமான நீர் ஓடும் காலம், ஒத்தை தூரி கட்டுகேம் - உறவுக்கு அழைத்தல், துரை - பொதுவாக வெள்ளையர்களை இப்படி அழைப்பது வழக்கம், கேக - கழுவ.

20. அத்திகே

அத்திகேது மெகுரேகோ
வாணிகரே வைக்கப் புல்லு
லாலே லாலே லாலே லல்லே
தில்லே லேலேலே லே லே லோ

அத்திகேது கண்ணே பாத்தா
குந்திக்கொட்டை கண்ணழகு
அத்திகேது மூக்கே பாத்தா
பச்சே கிளி மூக்கழகு

(லாலே)

அத்திகேது பல்லே பாத்தா
ஈக்கி சம்பா நெல்லரிசி
அத்திகேது சிரிப்பே பாத்தா
சிலுபங்கண்டி சிரிப்பழகு
ஈக்கி சம்பா நெல்லரிசி

(லாலே)

அத்திகேது கையப் பாத்தா
காரேமடே கரும்பு சல்லே

அத்திகேது மாரே பாத்தா
காரே மடே காரே காயி

(லாலே)

அத்திகேது காலே பாத்தா
காரே மடே தூணுகம்போ

(லாலே)

அத்திகேது பாதொ பாத்தா
பதரேபாயி காலழகு

(லாலே)

அத்திகேது இடுப்பே பாத்தா
நீத்தே கல்லு கல்லழகூட

(அத்திகேது)

குப்பரன், மேல்முள்ளி

சின்னவயதில் மர்மமான முறையில் இறந்துபோன முருகனின் மரணம், சுன்றியை சோகத்தில் ஆழ்த்தியிருந்தது. அவள் என்ன செய்வதென்று தெரியாமல் உறைந்துபோயிருந்தாள்.

''ஒடிதெ அடிச்சிருக்கும்'' என்று சொல்லியபடி சடலத்தைவிட்டு நகர்ந்துபோனான் வீட்டிகுண்டி பீட்டு வாட்சர். வாட்சரின் இந்தச் சொல்லை, ஏலமெடுத்த கொங்கன் கப்பென பற்றிக்கொண்டு வருவோர் போவாரிடமெல்லாம் சலிக்குமளவுக்கு சொல்லிக் கொண்டிருந்தான்.

குருவனும் அவன் சடங்குக் கூட்டாளிகளும் சப்பரத்துக்கான மரத்தை வெட்ட காட்டுக்குள் போனார்கள்.

காடு வா வாவென்றது.

நடந்து நடந்து அனிலை மொக்கையை அடைந்தார்கள்.

''ம் அச்சா கெழாக்கே போரே ஆலாங்கொப்பு பெல்லாவ கெடக்கு... வெட்டுவெ'' கூடவந்த பிருமன் சொல்லி விட்டு பீடியை பற்றிக்கொண்டான்.

முதல் வெட்டை குருவன்தான் வெட்டவேண்டுமென்பது சடங்கு. குருவனின் கையிலிருந்த கொடுவாள் ஏறி இறங்கியது. அவனைத்தொடர்ந்த கூட்டாளிகள் அதை வெட்டு வெட்டென்று வெட்டி முடித்து துண்டுகளாக்கி தோளில் வைத்துக்கொண்டு கிளம்பினார்கள்.

•••

கரைக்குப் போன பெரிய குருவத்தியும் சின்ன குருவத்தியும் சொப்பில் தண்ணீரை எடுத்துக்கொண்டு ஒருவருக்கொருவர் பேசிக்கொள்ளாமல் பதிக்கு வந்து சேர்ந்திருந்தார்கள்.

குறுநகர் குலத்தின் முறையில் சப்பரம் தயாராகிவிட்டது. விட்டுபோன விசயங்களை சொல்லிச் சொல்லி குருவன் மெருகேற்றிக் கொண்டிருந்தான். சோலையன் சப்பரத்தின் உச்சியில் தலைகீழாக சொம்பைக் கவிழ்த்து அதன் மேல் குடையை விரித்துக் கட்டினான்.

வீட்டுக்குள்ளிருந்த முருகனை தேவனெ குலத்துக்காரர்கள் வெளியே கொண்டு வந்து தொடைகளை கட்டில் போல ஆக்கி அதில் கிடத்தினார்கள். கோங்கரையும் செங்கனும் வேர்த்து விறுவிறுக்க முருகனிடம் சம்மலம் கோரிக்கொண்டிருந்தனர். யாரோ ஒருத்திவந்து பச்சைபிடியான்பாண்டியை, அவன் வேட்டியின் ஓரத்தில் முடிந்து வைத்தாள். மாற்றி மாற்றி எல்லாரும் இழுத்து இழுத்து மடக்கிப் பார்த்தார்கள். ஆனால் முருகனின் கால் நிற்பதாக இல்லை. எத்தனை முறை சம்மலம் கோரியும் அவனது கால்கள் மடங்கவே இல்லை...

''பதிக்கு ஒந்துன்னா ஓடிக்கெடப்பா; இப்ப சத்து சவமா கெடக்கா, ஓடின காலு அச்சா சீக்கிர மடங்கு காதில்லொ''

பாடைக்கு அருகில் வந்த நக்குபதி மூப்பன் மருதன், முட்டியைத் தட்டி கால்களை மடக்கிக் கட்டி, கோடரிப்பிடியை தலைமாட்டில் வைத்துவிட்டு நிமிர்ந்து கோங்கரையைப் பார்த்தான்... நேரி, எடை சுட்டு பாடையின் ஓரத்தில் வைத்துவிட்டுப் போனாள்.

வாட்சரும் கொங்கனும் தள்ளி நின்று, வைத்த கண் வாங்காமல் வேடிக்கை பார்த்துக் கொண்டிருந்தனர்.

•••

தலைமாட்டிலிருந்து குருவத்தி, சொப்பில் இருந்த தண்ணீரை மூன்று முறை தெளித்து 'தண்ணீர் மிறுகியதும்' ஒருவிதமான சோகக் குலவையோடு முருகனைக் கொண்டுபோய் சப்பரத்தில் கிடத்தினார்கள்.

தென்னை ஓலைகளாலும் வேட்டிகளாலும் வேயப்பட்டு தன் குடிசைபோலவே இருந்த சப்பரத்துக்குள் முருகன் உறங்குவதுபோல சாய்ந்து கால்களை மடக்கி படுத்துக்கிடந்தான்.

சுன்றி அப்படியே கல்போல் குத்துகாலிட்டு அவனுக்கு அருகில் உட்கார்ந்திருந்தாள்.

குடும்பம் நடத்தத்தொடங்கிய ஒரு வருடத்துக்குள் கணவனைப் பலிகொடுத்துவிட்ட சோகம் சுன்றியை நிலை குலையவைத்திருந்தது. அவளால் அழவும் முடியவில்லை; பேசவும் முடியவில்லை; தலைமாட்டிலேயே அமர்ந்து 'மசார்' வந்தவ கணக்காக அவனையே உற்றுப் பார்த்துக் கொண்டிருந்தாள். எப்போது பார்த்தாலும் அத்திகாவை சொக்கானடித்துக்கிடந்த தொட்டம்மெ மகன் கந்தன், தேவிக்கொண்டிருந்தான். அவன் உண்மையில் உடைந்துதான் போயிருந்தான்.

ராமாத்தாள் முச்சியில் கொண்டு வந்த சாமையை, மூன்றுமுறை சப்பரத்தை சுற்றி வந்து, கட்டப்பட்டிருந்த அவனது கால்களைத் தூக்கி தொடைக்கடியில் வைத்தாள். கட்டை பிரித்துக்கொண்டு கால்நீண்டது. சிலர் முண்டியடித்துகொண்டு முருகனின் கால்களை மடக்கி மறுபடியும் சிரமப்பட்டு கட்டினர். முறத்தை அவனது கால்களுக்கு கீழே வைத்துவிட்டு ஒதுங்கி நின்றாள் ராமாத்தாள்.

அதுவரைக்கும் தேருக்குள் முகம் புதைத்து காத்திருந்த கூட்டம், இப்போது அழத்தொடங்கியது. மத்தளமும் பொறையும் முழங்கியது. கொகல் வள்ளியின் சோகத்தை ஒருசேரப் பிழித்து தூக்கலாக ஒலிக்க, கூட்டம் ஆட்டம் கட்டத்தொடங்கியது. ஆட்டம் போய்க்கொண்டே இருந்தது.

●●●

எல்லா ஊர்களிலிருந்தும் வந்திருந்த மூப்பன்களும் ஆட்களும் உசிலை மரத்தின் கீழ் உட்கார்ந்திருந்தனர். அங்கே மந்திரி விரிக்கப்பட்டிருந்தது. வந்திருந்தவர்கள் தங்களால் என்ன முடியுமோ அதைப் போட்டுவிட்டு நகர்ந்தார்கள்.

மந்திரி பிரிக்கும் படலம் ஊர் மூப்பன் முன்னிலையில் நடக்கத்தொடங்கியது. தேக்கேமுக்கே மூப்பன் காரையன் வரவில்லை. அவனால் வரமுடியாத அளவுக்கு நாளியில் தண்ணீர் பெருக்கெடுத்து ஓடிக்கொண்டிருந்தது. அதன் காசை அந்தப்பதியிலிருந்து வந்திருந்த ரங்கன் வாங்கிக்கொண்டான்.

எல்லாம் முடிந்த பின்னால் பாங்காட்டை நோக்கி முருகன் கிளம்பினான். கடுகும் கீரைப்பொறியும் மழைபோல் சிறுகாடைப்பள்ளி வரை பொழிந்துகொண்டே இருந்தது.

●●●

சப்பரம் சிறுகாடைப்பள்ளியில் நின்றது. எல்லோரும் கைத்தாங்கலாக சப்பரத்தை இறக்கி வைத்தார்கள் . முருகனின் கால் கட்டில் நிற்கவில்லை; விரிந்தே கிடந்தது. மறுபடியும் கட்டிவிட்டு கொம்பு தேய்த்து நெஞ்சுவைத்து.....

வீர்வ்வ்...

சிறுகாடைப்பள்ளிக்கு பக்கத்து சோலையில் இருந்து வந்த யானையின் பிளிறல் மூன்று வருடத்துக்கு முன்னால் இருந்த அவளது நினைவை மீட்டு வந்து அரப்பு மரத்தின் கீழ் போட்டுவிட்டு போனது.

கந்தன் கட்டியிருந்த கீரைப்பாசியை சுன்றி இழுத்துப்பார்த்துக் கொண்டாள்.

ஈரப்பதம் கலந்த காற்று அவள் கூந்தலை கலைத்துவிட்டுப் போனது.

•••

வாட்சரும் கொங்கனும் புலி அடித்து செத்துப்போனார்கள் என்ற செய்தியோடு கந்தன் பதிக்கு வந்து சேர்ந்திருந்தான்.

•••

அத்திகே - அண்ணி, குந்திக்கொட்டை- காம்பு கருப்பாகவும் காய் சிவப்பாகவும் விளைந்து நிற்கும் காட்டுப்பழம், ஈக்கி சம்பா - கோடை நெல், சிலுப்பகண்டி- சலங்கைக் காய்கள் விளைந்து கிடக்கும் இடம், நீத்தே கல்லு - சுலபமாக உடைந்து போகக்கூடிய விளைச்சல் குறைந்த கல், சப்பரம் - பாடை, சம்மலம் கோருதல் - இறந்தவர்களின் முட்டியை மடக்கி சம்மணமிட்டற்போல் உட்காரவைக்கும் சடங்கு. சிறுகாடைப்பள்ளி - இறந்தவனின் பொருட்களை போட்டுவிட்டுப் போகும் இடம். மந்திரிவிரித்தல் - இறந்தவனின் சடங்குகளில் உழைத்தவர்களுக்கு உழைப்புப்பயன் பிரிக்கும் நிகழ்வு, தொட்டம்மெ- பெரியப்பா, கீரைப்பாசி - சிறிய கருப்பு பாசிகளால் செய்யப்பட்ட, மனைவியென்று உறுதி செய்யும் மாலை, எடை சுடுதல் - உடைந்து போன மண்பானையிலிருந்து சிறு ஓடு ஒன்றை எடுத்துவந்து அதில் ராகிமாவை வைத்து தீயில் சுட்டு பாடையின் ஓரத்தில் வைக்கும் இறப்புச்சடங்கின் ஒரு பகுதி, தண்ணீர் மிறுதல் - குருவத்தி கொண்டுவந்த தண்ணீரை உடல்மேல் மூன்று முறை தெளிக்கும் இறப்புச்சடங்கு.

கொம்பு வைத்தல் - முறியாத மஞ்சள் துண்டை கல்லில் தேய்த்து இறந்தவரின் கால்களில் தேய்த்துவிடுதல், மோதிரம்வைத்தல் - முறையுள்ள ஆண்களோ பெண்களோ இறந்தவர் நெஞ்சில் விளக்கெண்ணையை ஊற்றி மோதிரம்வைத்து தேய்த்துவிடும் ஒரு சடங்கு,

சொக்கானடித்து - மகிழ்ச்சி ஏற்படுத்தும் கிண்டல்

21. மைக்காரன்

தூக வரது போனாக்கி மல்லிக மல்லிக
ரல்லி காய தீத்துவ மல்லிக மல்லிக
தூக வரது போனாக்கி மல்லிக மல்லிக
புங்க காய தீத்துவ மல்லிக மல்லிக

தூக வரது போனாக்கி மல்லிக
புளியங்காய் காய தீத்துவ
தூக வரது போனாக்கி மல்லிக மல்லிக
வெலங்காய் காய தீத்துவே
தூக வரது போனாக்கி மல்லிகா மல்லிக
வெச்சக்காய் காய தீத்துவ மல்லிகா மல்லிக
லாலெ லாலெ லாலலெ லாலெ
லாலலெ லாலலெ லாலலெ லாலெ

கள்ளி முள்ளுக்கெ சிக்கிகொண்டெ மல்லிகா மல்லிக
காரே முள்ளுக்கே சிக்கிகொண்டெ மல்லிகா மல்லிக
அதி நானிருந்தே வாழமாட்டே மல்லிகா மல்லிக
லாலால்லெ லால்லல்லெ லாலெ லாலெ

நெருஞ்சி முள்ளுக்கெ சிக்கிகொண்டெ மல்லிகா மல்லிக
சீங்கெ முள்ளுக்கே சிக்கிகொண்டே மல்லிகா மல்லிகா அதி
நானிருந்தே வாழமாட்டெ மல்லிகா மல்லிக

காரெ முள்ளுக்கே சிக்கிகொண்டெ
மல்லிகா மல்லிக
அதி நானிருந்தே வாழமாட்டே
மல்லிகா மல்லிக

லாலே லாலோ லாலலே லாலெ
லாலலே லாலலெ

இண்ட முள்ளுக்கெ சிக்கிகொண்டெ மல்லிக மல்லிக
அதி நானிருந்தெ வாழமாட்டெ மல்லிகா மல்லிக

சுள்ளி முள்ளுக்கெ சிக்கிகொண்டே மல்லிகா மல்லிக
அதி நானிருந்தே வாழமாட்டே மல்லிகா மல்லிக

கள்ளி முள்ளுக்கெ சிக்கிகொண்டெ மல்லிக மல்லிக
அதி நானிருந்தே வாழமாட்டே மல்லிக மல்லிக

காந்தி முள்ளுக்கெ சிக்கிகொண்டெ மல்லிக மல்லிக
அதி நானிருந்தெ வாழமாட்டெ மல்லிகா மல்லிகா

லாலே லாலோ லாலலே லாலே
லாலலே லாலலே

சொரே முள்ளுக்கெ சிக்கிகொண்டே மல்லிகா மல்லிக
அதி நானிருந்தே வாழமாட்டே மல்லிகா மல்லிக

வெச்சே முள்ளுக்கெ சிக்கிகொண்டே மல்லிகா மல்லிக
அதி நானிருந்தே வாழமாட்டே மல்லிகா மல்லிகா

பட்டே முள்ளுக்கெ சிக்கிகொண்டே மல்லிகா மல்லிக
அதி நானிருந்தே வாழமாட்டே மல்லிகா மல்லிக

லாலெலாலொ லாலலெ லாலெ
லாலலெ லாலலெ

நீலி முள்ளுக்கே சிக்கிகொண்டே மல்லிகா மல்லிக
அதி நானிருந்தே வாழமாட்டே மல்லிகா மல்லிக

சொடலி முள்ளுக்கே சிக்கிகொண்டேமல்லிகா மல்லிக
அதி நானிருந்தே வாழமாட்டே மல்லிகா மல்லிக

வேல முள்ளுக்கே சிக்கிகொண்டேமல்லிகா மல்லிக
அதி நானிருந்தே வாழமாட்டே மல்லிகா மல்லிக

லாலே லாலோ லாலலே லாலெ
லாலலே லாலலெ

சக்கரைக்காயன், மூலக்கொரை

மல்லிகாவின் தம்பி கோயன், ஆடுகளை கிளப்பிக்கொண்டிருந்தான்.

''பொன்னம்மா நீ ஏங்கேல போக?''

செல்லப்பெயர் சொல்லி அழைத்தாலும் அவள் அம்மா துத்தியின் கேள்விக்கு பதிலேதும் சொல்ல வேண்டிய அவசியம் மல்லிகாவுக்கு இருக்கவில்லை. மல்லிகா, மன்னானை கல்லாமர நாளிக்கு

வரசொல்லியிருந்தாள். அவனைத் தனியாகப் பார்த்து நாளாகிவிட்டது. எங்கோ வேட்டைக்குப் போவதும், அடுத்தவங்க காட்டில் சாமையறுக்கப் போவதற்குமே அவனுக்கு நேரம் சரியாக இருந்தது. ''இன்னிக்கு ஏங்கியாச்சு போனே டெத்துருவெ'' அவள் கட்டளையிட்டிருந்தாள். அவள் கட்டளையை எப்போதும் மன்னானால் மீறமுடிந்ததில்லை..

இடுப்புவரைக்கும் நீண்டுகிடக்கும் கூந்தலை அள்ளிமுடிந்து விட்டு, எல்லோரையும் ஓரக்கண்ணால் அளந்துவிட்டு அவள் நடக்கும் அழகும் கொஞ்சும் குரலும் சிவந்த உடம்பும் பதிக்குள் மட்டுமல்ல பக்கத்திலிருந்த எல்லாப் பதிகளிலும் மல்லிகாவுக்காக போட்டியை ஏற்படுத்தியிருந்தது. இதில் வந்தவாசிகளும் அடக்கம். அவளை எப்படியாவது அடைந்தே தீருவது என்ற எண்ணத்தில் பல்வேறு சலுகைகளைச் சொல்லிச் சொல்லி அடிக்கடி சீண்டிக்கொண்டே இருந்தார்கள். அதிலும் அந்த மணியன், எப்போதும் 'எங்க போறா? யார்கூட பேசறா? எந்த நேரத்துக்கு குளீக்க போவா?' தெரிந்துகொண்டு முன்னால் வந்து காட்டி மாதிரி நிற்பதும் பல்லிளிப்பதுமாக இருந்தான்.

''மல்லிகா'' மணியன் குழைந்தான்.

''தே ஜொடல கணக்கா என்னதுக்கு இச்சா அலைகெ, சொன்னா புரிகாதில்லெ நிம்க்கு''.

''இல்லே''...

''நீ நெனக்கா மாறி வீணி இல்லெ நே. மன்னனெ நேந்தே கெட்டிக்க போரே... தெரிகூமல்லா, போய்க்கொந்தே இருக்க வாண்டியதுதானெ கொங்கா ''

ஒரே வெடுக்கில் அவனை நாலுமலைதாண்டி தூக்கி எறிந்துவிட்டு போய்கொண்டே இருந்தாள்.

ஒலையன் பதியில இருந்து நஞ்சனுக்கும் இவன் மேல் தீராத ஆசையிருந்தது. அவள் மாடு மேய்க்கிற இடம், தாணிக்காய் பறிக்கிற இடம், சீயக்காய் அறுக்கிற இடம், ஈச்சம்புல் அறுக்கிற இடம், இப்படி எல்லா தக்குக்கும் வந்து ''எம்மே கட்டிக்கோகு எம்மே கட்டிக்கோகு, நீ வருவினா நேமு சோலேக்கி போவினா'' என்று அலைந்து கொண்டிருந்தான். ஆனால், அவள் நினைப்பு முழுவதும் மன்னான் மேல் தான் இருந்தது. தொட்டதுக்கெல்லாம் வந்தவாசிகளுடன் மல்லுக்கு நின்ற அவனது போர்க்குணம் அவனை இழுத்து, இடுப்பில் கட்டி வைத்திருந்தது.

●●●

ஆள் நடமாட்டம் இல்லாத தலைவெட்டி தக்கில் இரண்டு ஆட்கள் புதர் புதராக உட்காருவதும் எழுந்திருப்பதுமாக போய்க் கொண்டிருந்தார்கள். அது கொன்னான் போல் இருந்தது. கையில் வைத்திருந்த தொட்டியில் கள்ளி ஜொடலி, காரை, கொடந்தி, வெள்ளையிண்ட, நெருஞ்சி பட்ட என்று விதவிதமான முட்கள் நிரம்பியிருந்தது.

கொன்னான் கூரைக்காரி கடம்பியின் கைகளில் சாக்கு தொங்கிக் கொண்டுவந்தது. அதை உடம்பில் படாதவாறு ஜாக்கிரதையாக கொஞ்சம் தள்ளியே பிடித்துக்கொண்டு நடந்தாள் அவள். சாக்கு நெளிந்துகொண்டே இருந்தது.

வெச்ச மரக்காடுவரை போனவர்கள் சட்டென நின்றார்கள்.

சுற்றிலும் யாரும் இருக்கிறார்களா என்று பார்த்தார்கள் யாரும் இல்லை; சடாரென இண்டம் புதருக்குள் நுழைந்தான் கொன்னான். இடுப்பளவு கிடந்த குச்சிகளை எடுத்து முக்கோணவடிவத்தில் நிறுத்திக் கட்டிவிட்டு அசைத்துப்பார்த்தான்.அது உறுதியாகத்தான் இருந்தது. சாக்கிலிருந்த நெகால் நொங்கியையும் ரன்னையையும், மட்டையையும் வெளியே கொட்டினாள் கடம்பி. அவன் மூன்றையும் ஒரே நாரால் பிணைத்து குச்சியின் நடுவில் கட்டினான். அது தரையிலிருந்து ஒரு அடி உயரத்தில் தொங்கியது. கீழே ஒரு தொட்டியை வைத்து மந்திரத்தை முனுமுனுத்து சுண்டை முள் செடியைப் பிய்த்து நாலு மூலைகளிலும் வீசிவிட்டு வெளியே வந்தான்.

இனி உள்ளே போகவேண்டுமென்றால் அவன் இருபது நாளாவது காத்திருக்கவேண்டும்.

●●●

மணியன் நஞ்சனை பலமுறை வெளுத்திருக்கிறான்; கை உடையுமளவுக்குக்கூட அடித்திருக்கிறான். அதற்கெல்லாம் நியாயமாக ஒரு காரணமும் இருந்ததில்லை. நஞ்சனுக்கு அதெல்லாம் பொருட்டே இல்லை. மல்லிகா கிடைக்காத கோபத்தில் இருந்த அவன் இப்போது மணியன் காட்டிலேயே குடியிருந்தான்.

''மல்லிகாவ எப்படியாவது சரிகட்டேோனுண்டா நஞ்சா, என்ன ஆனாலு பாத்துக்கலாம்'' கெஞ்சிகேட்டான் மணியன்.

கெக்கலிகொட்டி சிரித்த நஞ்சனுக்கு 'வேண்டியது வேண்டாதது' எல்லாம் வாங்கித்தந்தான். மணியனுடனான இந்தக் கூட்டு அவனை கைதேர்ந்த வந்தவாசியாகவே மாற்றிவிட்டிருந்தது.

அவனும் சமயம் கிடைக்கும்போதெல்லாம் நஞ்சனை ஏற்றிவிட்டுக்கொண்டிருந்தான்.

•••

செடியை விலக்கி உள்ளே நுழைந்து பார்த்தான். அவனது கண்கள் மின்னியது.

நெகால்நொங்கியின் தோலும், மட்டையின் கொழுப்பும் அழுகி, வடிந்து கீழே வைத்திருந்த விளாங்காய் தொட்டியில் நிரம்பியிருந்தது அதன் முள்ளெலும்புகள் கயிற்றில் தொங்கி ஆடிக்கொண்டிருந்தன. தொட்டியை எடுத்த கொன்னானின் கைகள் நடுங்கியது. உட்கார்ந்த வாறே கண்களை மூடி மந்திரித்தான். தொட்டியின் வாயை சாக்கில் கட்டி எடுத்துக் கொண்டு ஒப்பமரக்காட்டில் தன்னந்தனியாக இருந்த குடிசையை நோக்கி நடந்தான்.

கடம்பி, குடிசையில் அவனது வருகைக்காக காத்திருந்தாள்.

கரிந்த அம்மாவாசை இரவு.

கூரை, தூமப்புகையில் மூழ்கியிருந்தது... மூன்று வருடங்களாக பழுக்காமல் இருந்த புளியங்காயின் நாரை உருவி பல்லிடுக்கில் வைத்துக்கொண்டான் கொன்னான். மை காய்ச்சும்போது விசம் தாக்காமல் இருக்க அவனுக்கு இருக்கும் ஒரே வழி இதுதான். அழுகல் கூழில் கொஞ்சம் தண்ணீர்கலந்து அடுப்பில் எடுத்துவைத்துவிட்டு கடம்பி தள்ளி நின்றுகொண்டாள். அது கொதித்து பால்போல் பொங்கி ஆடை கட்டி மிதங்கியது. பக்குவமாய் எடுத்துத் தனியாக ஒரு சொப்பில் ஊற்றிக் பத்திரப்படுத்தினான். விசம் அதிகமான இந்த மேல் மை, செய்யும் போதே நிறைய மைக்காரர்களைக் கொன்றிருக்கிறது. நான்கைந்து சொட்டுகளை எதிரியின் மேல் சுண்டிவிட்டாலே கொஞ்ச நேரத்தில் காய்ச்சல்கண்டு உடம்பு நடுங்கி முகம் கருத்து செத்து விடுவார்கள். அதைப் பலமுறை செய்திருந்த கொன்னானிடம் கூடுதல் கவனம். தெரிந்தது. ஒரு டப்பியில் சேகரித்து மூடியை, இறுக்கி மண்ணில் புதைத்துவைத்தான்.. எல்லோருக்கும் இந்த மையைக் கொடுத்துவிடமாட்டான்; அந்த ஆள் இந்த உலகத்தில் வாழத்தகுதி யில்லை என்று கொன்னான் முடிவு செய்யவேண்டும்.

மீதி இருந்த, கொஞ்சம் விசம் குறைந்த மையை இன்னொரு தொட்டியில் ஊற்றிக் கூரையில் இருந்த மூங்கில் பொந்தில் வைத்து மேலே இஞ்சிப் புல்லை மூடிசெருகி வைத்தான். இந்தத் தரை மையில்தான் விதவிதமான முட்களை ஊறவைத்து எதிரிகள் வரும்

பாதையில் புதைத்துவைப்பார்கள். இந்த மையில் ஊறிய முள்ளிடம் குத்துப்பட்ட ஆள் அவ்வளவு சீக்கிரம் படுக்கையிலிருந்து எழுந்திரிக்க முடியாது.

கடைசியில் இருந்த கசடை தொட்டு மைப்யிக்காக இன்னொரு தொட்டியில் ஊற்றி புதைத்துவைத்துவிட்டு நிமிர்ந்தான்.

''கொன்னா... லா கொன்னா''

கொஞ்சம் தள்ளி சத்தம் கேட்டது. அவன் வெளியே வந்து பார்த்தான். அங்கே மணியனும் நஞ்சனும் நின்றுகொண்டிருந்தார்கள்.

●●●

22. மைக்காரன் 2

லாலாலே லாலெ லாலே லல்லாலே லாலாலெ
லாலாலே லாலெ லாலே லல்லாலே லாலாலெ

பாதயிலே கள்ளா முள்ளு தூகேக்கொடி பொன்னம்மா
தொட்டதெல்லா மரிக்கொழுந்து தூகேக்கொடி பொன்னம்மா

பாதயிலே பட்ட முள்ளு தூகேக்கொடி பொன்னம்மா
தொட்டதெல்லா மரிக்கொழுந்து தூகேக்கொடி பொன்னம்மா

பாதயிலே ஜொடலி முள்ளு தூகேக்கொடி பொன்னம்மா
தொட்டதெல்லா மரிக்கொழுந்து தூகேக்கொடி பொன்னம்மா

பாதயிலே குருந்தா முள்ளு தூகேக்கொடி பொன்னம்மா
தொட்டதெல்லா மரிக்கொழுந்து தூகேக்கொடி பொன்னம்மா

பாதயிலே கள்ளா முள்ளு தூகேக்கொடி பொன்னம்மா
தொட்டதெல்லா மரிக்கொழுந்து தூகேக்கொடி பொன்னம்மா

பாதயிலே ஜீல்லி முள்ளு தூகேக்கொடி பொன்னம்மா
தொட்டதெல்லா மரிக்கொழுந்து தூகேக்கொடி பொன்னம்மா

பாதயிலே கொசுவி முள்ளு தூகேக்கொடி பொன்னம்மா
தொட்டதெல்லா மரிக்கொழுந்து தூகேக்கொடி பொன்னம்மா

பாதயிலே இண்ட முள்ளு தூகேக்கொடி பொன்னம்மா
தொட்டதெல்லா மரிக்கொழுந்து தூகேக்கொடி பொன்னம்மா

பாதயிலே பரலே முள்ளு தூகேக்கொடி பொன்னம்மா
தொட்டதெல்லா மரிக்கொழுந்து தூகேக்கொடி பொன்னம்மா

பாதயிலே வேலா முள்ளு தூகேக்கொடி பொன்னம்மா
தொட்டதெல்லா மரிக்கொழுந்து தூகேக்கொடி பொன்னம்மா

பாதயிலே கள்ளா முள்ளு தூகேக்கொடி பொன்னம்மா
தொட்டதெல்லா மரிக்கொழுந்து தூகேக்கொடி பொன்னம்மா

லாலாலே லாலெ லாலே லல்லாலே லாலாலெ
லாலாலே லாலெ லாலே லல்லாலே லாலாலெ

ரங்கன், எளிச்சவழி,

மீன் பிடிப்பதும் அதை கல்லாமர நாளியில் விடுவதும் இழுப்பக்கொட்டை பொறுக்குவதும் அதை எறிந்துவிட்டு மீண்டும் பொறுக்குவதுமாய் எத்தனை நேரம்தான் அவள் அங்கு நிற்கமுடியும். ஓங்கி வளர்ந்திருந்த மத்திமரத்துக்கே பொறுக்கவில்லை. அது காய்ந்த ஒரு கிளையைக் கீழே தள்ளிவிட்டுவிட்டு காற்றில் ஆடியது.

''ஏங்கெ போனா இவெ''. மன்னானைத் தேடி 'ஆளேவெச்ச' தக்கு வழியாக நடந்தாள். எதிரில் மணியன் வந்துகொண்டிருந்தான். அவனுக்கு பின்னால் பவ்யமாய் நஞ்சன். அவளைப் பார்த்ததும் இரண்டு பேரும் ஓரமாய் ஒதுங்கி வேறு பாதையில் போகத் தொடங்கினார்கள். அவளுக்கு திடுக்கென்றிருந்தது. ''எச்சாமே ச்சீந்திக் கொந்திருந்தவனுக என்னாதுக்கு இச்சா ஒதூங்கி போகானுக''. ஒரு நிமிடம் நின்று யோசனை செய்துவிட்டு கைகளை வீசியபடி நடக்கத் தொடங்கினாள்.

இருவரும் அடிக்கடி சந்திக்கும் ஒரு இடம் பாக்கியில்லாமல் தேடிப் பார்த்துவிட்டாள். வழியில் மாடோட்டிக் கொண்டிருந்தவர்களையும் கேட்டுவிட்டாள். ஆனால் மன்னானை பற்றிய எந்த உருப்படியான தகவலும் கிடைக்கவில்லை. அவள் நினைவில், ஒதுங்கிப்போன மணியனும் நஞ்சனும் வந்து வந்து போனார்கள்.

திடீரென்று நின்று யோசித்துவிட்டு மூங்கதூரை விலக்கி, வளைந்து நீண்டுகிடந்த கங்காலு நெடியில் தேடிக்கொண்டுப் போனாள். சுருண்டுகிடக்கும் மலைப்பாம்புகளுக்கு போக்குக் காட்டி விட்டு தாண்டிவரும் வித்தை அவனுக்கு மட்டுமே அத்துப்படி. அந்த வழியை மன்னானைத் தவிர வேறு யாரும் அவ்வளவு சீக்கிரமாக உபயோகப்படுத்தமுடியாது.. தேக்கும் ஈந்தப் பனையும் நெரிசலாய் வளர்ந்திருந்த காங்காலு நெடி நீண்டுகொண்டே இருந்தது.

•••

பாதையிலிருந்து கொஞ்ச தூரம் தள்ளியிருந்த குருந்த மரத்துக்கு கீழே ஒரு ஆள் குப்புறக்கிடப்பது மாதிரி தெரிந்தது.

''ஆரூ இச்சா கெடாக்கறது'' கொஞ்சம் தள்ளி நின்று கேட்டுப் பார்த்தாள்.

'' ம்.. ம் ....ம்.''.

முனகல் சத்தம் மட்டும் வந்தது.

''ஆருந்து கேக்கேனல்ல''

அந்த ஆள் திரும்ப முயற்சித்தான். ஆனால் முடியவில்லை. கைகளை உயர்த்திக் காட்டிவிட்டு அடங்கிப்போனான்.

தைரியமாய் நெருங்கிப்போய் முகத்தை திருப்பிப் பார்த்தாள்...

''மன்னா...... என்னலா ஆச்சு நிமுக்கு அக்க......'' அவள் அலறலுக்கு செடிகள் அசைந்து கொட்டாலைகள் பறந்தது.

அழுகையை நிறுத்திவிட்டு பதட்டத்தோடு உடம்பை புரட்டினாள். சிராய்ப்பு எதுவுமில்லை. ஆனால் அவனது காலில் முள் குத்தியிருந்ததுக்கான காயம் இருந்தது. அதிலிருந்து ரத்தம் கசிந்து கொண்டிருந்தது. துளசிச் சாறைப் பிழிந்து காயத்தில் விட்டுவிட்டு பதட்டத்துடன் காத்திருந்தாள். அது மெல்ல நிறம் மாறத்தொடங்கியது. அது தரைமை தடவிய ஜொடலி முள்தான் என்பதை அறிய அவளுக்கு வெகுநேரம் ஆகவில்லை.

சட்டென சம்மணமிட்டு அமர்ந்தவள் மன்னானது காலை தூக்கி மடியில் வைத்தாள். பாதத்தை பிதுக்கி ரத்ததை வழியவிட்டு எருக்கம் இலையிலிருந்த துரும்பை எடுத்து காயத்தில் வைத்தாள். கைக்கெட்டிய தூரத்திலிருந்த கருடன் கிழங்கை கொட்டித் துண்டாக்கி மன்னானின் வாயில் அழுத்திவிட்டாள்.

அவனது கண்கள் செருக ஆரம்பித்தது. அதற்குள் தகவல் தெரிந்து பதியிலிருந்து வந்து சேர்ந்திருந்த ஆட்கள் தொட்டில்கட்டி அவனைத் தூக்கிப் போனார்கள். கொஞ்சதூரம் அவர்களோடு தொட்டிலைத் தாங்கியபடியே போனவள் அதை பதிக்காரன் ஒருவனின் தோளுக்கு மாற்றிவிட்டு பரபரப்பாகி வேறுபாதையில் இறங்கி ஓடினாள்.

●●●

ஒத்தை புளியமரத்தின் பழங்களைப் பொறுக்கினாள்; வடக்கில் தலை சாய்த்திருக்கும் கீழா நெல்லியாய்ப் பார்த்துப் பிடுங்கி, அதன் வேரை எடுத்துக்கொண்டாள். இப்போது சின்னத் தக்காளியும் பொட்டாரைச் செடியும் தூகேக்கொடியும்கூட அவளது கைகளிருந்தது. கூரைக்குப் பக்கத்திலிருந்த கொட்டமரத்தை தட்டி அண்டையில் அதன் பாலை பிடித்துக்கொண்டு தெற்கே கிடந்த பாறைக்குப் போய் கூழாக அரைத்துவந்தாள்.

இப்போது மன்னானின் உடம்பு முழுவதும் பத்தால் நனைந்திருந்தது.

கருந்தேன், தொடுதி, புளி கலந்து எடுத்த வெண்ணையை எங்கிருந்தோ வாங்கிவந்து மல்லியின் கையில் திணித்துவிட்டு தம்பி கோயன் மறைந்தான்.

கண்ணீர்விட்டபடி மன்னானின் அம்மெயும் அக்கவும் பார்த்துக் கொண்டே இருந்தார்கள்.

•••

23. மைக்காரன் 3

லாலே லாலே லாலலே லாலே
லிலோ லிலோ லால்லி லிலோ

கஞ்சிக்கு கஞ்சிக்கு காயன்கொண்டாட்ட
கெட்ட கெட்ட முளிக்கு கோபங்கொண்டாட்ட

நாக மலையிலே மேகுது மாடு
நாக்குலெ முள்ளுபட்டு செத்தது மாடு
மூங்க மலையிலெ மேயுது மாடு
மூக்குலெ முள்ளுபட்டு செத்தது மாடு

லாலே லாலே லாலலே லாலே
லிலோ லிலோ லால்லி லிலோ

வெச்சா மலையிலெ மேகுது மாடு
வாலுல முள்ளுபட்டு செத்தது மாடு
புலிக்குட்டி மலையிலெ மேகுது மாடு
பொண்டியில முள்ளு பட்டு செத்தது மாடு

வாலே துத்தி போகுதுமாடு
வாயிலே முள்ளு பட்டு செத்ததுமாடு
....

ரங்கன், எளிச்சவழி

''இச்சா கள்ளிமுள்ள மையவெத்து அவெம்போற பாதையில வெச்சேந்து வெச்சுக்கோ... பத்து நாளுல புழுபுடித்து ஆள் சத்தே போவான்''

''ஆ... நெருஞ்சி குத்துச்சுன்னு வெச்சுக்கோ, கால எடுக்க வேண்டி வரும்.''

''இண்ட முள் குத்துச்சுன்னு தெலையில தொடங்கி கொறவலி கால்வரைக்கும் பிச்சு எடுக்கும். பிப்பு தாங்காக்கு முடிகாது. ஜொடலியும் கெடந்தியும் குத்துச்சுன்னு இச்சாங்க்காக்குள்ளே

தலைக்கு வெசம் ஏறி ஆள் நெறமே மாறிப்போவினா. அப்புறம் சத்தா என்ன சாகாட்டி என்ன''

கொன்னான், தனது நீண்ட தாடியை தடவிக்கொண்டே அவன் மகளின் கேள்விக்கு விளக்கமளித்துக் கொண்டிருந்தான்.

●●●

அடுத்த வெட்ட மாதத்தில் அதே நாளில், மணியன் யாரோ வைத்த முள்ளில் சிக்கி உடல் கருத்து செத்துவிட்டதாக தகவல் வந்தது. பொன்றிகள் சுதந்திரமாக குளிக்கப்போனார்கள்

கொன்னான் சிரித்துக்கொண்டான்.

●●●

காட்டி - காட்டெருமை

24. காரமடை பங்களா

லாலெ லாலே லல்லாலே லெ லெ
லாலெ லாலே லாலெ லாலே
லாலெ லாலே லல்லாலே லெ லெ

காகெ டாகெ பங்கிதாலான்னெ
காரமடெ பங்களாத்தெ பங்கித்தாடான்னெ
முருங்கெ டாகெ பங்கித்தாலான்னெ
முக்காலி நாடுனதெ பங்கித்தாலான்னெ

தெய்யா டாகெ பங்கித்தாலான்னெ
தேக்குபனெ நாடுன்னே பங்கித்தாலான்னெ
கீரே டாகெ பங்கித்தாலான்னெ
கீரிப்பதி நாடுனதெ பங்கித்தால்ான்னெ
முன்னே டாகெ பங்கித்தாலான்னெ
முத்திகுள நாடுனதெ பங்கித்தாலான்னெ

(லாலெ)

சீங்கே டாகெ பங்கித்தாலான்னெ
சீங்கரெ நாடுனே பங்கித்தாலான்னெ

பாலெ டாகெ பங்கித்தாலான்னெ
பாலக்காடு நாடுனே பங்கித்தாலான்னெ
சக்கரெ டாகெ பங்கித்தாலான்னெ
சலையூரு நாடுனே பங்கித்தாலான்னெ

(லாலெ)

அகத்தி டாகெ பங்கித்தாலான்னெ
அட்டபாடி நாடுனெ பங்கித்தாலான்னெ
சேம்பா டாகெ பங்கித்தாலான்னெ
சேம்புகரே நாடுனெ பங்கித்தாலான்னெ

மணலி டாகெ பங்கித்தாடேன்னே
மண்ணார்காடு நாடுனெ பங்கித்தாலான்னெ

சுருளி டாகெ பங்கித்தாலான்னெ
சுண்டகொள நாடுனதெ பங்கித்தாலான்னெ
(லாலெ)

சக்கர டாகெ பங்கித்தாலான்னெ
சாலயூரு நாடுனதெ பங்கித்தாலான்னெ
பாலே டாகெ பங்கித்தாலான்னெ
பாலக்காடு நாடுனதெ பங்கித்தாலான்னெ

சுருளிக்கரே டாகெ பங்கித்தாலான்னெ
முள்ளி நாடுனதெ பங்கித்தாலான்னெ
கடுகா டாகெ பங்கித்தாலான்னெ
கடுகமனே நாடுனதெ பங்கித்தாலான்னெ

அகத்தி டாகெ பங்கித்தாலான்னெ
அட்டபாடி நாடுனதே பங்கித்தாலான்னெ
(லாலெ)

ரங்கன், கவிண்டிக்கல்.

காடுகளுக்குள் நெளிந்து வளைந்து பாதைகள் மன்னர்காடு போய்க்கொண்டிருக்கிறது.

இந்த வளம் கொழிக்கும் சோலை, மழைக்காடுகளின் ஒன்று. தாணிக்காயும் சாதிக்காயும் பூச்சைக்காயும் அள்ள அள்ளத் தீராத அளவில் விளைந்து கொண்டே இருக்கும். சீவேப்புல்லும் புளியும் ஒருவருடம் விட்டு ஒருவருடம் பூத்துக் குலுங்கும்; விதவிதமான புசுகிகள் மலைவிட்டு மலை தாவிக்கொண்டிருக்கும்; கீழே கால்வைத்தால் அட்டையில்லாமல் யாரும் நகரமுடியாது.

எப்போதும் ஈரக்காற்றும் சாரலும் வீசிக்கொண்டே இருக்கும்.

இதைத்தான் கொங்கன் சுப்பன் ஏலமெடுத்திருக்கிறான். ஏலமென்றால் ஒன்றுமில்லை, யாரும் அவனை எதிர்த்து ஏலம் கேட்க வரமாட்டார்கள். அவனுக்கே உரிமையை கொடுத்துவிடுவார்கள். ஒருவருடம் எட்டு வருடமல்ல காலங்காலமாக இதுதான் நடந்து கொண்டிருக்கிறது.

ஒரு பீட்டுக்கு ஒரு கார்டர் வீதம் ஆறு பீட்டுக்கும் ஆட்கள் இருந்தனர். இரண்டு பீட்டுக்கு ஒரு பாரஸ்டர் வீதம் மூன்று பாரஸ்டர்கள் இருந்தனர். மூன்று பாரஸ்டர்களுக்கும் மேல் ஒரு ரேஞ்சர்... கோயமுத்தூரில் ஆறு ரேஞ். அந்த ஆறு ரேஞ்சுக்கும் மேலே

டி.எப்.ஓ இருந்தார். டி.எப்.ஓவுக்கும் மேலே சுப்பன் இருந்தான். 'டி.எப்.ஓ' வந்தால் எழுந்து கும்பிடுகிறார்களோ, இல்லையோ, சுப்பன் வந்தால்... பவ்யமாய் வாய் பொத்தி சல்யூட் அடித்து விறைத்து நிற்பார்கள்.

ஆஜானுபாகுவான உயரம்; கொஞ்சம் கவிழ்த்து முறுக்கி விடப்பட்ட மீசை; அண்டர்வேருக்கும் மேலே எப்போதும் தூக்கிக் கட்டியிருக்கும் வேட்டி; பழுத்து பளபளக்கும் முகம்; கழுத்தில் தொங்கும் துண்டு. இப்படி யாரையாவது பார்த்தால் நிச்சயம் அது சுப்பன் என்று சொல்லிவிடுமளவுக்கு எங்கும் அறிமுகமாயிருந்தான்... கீழ்நாட்டிலிருந்து பஞ்சம் பொழைக்க கட்டைவண்டி கட்டி மேலே வந்தவன்.... இப்போது கர்ண மகாபிரபாக ஆகியிருந்தான்.

இடது பாக்கெட்டுக்குள் கையைவிட்டால்... வருவதைக் கொடுத்துவிடுவான். அஞ்சோ, பத்தோ... வருவதைக் கொடுத்து விடுவான். அவ்வளவுதான் வரும். அதற்காகவே சில்லறைகளைச் செய்து வைத்திருப்பான்..

இப்போது அவனுக்குச் சொந்தமாக லாரி இருந்தது.

அதிகாரிகளைக் கண்டால், கை வலது பாக்கெட்டுக்கு போய்விடும். அங்கே 20, 50 என்று ருபாய்கள் கட்டப்பட்டு இருக்கும்.

சீவப்புல்களுக்குள் மறைக்கப்பட்டு செம்மரமும் ஈட்டிமரமும் தாராளமாகப் போகும். சுப்பன் வண்டியென்றால் யாரும் நிறுத்த மாட்டார்கள். நிறுத்தும் தைரியமும் யாருக்கும் இல்லை. அப்படி நிறுத்தியவர்கள் கதை என்னானது என்று அந்த செக்போஸ்ட் தடுப்புமரங்களிடம் கேட்டால்கூட சொல்லிவிடும்.

இப்போது லாரிகளும் சூளைகளும் அவனுக்கென்று இருந்தன..

எல்லா சரகமும் அவனுக்கு அத்துபடி. ஒவ்வொரு பீட்டிலும் வாட்சர்களுக்கு வாட்சர்களை வைத்திருந்தான். அவ்வப்போது அவர்களுக்கு கள்ளும் சாராயமும் இஷ்டம் போல் கொடுத்துவிட்டுப் போவான். எல்லா ஊர்களிலும் அவனுக்கென்று பொம்பளயாள் இருக்கும். அவர்களுக்கு இவன் சகலமும் கொடுப்பான்; அவர்களும் தான்.

அப்படித்தான் தச்சம்பாடியிலிருந்து சூட்டடறைக்கு மாப்பிள்ளை சேர வந்திருந்த மருதியையும் நினைத்து சீண்ட ஆரம்பித்தான்.

●●●

சுப்பன் இப்போது சாளையிலிருந்தான்.

சுப்பன் கட்டியிருந்த சாளை, ஆட்டுப்பாறைக்கு மேற்கே தள்ளியிருந்தது. வரும்போது இளைப்பாறவும், வன சேகரத்தைக் கொட்டிவைக்கவும், அவனாக முன் நின்று ஆட்களை வைத்து, சுகை போல கொஞ்சம் வசதியாக கட்டியிருந்தான்.

லேசாக மழை பெய்ய ஆரம்பித்தது. ஆட்டுப்பாறையைச் சேர்ந்த நான்கு பதியன்கள் தானிக்காய்களைக் கூட்டி ஒதுக்கி மூட்டையாய்க் கட்டி சுமந்துபோய் உள்ளே வைத்துக்கொண்டிருந்தார்கள்.

மருதி தானிக்கொட்டைகளை தரம் பிரித்து பொறுக்கிக் கொண்டிருந்தாள்..

'ம்ம்க்குக்க்கு' சுப்பன் கணைத்தான். கொங்கனின் அத்தனை சங்கேத மொழிகளும் அவர்களுக்குத் தெரியும், இருந்தவர்கள் ஒதுங்கிப்போனார்கள். வந்தவர்கள் திரும்பிப்போனார்கள்.

கையை வைத்ததும் திமிறி எழுந்த மருதி.

''என்னாதுக்கு கொங்க இச்சா செய்கெ''

''ஊரு உலகத்துல இல்லாததா வா புள்ளே'' கையைப் பிடித்து சாதிக்காய் கொட்டிவைத்திருந்த சாளைக்கு இழுத்தான். முரண்டு பிடித்தாலும் மருதி 'களுக்' கென்று சிரித்தாள். அவள் சம்மதித்து விட்டாள் என்றுதான் நினைத்தான்; முகம் சிவந்து நின்றான்.

''எனக்குந்து குண்ணான் கெடக்கான்; நீவிரு ஆரு?''

இப்போது சுப்பன் சிரித்தான்.

வலப்புறத்தில் இருந்த பைக்குள் கையைவிட்டு காசை எடுத்துப்போட்டான்.

''என்னாது...,ஓ காசா... இதெனத்துக்கு''.?

''வேறென்ன வேணும் புள்ளே, கேளூ'' குழைந்தான்; கேட்காமலிருப்பாளா?

''ஏலம் எடுத்திருக்கிற சுண்ட கொல பீட்டுக்கோ நாந்தா இனி மேஸ்திரி.''

''இவ்வளவுதானா?'' சுப்பன் புன்னகைத்தான். இதை அவன் நக்கலாக சொன்னானா உண்மையாகவே சொன்னானா என்று அனுமானம் செய்ய முடியவில்லை.

''கடுகுமனே பீட்டே இனி நாந்தே பாப்பினா'' மருதி விடுவதாயில்லை.

''வெச்சுக்க புள்ள'' தாராளமானான்.

''தாணிக்காய் விளையும் வெள்ளகுல பீட்டும் வேணு''

எல்லாவற்றுக்கும் 'ம் ம் னே' சொல்லிக்கொண்டு வந்தவனை ஒரு கட்டத்தில் நிறுத்தினாள் மருதி.

''இதெல்லா நிம்த்து சொத்தா கொங்கா? நீவீரு கொடுத்து.. நேமு எடுக்காக்கூ, ...காடே எம்த்துது''

பேச்சே காணோம்.

''நீவீரு மட்டூ காரமடே பங்களாத்த லெதி வெச்சருகேந்து சொல்லு, குண்ணான விட்டுகிந்து நித்து கூரேக்கெ வந்துருகெ''

அவ்வளவுதான் வண்டியைக் கிளப்பிப்போனவன்; அதற்குப் பிறகு வரவே இல்லை.

●●●

குண்ணான் காட்டுக்குள்ளிருந்து வேட்டி நிறைய டாகுகளை பிடுங்கி மூட்டைகட்டிக்கொண்டு வந்தான். மருதி அவனுக்காகவே மாவு குய்யி தக்கில் பெரிய மூட்டையோடு காத்திருந்தாள். அதில் விதவிதமான டாகுகள் இருந்தன... டாகு பறிப்பது என்பது அவர்களுக்கு ஒரு சாக்குதான்.

ஆடுகள் ஒன்றையொன்று முந்தியபடி காட்டுக்குள் போய்க் கொண்டிருந்தன... ஆடோட்டி திரும்பிப் பார்த்தான். திரும்பிப் பார்த்தவன் சும்மா இல்லாமல்

''ஏய் மருதி, என்ன பண்ணிக்கொண்டிருக்கே. இச்சா நின்னு''

''ம் டாகு... தம்மாமே கேட்டினானுந்து பொறித்தே. குண்ணானுக்கு வேணுமிந்து கேட்டின அதா பங்கித் தந்து கொண்டிருக்கே; நிமுக்கூ வேணுந்தா கொடுக்கெ'' ராகமாய் இழுத்தாள்.

நேரம் போவது தெரியாமல் சிரித்தும் களித்தும் பேசிக்கொண்டே இருந்தனர்.

வேட்டைக்குப் போன ரங்கனும் கள்ளனும் மசாலின் காதுகளை பிடித்தபடி கத்தாரியை தோளில் போட்டுக்கொண்டு வந்துகொண்டிருந்தனர்.

''ஏய்ய் லாமி, கூக்கே மகேதேனெ நீவீரு. என்னாதுவெ பண்ணுகினா''

''பாலடாக அத்திகே கேட்டாந்து பொரித்தெ. குண்ணான் அக்க கேட்டாந்து பங்கித் தந்து கொண்டிருக்கினெ''

மகரந்தம் ததும்பிய நீரில் பட்டாம்பூச்சிகள் பூத்துக்கிடந்தன. தும்பிகள் பின்னியபடி பறந்துபோயின. 'சிட்டிருக் சிட்டிருக்' என்ற சிண்டிகள் செடிகளில் கிடந்தன. அவர்கள் ஒருவரை ஒருவர் அடித்தும் பிடித்தும் ஆடிக்கொண்டிருந்தனர்..

விறகு பொறுக்க போகிறவர்கள் கொடுவாளை ஆட்டி ஆட்டி நடந்து போனார்கள். அவர்களுடைய நாய் கூடவே வாலை நிமிர்த்துக் கொண்டு நடந்துகொண்டிருந்தது.

''வெள்ளக பொண்றி.. குதித்து குதித்து காலு லொடகா போகு, ஆமா.. ஆடா மேக்காக்கா வந்தே?''

''இல்லெ, அக்க, சீங்கே டாகு வேணுந்து கேட்டா. அப்புறம் கூக்கேனோட கோக்கொட கேட்டினா. அதான் பங்கித்தந்து கொண்டிருக்கெ''

''ஹேய்'' ரங்கன் சிரித்தானா பேசினானா என்று தெரியவில்லை; கடந்துபோய்விட்டான்.

தட்டையாக சீவப்பட்டிருந்த ஆத்திமரக்கட்டையை அருகில் கிடந்த கல்லில் சாய்த்து வைத்து வெளிங்கப் பொடியைப் போட்டு குண்ணான் மெழுகைத் தீண்டிக்கொண்டிருந்தான்.

மாடுகள் பதி நோக்கி திரும்பிக்கொண்டிருந்தன.

''அக்க... இன்னூ பங்கித் தந்து கொண்டிருக்கெ. ரெண்டாளூ காட்டையா பங்கிக்கொண்டிருக்கினா. என்னிக்கு முடிப்பின''

ஒருவரை ஒருவர் பார்த்துக்கொண்டே அவர்களும் திரும்பத் தொடங்கினர்.

•••

காரமடை பங்களா களேபரத்திலிருந்தது!!!.....

•••

மெழுகு - கோடரி. லெதி - எழுதி, சிண்டி - தேன்சிட்டு, லொடகா - உடைய.

25. ரோசா பூ சேலேக்காரி

தில்லெ லெலெ லேலொ புள்ள ரங்கம்மா
தில்லேலேலேலேலோ புள்ள ரங்கம்மா
தில்லெ லெலெ லேலொ புள்ள ரங்கம்மா
தில்லேலேலேலேலோ புள்ள ரங்கம்மா

ரோட்டோர வீட்டுக்காரி புள்ளே ரங்கம்மா
ரோசாப்பூ சேலேக்காரி புள்ளே ரங்கம்மா

தில்லெ லெலெ லேலொ புள்ள ரங்கம்மா
தில்லேலேலேலேலோ புள்ள ரங்கம்மா

மாவமரதோப்புக்குள்ளெ புள்ளெ ரம்ங்கம்மா
மயங்கி நின்னாலாகாதடி புள்ளெ ரங்கம்மா
பார்த்தாலும் பாப்பேனாடி புள்ளெ ரங்கம்மா
பாத்திகெட்டி நிப்பாயடி புள்ளெ ரங்கம்மா

(தில்லெ லெலெ)

மயிலு சத்தோ கேக்குதடி புள்ளெ ரங்கம்மா
குயிலு சத்தோ கேக்கூதடி புள்ளெ ரங்கம்மா
ஆலமரத்தோப்புக்குள்ளே புள்ளெ ரங்கம்மா
ஆலகட்டி ஆடலாமோ புள்ளெ ரங்கம்மா

சக்க மரத்தோப்புக்குள்ளே புள்ளெ ரங்கம்மா
சாஞ்சிருந்தாலாகடி புள்ளெ ரங்கம்மா
கருவமரத்தோப்புக்குள்ளெ புள்ளெ ரங்கம்மா
சாஞ்சிருந்தாலாகடி புள்ளெ ரங்கம்மா

(தில்லெ லெலெ)

கொய்யாமரோ தொப்புக்குள்ளெ புள்ளெ ரங்கம்மா
கொஞ்சியிருந்தாலாகாதோடி புள்ளெரங்கம்மா
தென்னெ மரத்தோப்பூக்குள்ளெ புள்ளெ ரங்கம்மா
தேடிவந்தாலாகதடி புள்ளெ ரங்கம்மா

நெல்லி மரத்தோப்பூக்குள்ளெ புள்ளெ ரங்கம்மா
நெனப்பிலிருந்தாலாகாதடி புள்ளெ ரங்கம்மா
நெருஞ்சியே குத்தம் சொல்லி புள்ளெ ரங்கம்மா
நின்னிருந்தாலாகாதடி புள்ளெ ரங்கம்மா

(தில்லெ லெலெ)

முருகன், நக்கபதி

செங்கல்லுக்கு தகுதியான களிப்பு.., காலுக்கு எட்டும் தூரத்தில் வேண்டியமட்டும் பள்ளத்து மணல்... திம்மையனுடைய பணப்பெட்டிக்கு வேர்த்துவிட்டது. சூரியன் கிளம்புவதற்க்கு முன்பே அவன், மலைக்கு வந்துவிட்டான். ஊரில் இருந்த அவனது அடிபொடிகள் சூழ்ந்து கொண்டு அவனுக்கு கூடுதல் பெரியமனுச தோரணையை கொடுத்தார்கள். திம்மையனின் ஒரு கை வேட்டியின் சுங்கை பிடித்திருந்தது. இன்னொரு கையை தூக்கி இடுப்பில் வைத்து கொண்டு கொஞ்சம் மேடான இடத்தில் நின்றுகொண்டு மன்னானை அழைத்து பேச்சு வார்த்தையைத் தொடங்கினான். அதைப் பேச்சுவார்த்தை யென்றெல்லாம் சொல்ல முடியாது.

''வெறுங்காடு.., வெள்ளாமைக்கும் ஆகாது... குடுத்தீன்னா குடும்பத்த ஒப்பேத்திக்கலாம். என்ன சொல்லறே?''

என்ன சொல்லமுடியும் மன்னான்? தலையை சொறிந்தான்.

''அதுல என்ன வெளையுமோ அதுக்கு தகுந்த பணத்த நானே கொடுத்தறேன்''

இந்தக் கணக்கெல்லாம் அவனுக்கெங்கே எட்டப்போகிறது.

''நீ குடுக்கறே'' திம்மையனே மன்னானின் பிரதிநிதியானான்.

'இல்லை'யென்று சொல்லிவிட்டு உதறி தோளில் போட்டுக் கொண்டுபோக துண்டுகூட இல்லை அவனிடம். அப்படியே துண்டு இருந்து, போட்டுவிட்டு போனாலும் அங்கே நிம்மதியாக வெள்ளாமை செய்துவிடமுடியுமா என்ன?

தலையை குத்திகொண்டு நின்ற மன்னானின் தோளில் அதுவரை ஒட்டியிருந்த வெட்டுக்கிளி எங்கோ பறந்தது.

அற்ப விலைக்கு குத்தகையை முடித்தான். முடித்த கையோடு அந்த நிலத்தில் சூளையைக் கட்டத் தொடங்கினான்.. காயவைத்த கல்லை அடுக்குவதற்கான கூரைக் கொட்டகைகளும், சுவர்களும் சடசடவென

உயர்ந்தது. எப்போதும் குருவிகளின் கீரீச்சும், பூச்சிகளின் க்ர்ர்ம் கேட்டுக்கொண்டிருந்த மூங்கதூருப் பள்ளத்தின் அழகும், அமைதியும் போன தடம் தெரியவில்லை.

வேலைக்கு ஆட்கள் வேண்டியிருந்தது. புதிது புதிதாக ஆட்கள் தடாகத்திலிருந்தும் சோமையனூரிலிருந்தும் வந்து குவிந்தனர். அந்தக்கூட்டம் பெரியதாக இருந்தது. அவர்களுக்கு பீடியும் வெத்தலையும் சில்லறைச் சாமான்களும் விற்பதற்கென்றே இங்கு வந்து சேர்ந்த செட்டி, திம்மைய முதலாளியிடம் கெஞ்சாத கெஞ்சு கெஞ்சி அருகிலேயே ஒரு குடிசையைப் போட்டுக்கொண்டு 'வேவாரத்தை' துவக்கிவிட்டான்..

பதிகளில் சூளை பற்றிய பேச்சு 'குப் குப்' பென்று புகையை கிளப்பியபடி இருந்தது.

●●●

முன்புபோல் காட்டுக்குள் போக முடிவதில்லை. காக்காய் குருவியைக்கூட அடிக்க முடிவதில்லை, கண்கொத்தி கார்டுகள் எப்போதும் சுத்திக்கொண்டே இருந்தார்கள். அப்புறம் ஒரு முயலையோ பந்தியையோ அடித்தால், காட்டிக்கொடுக்க ஒவ்வொரு ஊரிலும் ஒருத்தர் இல்லாமல் போய்விடவில்லை. இல்லாமல் போன ஊர்களில் அவர்களே ஒருவரை உருவாக்கியும் வைத்தார்கள்.

இந்த நெருக்கடிகள், எப்போதும் வெளியாட்களைச் சேராமல் ஒதுங்கி நிற்கும் சின்னானை தலைகீழாக மாற்றியிருந்தது. அவன் பள்ளத்தாக்கிலிருந்த பதிக்கு ஒரு கும்பிடு போட்டுவிட்டு மேலே வந்து கொன்னானிடம் கேட்டு குடிசையை கட்டியிருந்தான்.

●●●

சூளை வந்த கொஞ்ச காலத்துக்குள் பத்திரையன் வந்துவிட்டான். அவன் திம்மையனின் உடன்பிறந்த சகோதரன். சூளைக்குப் பக்கத்தி லிருந்த நிலத்தை வளைத்துப்போட்டு உழுது அதில் கொய்யாவும் தென்னையும் போட்டு வளர்த்தி தோப்பாக்க முயற்சி செய்யத் தொடங்கினான்... தோப்புக்கு தண்ணீர் வேண்டுமென்கிற அக்கறையில் ஒரு கிணற்றையும் தோண்டினான். தலையைச் சொறிந்து நின்ற பாரஸ்டர்களுக்கு காசை தண்ணீராய் இறைத்தான்.

அங்கே இருந்த மரங்கள் பலதும் மேஸ்திரி வீரனின் மேற் பார்வையில் செங்கல் சுடுவதற்காக எரிந்துகொண்டிருந்தன.

இதையெல்லாம் ஒருவிதமான சோகத்துடன் பார்த்துக்கொண்டிருந்தான் மன்னான்.

•••

தினமும் புழங்கும் காசும்,மணக்கும் கறியும்... ரங்கியின் அப்பன் சின்னானை இழுத்துக்கொண்டே இருந்தது. அவன் மெல்ல விறகடிக்கும் வண்டியோடு ஒட்டிக்கொண்டு அந்த சூளையின் நிரந்தர ஆட்களில் ஒருவனாக மாறிவிட்டான். உள்ளூர் ஆள், கூட இருப்பதன் அவசியத்தையும் அதன் சௌகரியத்தையும் நன்கு உணர்ந்த திம்மையன் சின்னானை முக்கியமானவனாக்கியிருந்தான்.

கொஞ்ச நாட்களில், ரங்கியும் கல்லடிப்பதை பழகிக்கொண்டு அங்கேயே வேலைக்கு சேர்ந்துவிட்டாள். ஆரம்பத்தில் சிரமமாக இருந்தாலும், பலகையை வைத்து கல்லறுக்கும் லாவகமும் மண்ணைக் குழைத்து உருண்டை பிடிக்கும் திராவிட வித்தையும் அவளுக்கு இப்போது கைவந்துவிட்டது. அவள் அடிக்கடி கணக்குப்பார்க்க வரும் முதலாளியம்மாள் பெல்லம்மாவுக்கு வேண்டியவளாகியிருந்தாள். அவள் கொடுக்கும் பழைய சேலைகளைக் கட்டிக்கொண்டு ரங்கி நடப்பதும் போவதும் பனப்பள்ளியில் ஒரு பேச்சாக மாறியிருந்தது.

•••

ரங்கன் இளியமரக்காடுகளுக்குள் போய்க்கொண்டிருந்தான். ரங்கியை அவனால் மறக்கமுடியவில்லை. சோலைக்குள் கேட்கும் பறவைகளின் சத்தமும் கேளைகளின் சத்தமும் இப்போது வேறுமாதிரி தெரியத்தொடங்கியிருந்தது. அவளைப் பார்க்க ரோட்டுக்கும் பதிக்கும் அல்லாடிக்கொண்டிருந்தான்...

ரங்கிக்கு மட்டும் என்ன வாழுதாம்; காட்டில் இருக்கிற போது இருந்த சுதந்திரம், இப்போது இல்லை. அவளால் நினைத்தபடி நினைத்தை செய்ய முடிவதில்லை. நினைக்காததெல்லாம் நடக்கவும் இல்லை. மற்றதுகூட அவளுக்கு பெரிதாய் தெரியவில்லை. 'லாமி லாமி' என்று அன்பைப்பொழிந்த ரங்கனை அவ்வளவாய் சந்திக்க முடியவில்லை... அதுதான் அவளை மீளமுடியாத சோகத்தில் ஆழ்த்தி யிருந்தது. இங்கேயே வேலைக்கு வந்துவிடு என்று எவ்வளவுதான் கெஞ்சுவாள் அவள். இப்படி கட்டிப்போட்டதுமாதிரி இருக்கும் இந்த வேலை, அவனுக்கு சுத்தமாய்ப் பிடிக்கவில்லை.

மனசு கனத்து கண்ணீர் சூடாக வடிந்து கைகளை நனைத்தது. சேலையின் தலைப்பில் துடைத்து விட்டு வேலையில் மூழ்கினாள்.

●●●

ஓர் அதிகாலையில் மன்னானுக்கு அழைப்பு வந்தது. திம்மையன் தான் அழைத்திருந்தான்.

அவனாக அழைக்கவில்லை அப்பனுக்கு கஞ்சி சீர் வைத்திருக்கும் மன்னான். செலவுக்காக கொஞ்சம் காசு கேட்டிருந்தான். அதற்குத்தான் இந்த அழைப்பு.

இந்த அதிகாலை அழைப்பு எப்பவுமே அவனுக்கு சவுகரியமானது, வெறும் இட்லியோடுகூட பெரிய வழக்கை முடித்துவிடலாம். வெறும் காப்பித்தண்ணி கொடுத்தே ஒரு நாள் வேலையை வாங்கிவிட முடியும்.

மரத்தடியில் பிரம்பு நாற்காலி வந்து சேர்ந்தது. வந்து ஜம்மென்று உட்கார்ந்து கனைத்துக்கொண்டான்.

''இங்க பாரு மன்னா இதுவரைக்கும் அதுக்கு இதுக்குன்னு உனக்கு ஆயிரரூவா குடுத்தாச்சு''

கைகளை கூப்பிக்கொண்டே நின்றான் மன்னான்.

அவன் என்ன சொல்கிறானோ அதுதான் கணக்கு! இன்னும் ரெண்டாயிரம் கூட்டி சொல்லியிருந்தால்கூட மன்னானென்ன இல்லையென்றா சொல்லப்போகிறான்?.

''கடாவுளே நீ நல்லாருக்கனும்'' கும்பிட்டான்

''காயிதத்துல கைரேகைய வெச்சுட்டு பணத்த வாங்கீட்டு போ''

என்ன 'காயித'மது? எதுக்கு கைரேகை? அவன் கேட்கவும் இல்லை.

ரேகைய வைத்துவிட்டு பம்பிய மன்னானின் கால் பட்டு, புல்லில் இருந்த வெட்டுக்கிளி பறந்துபோய் திம்மையன் சட்டையில் உட்கார்ந்தது.

●●●

ரங்கியும் ரங்கனும் இப்போது பனப்பள்ளியில் இருந்தார்கள். கண்டிவழி சரிவிலிருந்த சூட்டறையும் தம்மாமி மாந்தியும் ஒருவருகொருவர் பேசிக்கொண்டே, மகளுக்கு சீர் கொடுக்க மூகையும் அண்டையும் ஊஞ்சியும் செதுக்கிக்கொண்டிருந்தனர்.

பெல்லமாள் கொடுத்த ரோசாப்பூ சேலையை அவிழ்த்து வேறு சேலையை சுற்றிகொண்ட ரங்கி "எப்படியாவது கொண்டுபோய் போட்டுட்டு திலும்பிப் பாக்காம வந்துருகோனு" என்று தனக்குத் தானே சொல்லிகொண்டு சூளையை நோக்கி நடக்க ஆரம்பித்தாள்.

● ● ●

மூகை - இசுவ மரத்தாலான கரண்டி, அண்டை - நீர் எடுக்க பயன்படும் மூங்கில் குழாய்; தனியாக வாழப்போகும் மகளுக்கு கொடுக்கும் சீதனங்களில் முக்கியமானது.

வெட்டுக்கிளி ஒருவர்மேல் உட்கார்ந்தால் அவனிடம் செல்வம் சேரும் என்று பதியர்கள் நம்புகிறார்கள்.

26. காளி

வெட்ட வெட்ட பாறையிலெ காளி கிட்டப்பா
வெரக அரிசி தீட்டாயிலெ காளி கிட்டப்பா
நீ மேத்த நாடுகளா காளி கிட்டப்பா
நாடுதாண்டி போடுதடா காளி கிட்டடப்பா
நம்பதாடி நம்பதாடி காளி கிட்டப்பா
நம்பி மோசம் செய்யாதடா காளி கிட்டப்பா
சீமெ தாணிபோகுதடா காளி கிட்டப்பா

(வெட்ட)

நீ மேத்த நாடுகளா காளி கிட்டப்பா
நாடுதாண்டி போடுதடா காளி கிட்ட்டப்பா
நம்பதாடி நம்பதாடி காளி கிட்டப்பா

திங்காக்கு வட்டமில்லெ காளி கிட்டப்பா
குடிக்காக்கு செம்புமில்லெ காளி கிட்டப்பா
நாடுதாண்டி போடுதடா காளி கிட்ட்டப்பா
நம்பி மோசம் செய்யாதாடி

(வெட்ட)

நீ மேத்த நாடுகளா காளி கிட்டப்பா
நாடுதாண்டி போடுதடா காளி கிட்ட்டப்பா
நம்பதாடி நம்பதாடி காளி கிட்டப்பா

உடுத்தாக்கு வேட்டிமில்லெ காளி கிட்டப்பா
போடுகாக்கு சாட்டுமில்லெ காளி கிட்டப்பா
நம்பதாடி நம்பதாடி காளி கிட்டப்பா

(வெட்ட)

நீ மேத்த நாடுகளா காளி கிட்டப்பா
நாடுதாண்டி போடுதடா காளி கிட்ட்டப்பா
நம்பதாடி நம்பதாடி காளி கிட்டப்பா

இருக்காக்கு எடமுமில்லெ காளி கிட்டப்பா
திங்காக்கு சோறுமில்லெ கிட்டப்பா
நம்பதாடி நம்பதாடி காளி கிட்டப்பா
நம்பி மோசம் செய்யாதாடி

(வெட்ட வெட்ட)

ரங்கி, அகழி

மூன்றுபுறமும் ஆழமான பள்ளத்தாக்கால் சூழப்பட்ட குருவன் பதிக்கு யாரும் அவ்வளவு சீக்கிரமாக நுழைந்துவிடமுடியாது. குன்றின் மேல் இருந்த அந்தப் பதிக்கு ஒரே வழிதான் இருந்தது. வருவதாக இருந்தால் அந்த வழியாகத்தான் வரவேண்டும்.

கிழநாட்டுப்படைகள் தங்கத்தையும் பவளக் கல்லையும் தேடி அடிக்கடி குருவம்பதிக்கு வந்துகொண்டிருந்தது. வந்தால் சும்மா வெல்லாம் போகமாட்டார்கள். கல்லும் தங்கமும் கிடைக்கும் இடங்களை காட்டச்சொல்லி பதியர்களை சவுக்கால் இழுத்து சாடியடிப்பார்கள்.வாளால் முதுகில் கோடுபோட்டு கெக்கலிப்பார்கள்.

போனமுறை வந்தபோது ஊரே நடுங்கிக்கிடந்தது. மூப்பத்திதான் தைரியமாய் சமாதானத்துக்கு போனாள். ''நீவீரு சொல்லுற பொருளெல்லாம் என்னன்னெ எமுக்கு தெரிகாது சாமி... எம்மே விட்டிருகு'' என்று உண்மையைச் சொல்லி கெஞ்சிப்பார்த்தாள். ஆனால் படைகள் இவர்களை நம்பத் தயாராக இல்லை. சவுக்கு சுழன்றது.

''இங்க பாரு.. இப்ப போறோம் ரெண்டு நாளுல திரும்பி வருவோம், வரும்போதும் இதே மாதிரி போக்கு காட்டுனீங்க.. ஆம்பளைக்கு தலையிருக்காது... பொம்பளைக்கு முலையுமிருக்காது'' யாரோ சொன்ன பொய்யை நம்பி இப்படி அடிக்கடி வந்து வெறியாடிப போனார்கள்.

புதுக்காடு வெட்டிக்கொண்டு தப்பிப்பிழைத்து கண்ணுக்கு எட்டாமல் இன்னும் உள்ளே தள்ளி போயிருக்கலாம்தான். அவர்கள் முயற்சி எடுக்காமலில்லை. ஆனால் அவையெல்லாம் தோல்வியிலேயே முடிந்திருந்தது. இப்போது அவகாசம்வேறு மிகக்குறைவாகவே இருந்தது. என்ன செய்வதென்று தெரியாமல் பதைபதைத்தார்கள்.

●●●

ஒத்தையடியில் வெகுதூரத்தில் குளம்படிகள் லக்கடுத்தன... வேல்களைத் தாங்கிய வீரர்கள் குதிரைகளின் மேல் உட்கார்ந்துகொண்டு

அதன் ஒட்டத்துக்கு இசைந்துகொடுத்து எம்பி எம்பி வந்து கொண்டிருந்தனர். இன்னும் கொஞ்ச நேரத்தில் அவை பதியை அடைந்துவிடக்கூடும். அப்படிப் பதியை அடைந்துவிட்டால்... பத்தோ இருபதோ தலைகள் உருள்வது நிச்சயம்... எப்படியாவது இதைத் தடுத்து,குடிகளைக் காப்பாற்ற முடிவெடுத்த மூப்பத்தி, பெசாதுகளை கும்பிட்டாள். கூரையைவிட்டு வெளியே வந்து வேகமாக நடந்தாள். அந்த நடையில் ஒரு தீர்க்கம் தெரிந்தது. தோலாடையை இழுத்து தலைக்குப் போர்த்தினாள். சுற்றிலும் ஒருமுறை பார்த்துவிட்டு படைகள்வரும் பாதையின் நடுவில் குத்துகாலிட்டு உட்கார்ந்தாள்.

படைகள் மிக அருகாமையில் வந்துவிட்டதை அதன் 'தப்பிறு' 'திப்பிறுகள்' அறிவித்தன. முக்காட்டைச் சரி செய்துகொண்டு நிமிர்ந்தாள்.

''என்னிக்கு எம்து சனங்களுக்கு நல்லா காலம் வருகுமோ அன்னேக்கி நே மனுசியா திரும்பினா போதுஞ் சாமி'' அவள் வேண்டுதல் சத்தம் இலைகளில் எதிரொலித்தது.

பூமி லேசாக குலுங்கியது. மின்னல்கள் ஒன்றையொன்று பின்னியெடுத்தது. வானத்தின் கீழ்மூலையில், இடி சடார் சடாரென வெடித்து தூரத்தில் எங்கோ போய் விழுந்தது.

இப்போது அந்த நட்ட நடு வழியில் மூப்பத்தி, பெரும் பாறையாய் சமைந்து அமானுசயமாய் நின்றாள்.

ஆவேசத்தோடு வந்த படைகளுக்கு அங்கே என்ன நடந்ததென்று ஊகிப்பதற்கான நேரம்கூட இருக்கவில்லை. திடுதிப்பென்று நெட்டுக் குத்தலாய் நின்ற அந்தப்பாறை அவர்களை திக்குமுக்காட வைத்தது; குதிரைகள் கட்டுப்பாட்டை இழந்து பாறையில் மோதி, கணைத்து அலறியது. ஒன்றொடொன்று இடித்துக்கொண்டு தடுமாறி தலைகுப்புற விழுந்தன...

மேட்டிலிருந்த கற்குவியல் சரிந்து ஒவ்வொன்றாய் விழுந்து அடங்கியது.

மூப்பத்தி பாறையை தாண்டி ஒத்தையாள்கூட வரமுடியவில்லை. ஏதோ மந்திர தேசத்துக்குள் வந்துவிட்ட திகைப்பில் குழறினார்கள்; படைகள் சிதறி ஓடியது.

பதியர்கள் வந்து பார்த்துவிட்டு கண்ணீர் வடித்தார்கள். ஒருக்கலித்து, முதுகில் இடது கையை கட்டி வலது கையை மண்ணில் ஊன்றி ஒரு கிடையாகப் படுத்து எழுந்து படுத்து வணங்கினார்கள்.

அன்றுமுதல், வருடத்துக்கு ஒருமுறை, பாறையாக மூப்பத்தி மாறிய அந்த நாளில், பூசைகள் செய்து கோழியறுத்து படையலிட்டு வணங்குவது, குருவம்பதியின் வழக்கமாகிப்போனது .

●●●

ஆடிமாதம் விடாது சாரிக்கொண்டிருந்தது. வெளிச்சம் மங்கிக் கொண்டே வந்தது. இன்னும் கொஞ்ச நேரத்தில் குருவம்பதி இருட்டிவிடும் போலிருந்தது.

காளிகாரனின் படைத்தலைவன் காடையன், மூப்பனை தேடிவந்தான். என்ன விசயம் என்று தெரியவில்லை. ஆனால் அவன் வந்த விதம் ஏதோ ஆபத்திலிருப்பது போல் தெரிந்தது.

மூப்பன் துடியன், கிட்டப்பன் காட்டிலிருந்தான்.

காடையனை பார்த்தும் மத்தி மரப் பந்தாவிலிருந்து சரசரவென்று இறங்கிவந்தான் துடியன். அவனை தனியாக அழைத்துப்போன காடையன் 'காளி இப்போது ஆபத்திலிருப்பதாகவும் புகலிடம் வேண்டி தூது அனுப்பியிருப்பதாகவும்' மெல்லிய குரலில் கிசுகிசுத்தான். புருவத்தை நெரித்து, தலையில் போட்டிருந்த கொங்காடையை கழட்டி கைகளில் போட்டுக்கொண்டு துடியன் அவனை ஏறிட்டு ஏதோ சொல்வது தெரிந்தது. காடன் கட்டியணைத்துக்கொண்டான். மூப்பன் பழையதை நினைத்துப்பார்க்கவில்லைதான் போலிருந்தது. அப்படி நினைத்துப்பார்த்திருந்தால் அவர்கள் கேட்டதை செய்திருக்கவே மாட்டான்.

அந்தப் பழையதில் இதுவும் ஒன்று...

இடிகரைப்பகுதி காளிராசாவின் அரசாட்சியில் கட்டுண்டு கிடந்தது. அவனுக்கு தடாகத்திலும் கோபநாரியிலும் கோட்டைகள் இருந்தன. எதிரிகளினால் ஆபத்துகள் அதிகமாக இருப்பதை உணர்ந்த காளி, மேற்கே இருந்த பதியின் குடிகளிடம் ஆட்டு வரியையும் குடி வரியையும் வசூலித்து ஒப்படைக்கும் பொறுப்பை, துடிய மூப்பனிடம் தந்துவிட்டு நிம்மதிப்பெருமூச்சோடு இருந்தான். அவனும் படாத பாடுபட்டு அந்த நம்பிக்கையை காப்பாற்றி வந்தான்.

ஒரு நாள் இப்படி வசூலித்த வரியை சுமக்கமுடியாமல் சுமந்து அரண்மனைக்கு கொண்டுவந்துகொண்டிருந்தான். ஏழெருமைப் பள்ளத்தை தாண்டும் போது அவனுக்கு முன்னால் வந்து விழுந்த பாறாங்கல் அவனை திடுக்கிட்டு நிற்க வைத்தது. சுதாகரிப்பதற்குள் அடையாளம் தெரியாத ஆட்கள் சூழ்ந்துகொண்டு தாக்க ஆரம்பித்தனர்.

மூட்டையை போட்டுவிட்டு அவர்களிடம் தப்பித்து ரத்தம் சொட்ட சொட்ட, அரண்மனைக்கு வந்து விசயத்தை சொன்னான். ஆனால் அரண்மனை அதை நம்பவில்லை. கையில் இருக்கும் காயங்களையும், உடலில் அப்பியிருந்த புழுதிகளையும் சாட்சியாகக் காட்டி கெஞ்சிப்பார்த்தான். ஆனால் காளியின் கண் அவனுக்கு எதிராக அசைந்தது. ஆட்கள் கூடி இழுத்துப்போய் நையப்புடைத்து வாளால் உடம்பில் ஆங்காங்கே கோடு போட்டு ஊருக்கு அனுப்பி வைத்தார்கள்.

நொந்து போன துடியன், கூரைக்கு வந்ததும் எல்லோரையும் கூப்பிட்டு விசயத்தை சொல்லி ராசாவிடம் மீண்டும் பேச்சுவார்த்தைக்கு தயாராகிக்கொண்டிருந்தான். ஆனால் கலகம் விளைவிக்கப்போவதாய் கணக்கிட்ட அரண்மனை, கடும் கோபத்தில் இருந்தது. விசயத்தை விளக்கவந்த துடியனின் மகள் பொன்னியை குதறியது. ஆட்களை ஏவி குடிசைகளை எரித்தது. ஈவு இரக்கமின்றி அவர்களை ஓட ஓட விரட்டியது. கையில் கிடைத்ததை எடுத்துக்கொண்ட இருளர்கள், வடக்கு மலைக்குள் ஓடி ஒளிந்தனர்.

• • •

அதற்குப் பிறகு அவன், அவ்வப்போது தனது படை பரிவாரங் களுடன் குருவரசி மலைக்கு வேட்டைக்கு வருவான். அப்போ தெல்லாம் இருளர்கள் புதர்களை தேடி ஓடி ஒளிந்துகொள்வார்கள். அந்த வகையில் புதிய தலைமுறையின் பாதிக்குடிகளுக்காவது காளியைத் தெரிந்துதான் இருந்தது. எதையும் மறைக்கத் தெரியாத இந்த குடிகளின் பதியில் ஒளிந்திருப்பது அவ்வளவு பாதுகாப்பானது அல்ல என்பது காளிராசாவுக்கு தெரியும். ஆனால் இப்போது அவனுக்கு வேறு வழி தெரியவில்லை. இதைவிடவும் ஆபத்து குறைந்த, நம்பிக்கையான இடமென்று ஏதும் மனதில் படவில்லை

முடிந்தவரை அவனுக்கென்று ஒரு சவுகரியமான இடத்தை ஏற்பாடு செய்வதில் எல்லோரும் மும்முரமாக இருந்தனர். தன்னைத் தேடிவந்த, அதுவும் ஆபத்திலிருந்து தப்பிக்க புகலிடம் கேட்டு வந்த ஒருவனுக்கு உதவி செய்வது இருளனின் கடமை என்றுமட்டும் துடியன் நினைத்தான்.

ராசாவுடன் மொத்தம் மூன்று பேர் இருந்தனர். இதில் காளியின் அந்தரங்க செயலாளர் மருதப்பனும் மகள் கொத்தாண்டையும் அடக்கம். காட்டுக்குள் தனியாகவும் இருக்கவைக்கமுடியாது. பதிக்குள் இடம் ஒதுக்கவும்முடியாது. துடிய மூப்பன் குறுதலை யையும் வண்டாரியையும் மண்ணுக்காரனையும் குருவையும்

பொருசை மர நெடிக்கு தனியாக அழைத்துப்போய் விசயத்தை சொன்னான். இதில் குறுதலைதான் கொஞ்சம் முரண்டுபிடித்தான். பிறகு சமாதனமாகிவிட்டான்.

பதிக்காரர்கள் அதிகமாக நடமாடாமல் இருக்கவேண்டும்; அதே சமயம் விலங்குகளின் ஆபத்தும் இல்லாத பதியாக அது இருக்க வேண்டும். பொட்டிக்கல்தான் அதற்கு சரியான இடமாக இருக்க முடியும். முடிவு செய்துவிட்டு தனியாக நின்றிருந்த படையாளுக்கு தகவல் சொல்ல, குறுதலை கிளம்பிப்போனான். மூப்பன் மற்றவர்களை அழைத்துக்கொண்டு பதியை நோக்கி நடந்தான்.

●●●

வெட்டப்பாறைக்கு பக்கத்திலிருக்கும் அந்தப்பொட்டிக்கல், சவுகரியமானதாக இருந்திருக்கவேண்டும். மழைக்கும் வெயிலுக்கும் இடம் கொடுக்காது கொஞ்சம் உயரமான இடத்தில் இருப்பதால் நாயோ குள்ளனாவோ பெரு நரியோ பாய்வதற்கு வழியில்லை. பொட்டிக்கல்லின் ஓரத்தில் மசக்காளிராசா அமர்ந்திருந்தான். வெளியே வண்டாரியும் குருவும் மண்ணுக்காரனும் மூப்பனுக்கு காத்திருந்தார்கள்.

பொலிவிழந்து முகம் வாடி இளைத்து அவன் துரும்பாயிருந்தான். வெள்ளித்தட்டில் சாப்பிட்டு தங்க சொம்பில் நீர் குடித்து எத்தனையோ நாடுகளை கட்டி ஆண்ட அவனது நிலைமை. பார்க்க பரிதாபமாகத் தான் இருந்தது.

மூப்பன் வணக்கம் வைத்தான். நாங்க இருக்கோம் கவலைப் படாதே என்ற தொனி அதில் இருந்தது. வழக்கமாக காளி தன்னை யொத்த அந்தஸ்த்துள்ள ராசாக்களுக்கு மட்டும்தான் வணக்கம் வைப்பான். மற்றவர்களுக்கென்றால் கம்பீரமாக ஒரு தலையசைவு மட்டும்தான் இருக்கும். ஆனால் இப்போது கையெடுத்து அவனும் பதில் வணக்கம் வைத்தான்.

"எம்த்து கூரேலெ ராகிபுட்டுதா கெடாக்கு நீவீரு திம்பினான்னு தெரிகாலே, இதுல கோலந்தேனு, தெனெ மாவூ முலாம்பம்மும் வெத்திருக்கே ராசா.. திந்துக்கோகு"

வழக்கம்போல் சோதிக்கப்போன படையாளை கையமர்த்தி, அவனே நேரிடையாக அவற்றை பெற்றுக்கொண்டு பசிதாளாமல் உண்ணவும் ஆரம்பித்துவிட்டான். தோல்பையில் இருந்த தண்ணீரை அருகில் வைத்த துடியன், ஒதுங்கி நின்றான். குறுதலையும் வண்டாரியும் வரகரிசியை வட்டப்பாறைக்கு எடுத்துப்போனார்கள்.

வேளாவேளைக்கு உணவு, அவ்வப்போது மாவும் மசாலும், மூலிகையும்... எந்தக்குறையும் இல்லாதவாறு நல்லபடியாகத்தான் பார்த்துக்கொண்டார்கள்... செங்கோல் இழந்து அரண்மனையிழந்து ஒளிந்து திரியும் இந்த வாழ்க்கை, அவனை விரக்தியில் தள்ளியிருந்தது. வாழப்பிடிக்காத ராசாவை தேற்றித்தேற்றி மூப்பனும் அவனது ஆட்களும் நம்பிக்கையூட்டிக்கொண்டிருந்தனர்.

•••

மட்டை வெயில்... பாறையே வெடித்துவிடுவதுபோல் சூரியன் கொதித்துக்கொண்டிருந்தது.

மருதப்பன் ஏதோ தகவல் கேட்க கீழே போயிருந்தான். கொத்தாண்டை வட்டப்பாறையிலிருந்து கொஞ்சம் தள்ளியிருந்த மரத்தடியில் முலாம்பழங்களை பொறுக்கிக்கொண்டிருந்தாள்.

"மூப்பன் எங்கப்பா?" எழுந்துவந்த ராசா கேட்டான்.

"ஆவே ராகி அறுப்புந்து காட்டுல கெடக்கினா அப்பறமா வர்கேந்து சொன்னினா குக்கியிரு நே தண்ணியெடுத்து வர்கே" காவலிருந்த குறுதலை கிளம்பிப்போனான்.

கொத்தாண்டை இன்னும் பழங்களை பொறுக்கி முடியவில்லை.

ராசாவுக்கு மண்டைக்குள் ஏதோ குடைவதுமாதிரி இருந்தது அப்படியே தள்ளாடி நடந்தான்.

•••

மூச்சிரைக்க ஓடிவந்த வண்டாரி குழியில் நின்றுகொண்டு மூப்பனை அழைத்தான்.

"என்னாதுவெ"

"வாங்கே"

அருகில் வந்த மூப்பனின் காதுகளில் கிசுகிசுத்தான்.

"நல்லாதேனே இருந்தினா".

பதறிய மூப்பன் அவனை இழுத்துக்கொண்டு ஓடினான். கொத்தாண்டை பின்னாலேயே தலைதெறித்தாள்.

பள்ளத்தாக்கை அடைய அதிக நேரம் பிடிக்கவில்லை.

அருகிலிருந்த மரத்தை பிடித்துக்கொண்டு மூப்பன் எட்டிப் பார்த்தான். வெகு ஆழத்தில் ராசா சிதறிக்கிடந்தான். பிணத்தை எடுக்க

ஆலோசனை சொல்லி ஏற்பாடுகளை முடுக்கிவிட்டு திரும்பி கொத்தாண்டையைப் பார்த்தான். அவள் அழுது அழுது சோர்ந்து போயிருந்தாள். குற்ற உணர்ச்சி அவனது கழுத்தைப்பிடித்து திருகியது. கண்ணீர் தாடியின்மேல் சூடாக விழுந்து தெறித்தது. கையெடுத்துக் கும்பிட்டுகொண்டான்.

எத்தனை கொறைக்கரி கரட்டிகளின் முதுகில் காளியின் வாள் கோடு போட்டிருக்கிறது. எத்தனை முறை அப்பனின் சவுக்கு துடியனின் தோலை உரித்திருக்கிறது. அவனது மகளையே கிழித்துப் போட்டிருக் கிறது. ஆனால் எதையும் மனதில் வைத்துக்கொள்ளாமல் இப்படி கலங்கி நிற்கும் அவர்களைப் பார்த்துக்கொண்டே இருந்த கொத் தாண்டைக்கு தொண்டை அடைப்பதுபோல் இருந்தது. விம்மி விம்மி வெடித்துக்கொண்டே இருந்தாள்.

குரல் உடைந்துபோயிருந்த அவள் தள்ளாடி வந்து மூப்பனின் தோளில்சாய்ந்துகொண்டாள். மூப்பன் திரும்பி மூப்பத்தி பாறையை பார்த்தான்.

மரம், இலைகளை உதிர்த்துவிட்டு ஆடியது.

அவள் விம்மல் இன்னும் நிற்கவில்லை. அது அப்பனுக்காக மட்டும் அல்லாமல் இருந்தது.

மூப்பத்தி அசைந்து தனது முக்காட்டை விலக்குவதுபோல்தான் தெரிந்தது.

மாவு - சம்பா மான், மசால் - முயல், கோலந்தேனு - கொம்புத்தேன், கொரைக்கரி கரட்டிகள் - கரட்டிகுலத்தின் உட்பிரிவுகளில் ஒன்று, பந்தா - மரத்துக்குமேல் காவலுக்காக கட்டப்படும் குடிசை.

27. குதிரைத் துரை

திந்திந்தி நாதி நாதி தினா திந்தின
திந்திந்தி நாதி நாதி தினா திந்தின

வெள்ளக்காரேந் தோட்டத்திலெ தின திந்தின
வெள்ளா சோள வெட்டயிலெ தின திந்தின
வெள்ளக்காரேந் தோட்டத்திலெ தின திந்தின
வெள்ளா சோள வெட்டயிலெ தின திந்தின
திந்திந்தி நாதி நாதி தினா திந்தின
திந்திந்தி நாதி நாதி தினா திந்தின

(பெண்)

திந்திந்தி நாதி நாதி தினா திந்தின
திந்திந்தி நாதி நாதி தினா திந்தின

(குழு)

மண்ணுக்காரன் தோட்டத்திலெ தின திந்தின
மக்காசோளம் வெட்டயிலே தின திந்தின
மண்ணுக்காரன் தோட்டத்திலெ தின தின திந்தினா
மக்காசோளம் வெட்டயிலெ தின திந்தின

ஊரு மூப்பந்தோட்டத்திலெ தின திந்தின
ராயரிக்கப்போகயிலெ தின திந்தின
ராயரிக்கப்போகயிலெ தின திந்தின
கட்டுமரிகி போகயிலெ தின திந்தின

திந்திந்தி நாதி நாதி தினா திந்தின
திந்திந்தி நாதி நாதி தினா திந்தின (பெண்)
திந்திந்தி நாதி நாதி தினா திந்தின
திந்திந்தி நாதி நாதி தினா திந்தின (குழு)

ஆளு காம்பு நடக்கறியெ தின திந்தின
ஏழு மூள காத்திருக்கெ தின திந்தின

மூல மூல காத்திருக்கெ தினா திந்தின
மூணுகாடு எனக்குன்னுதெ தினா திந்தின

திந்திந்தி நாதி நாதி தினா திந்தின
திந்திந்தி நாதி நாதி தினா திந்தின

ஓடாதேடஒளியாதேட தின திந்தின
மிட்டிரி படெ வருகுதுன்னு தின தந்தின
பாட்டிம்பாட்டெ அமுக்கு குமுக்கு தின தந்தின
விடுகாக்கு முகாது தின தந்தினா

திந்தித்தி நாதி நாதி தினா திந்தின
திந்தித்தி நாதி நாதி தினா திந்தின

வெள்ளெக்காரெந் தோட்டத்திலெ தின திந்தின
வெள்ளெ சோள வெட்டயிலெ தின திந்தின
வெள்ளக்காரெந் தோட்டத்திலெ தின திந்தின
வெள்ளா சோள வெட்டயிலெ தின திந்தின

திந்தித்தி நாதி நாதி தினா திந்தின
திந்தித்தி நாதி நாதி தினா திந்தின

காரை, கள்ளாக்கரை.

●●●

எந்தவிதத் தடையும் இல்லாமல் வனத்துக்குள் இப்போதெல்லாம் கால்வைத்துவிட முடிவதில்லை. காலங்காலமாய் சோறூட்டிய மணியஞ்சோலையும். நீரூட்டிய வெள்ளாங்காடும் அவர்களுக்கு சொந்த மில்லை என்பதை அவர்களால் நம்பமுடியவில்லை... வெள்ளைக் காரன் அதற்கென்று ஓர் துறையை ஆரம்பித்திருந்தான். அவன்வைத்தது தான் சட்டம். சட்டத்தை எதிர்த்த முடுகர்களையும் குறும்பர்களையும் கட்டுக்குள் கொண்டுவர, 'வேண்டிய' தகவல்களை சேகரிக்க, அந்தந்த பீட்டுகளுக்கென்று தனித்தனியாக அதிகாரிகளை நியமித்திருந்தான்.

அத்திக்கடவு ரேஞ் அப்போது மிகப்பெரியதாக இருந்தது. கிட்டத்தட்ட அது காரமடையில் தொடங்கி மேற்கே கோட்டத்துறை வரைக்கும், வடக்கே மஞ்சூர் வரைக்கும் பரவியிருந்தது. குதிரைத்துரை, புதிதாக அத்திக்கடவு ரேஞ்சுக்கு பொறுப்பேற்றுக்கொண்டான். பொறுப்பேற்றுக்கொண்ட அந்த நொடியிலிருந்து கடமையாற்றத் தொடங்கிவிட்டான். அவன் எந்த இடத்தை சொல்கிறானோ அந்த இடத்தில்தான் விதைக்கவேண்டும்; அவன் எந்த செடியை அனுமதிக்

கிறானோ அந்த செடிகளைத்தான் வெட்டவேண்டும்; அவன் காதுகளுக்குத் தெரியாமல் வேட்டையாடவேண்டும்; அவனைக்கேட்டு விட்டுதான் காட்டெருமைகூட புல்லைத் தின்னவேண்டும். 'இச்சாந்தா சவுக்கு, அச்சாந்தா துப்பாக்கி'. மற்றரேஞ்சில் உள்ள பதிக்காரர்களின் அனுபவம், ஆலாம்பதிக்காரர்களுக்கு அச்சத்தைக் கொடுத்திருந்தது.

பனி, மழைபோல் பொழிந்துகொண்டிருந்தது. விடியத்தொடங்கி யிருந்த இருட்டில், உடல் மறைத்து குயிலொன்று கூவிக்கொண்டே இருந்தது... அறுப்புக்கான சடங்குகளை மண்ணுக்காரன் முடித்து விட்டான். பெரிய துரையின் கட்டளையின் பேரில் கோரைக் காடு களில் விதைத்திருந்த மக்காசோளமும் வெள்ளைச்சோளமும் ஆளுயரம் விளைந்து நின்றது. பூட்டைவிட்டு முற்றியிருந்த அதை ஆச்சரியத்துடன் கடந்துபோன ஆலாம்பதிக்காரர்கள் தங்கள் விருப்பத்தின்பேரில் விதைத்திருந்த தினையை அறுக்கத் தொடங்கியிருந்தார்கள்.

''ஹுய்ய்ய்ய்ய்.....'' ஆட்களின் சத்தம் மரங்களை கிழித்துக் கொண்டு விளாமுண்டியிலிருந்து வந்தது.

அது குன்னானின் சத்தம்போல்தான் இருந்தது. சந்தேகமே இல்லை. அது ஆள்காட்டும் சங்கேதம்தான். அப்படியென்றால் துரை அந்த வழியில்தான் வந்துகொண்டிருக்கிறான். குளம்படிச் சத்தம் மிக அருகாமையில் லக்கடுக்கு லக்கடுத்தது. அதிலிருந்து கிளம்பிய புழுதி காற்றில் பறந்து வழியெங்கும் பரவியது. பதிக்காரர்கள் அறுப்பதை நிறுத்திவிட்டு நடுங்கத்தொடங்கினார்கள். சிலர் மூச்சை அடக்கி காட்டுக்குள்ளேயே படுத்துக்கொண்டார்கள். இன்னும் சிலர் அருகிலிருந்த சோலைக்குள் ஓடிக்கொண்டிருந்தார்கள்.

●●●

குதிரை, மூப்பனுக்கு முன்னால் வந்து நின்று வாலைச்சுழட்டியது. அவர்களைப் பார்த்து கையை ஆட்டி ஆட்டி என்னென்னமோ கேட்டான். மூப்பனுக்கு ஒரு மண்ணும் புரியவில்லை. கூட வந்த அதிகாரிதான் துரைக்கு வாயாகவும் வாலாகவும் இருந்தான்.

''யாரை கேட்டுடா இங்கே விதைத்தீர்கள்?''

ஆரே கேக்கோந்து' மனதில் நினைத்ததை மூப்பன் கேட்க வில்லை. பூக்கியன முங்குன சுருட்டை கணக்காய் சப்பிந்தெ இருந்தான்.

''காலங்காலமா இப்படி நேமு சுத்தி சுத்திதெ வெதச்சிட்டிருக் கேமு; போன துரை, இங்கே வெதச்சுகோகுந்து சொல்லிருக்கினா,

அத்தே கொத்தினேமு, இப்போ அறுக்கேமு, இதோ இச்சா நிக்கிற மக்காசோளெ வெள்ளாச்சோளகூட காட்டாபிசர்தே கொடுத்தினா'' இப்போது குதிரைதுரைக்கு ஒரு கல்லும் புரியவில்லை.

வால் திரும்பி குதிரைத் துரைக்கு சொன்னது.

துரை, முகத்தை எட்டுக்கோணலாய் வைத்துகொண்டு மூப்பனை வெறித்துப்பார்த்தான்.

சடாரென அறுத்து வைத்திருந்த மூட்டையில் ஒன்றை தூக்கிப் போட்டுக்கொண்டு குதிரையை தட்டிவிட்டான். அது புழுதியைக் கிளப்பியபடி மேற்கு நோக்கி பறந்துபோனது.

அது இனி கோபநாரியில் உள்ள மசக்காளி மன்றாடியார் கோட்டையில்தான் நிற்கும்.

•••

துரையின் தலை மறையும் வரை காத்திருந்தவர்கள் இப்போது ஒவ்வொருவராய் தினைக்காட்டுக்கு வரத் தொடங்கினர். மூப்பன் கடும் கோபத்தில் இருந்தான்.

''வெளையும் காடு, வெண்ணட்டக்காடு, சோலேக்காடு மூணும் நமக்குதான் சொந்தமுந்து வாழுகேமு; இப்பவந்தெ அவானுக்கு என்னாதுக்கு பயக்கோனும், நம்தாளுகா கூரேக்கு ஒந்து கர்நாட் கொழல சொருகி வெத்திருக்கேமு, பெசாதெ கும்பிட்டு கொழலோட நின்னா, துரயாவது கரையாவது எல்லாரூ ஓட்டோ புடிக்கோந்து''

''............... ....''

''இனி இச்சா கெ புடித்து நடுங்கறதுந்தா.. எத்து மூஞ்சியிலும் முழிகாக்கில்லே நம்த்து பாட்டனெல்லா இச்சவா ருந்தா''

வெடித்து முடித்த மூப்பன் பதட்டமானான். யாராவது கவனிக்கிறார்களா என்று சுற்றும் முற்றும் பார்த்துக்கொண்டு தைரியத்தை வரவழைத்து மறுபடியும் பேசத்தொடங்கினான் .

மக்காச்சோளமும் வெள்ளைச்சோளமும் அவர்கள் மடியில் நிறைந்து இருந்தன. மென்றுகொண்டும் பேசிக்கொண்டும் தினை அறுத்தார்கள். அவர்களின் மடியும், குத்தாரியும் பெரிதாகிக்கொண்டே வந்தது.

•••

பறவைகள் கூடடைய திரும்பிக்கொண்டிருந்தன. மேற்கே போன குதிரைகளின் குளம்படிச்சத்தம் இன்னும் காதுக்குள் கேட்டுக்கொண்டே தான் இருந்தது. இன்று இரவு,துரையின் தங்கல், கோட்டையிலென்ற தகவல் பதிக்கு வந்துவிட்டது...

மெகுல்களும் வாரக்கண்ணன்களும் அலரிக் கொண்டே இருந்தது.

துப்பாக்கி... மலை அதிர வெடித்துக்கொண்டே இருந்தது.

•••

இன்னும் விடியவில்லை

ஹூய்......... சங்கேத சத்தம் இப்போது ரத்தக்காட்டிலிருந்து கேட்டது.

குதிரைகள் கிழக்கில் வந்துகொண்டிருக்கலாம்... ஆம் வந்துகொண்டிருந்தன.

எதை வெட்ட வேண்டாமென்று சொன்னானோ, அந்த மரத்தின் துண்டுகளும் எதை வேட்டையாட வேண்டாமென்று சொன்னானோ, அது குதிரைகளின் முதுகில் பிணமாகவும் தொங்கிக்கொண்டுபோனது.

துரை நெஞ்சை நிமிர்த்திக்கொண்டு முன்குதிரையில் பறந்து கொண்டிருந்தான்.

•••

கெ - பயம், கர்நாட்குழல் - துப்பாக்கி, பூக்கியன் - கொஞ்சம் பெரிய கேளையாடு, ருந்தா - இருந்தான். சுருட்டை - பாம்பு, மெகுல் - மயில் வாரக் கண்ணன் - பொரிக்குயில்

28. செல்லும் செட்டி

அவரக் காயி பிஞ்செடுத்து
போகிலாமடா செட்டி போகிலாமடா
செட்டியாரு வாயோல கண்டேலாடா
செட்டி கண்டேலாடா

சக்கர காயி பிஞ்செடுத்து
போகலாமடா செட்டி போகிலாமடா
செட்டியாரு வாயோல கண்டாலேடா
செட்டி கண்டேலாடா

லால்லாலெ லால்லாலெ
தில்லெலொ லெலெல்லொ
தில்லெ லெ லெலொ தில்லெ லெலொ

சீங்க காயி பிஞ்செடுத்து
போகலாமடா செட்டி போகிலாமடா
செட்டியாரு வாயோல கண்டாலேடா
செட்டி கண்டேலாடா

வள்ளரி காயி பிஞ்செடுத்து
போகலாமடா ராசா போகிலாமடா
கத்தரி காயி பிஞ்செடுத்து
போகலாமடா ராசா போகிலாமடா

லால்லாலெ லால்லாலெ
தில்லெலொ லெலெல்லொ
தில்லெ லெ லெலொ தில்லெ லெலொ

மெதுக்க பழோ பிஞ்செடுத்து
போகலாமடா செட்டி போகிலாமடா
செட்டியாரெ வாயாலெ தந்தேநாட
செட்டி தந்தோநாட

தில்லேலோ தில்லேல்லோ
தில்லேலோ

சீவ காயி பிஞ்செடுத்து
போகலாமடா செட்டி போகிலாமடா
செட்டியாரு வாயோல கண்டாலேடா
செட்டி கண்டேலாடா

முள்ளாங் காயி பிஞ்செடுத்து
போகிலாமடா செட்டி போகிலாமடா
பீக்கங் காயி பிஞ்செடுத்து
போகலாமடா செட்டி போகிலாமடா

செட்டியாரெ வாயாலே தந்தேலாடா
செட்டி தந்தோலாடெ

தில்லேலோ தில்லேல்லோ
தில்லேலோலோ

பெருமான், காரையூர்.

கரியாஞ்செட்டியின் தலையில் மூட்டையிருந்தது. அதில் உப்போ பருப்போ இருக்கலாம். கையில் தகர டின் தொங்கிக்கொண்டிருந்தது. அதில் இலுப்ப எண்ணெய்யோ விளக்கெரிக்கும் எண்ணெயோ இருக்கலாம். அவனது கழுதைகளின் முதுகில் காலிச் சாக்குகள் இருந்தன. அது ராகியோ, சோளமோ, தாணிக்காயோ, சீவைக்காயோ, சாதிக்காயோ சுமந்து போக வந்திருக்கலாம்.

'கார்வே'வேறு நிறுத்தாமல் கத்திக்கொண்டிருந்தது. நீண்டதூரம் வந்த களைப்பு செட்டியின் கண்களை இறுக்கியது. மலையின் அடிவாரம் வரைக்கும் போய் குப்பிலிகனுக்கு தகவல் அனுப்பிவிட்டு, கூட வந்த சின்னாஞ்செட்டி காவலுக்கு இருக்கிற தைரியத்தில், சாக்கை இழுத்து தலைக்குவைத்து அப்படியே தூங்கிப்போய்விட்டான்.

செட்டி இரண்டு கழுதையோடு வந்தால் பொருளை எடுக்கிறான் என்று அர்த்தம். ஒரு கழுதையோடு வந்தால் பொருளைக் கொடுக்கிறான் என்று அர்த்தம். இப்போது அவனிடம் நான்கு கழுதைகள் இருந்தன.

●●●

சீவே காய்த்து விட்டது. பல்லன் மூன்று நாட்களாக காத்திருந்தான்...

''செட்டியாரு வருகினான்னு தெர்காலெ, வர்லேந்தா என்ன பண்ணுகாதுன்னு தெரிகாலே உக்கே அண்டே சும்மாவெ கெடாக்கு.'

''வேங்கப்பாலு மூணு தொட்டி. அட்டிலே கெடாக்கு குப்பிலிகா சொன்னான்னு பீச்சி வெத்திருக்கே''.

''அவே கொடுத்தா வெத மொளச்சு காயி உட்டு கெடாக்கு. வந்தா சொப்பூ தெல வாங்கிக்கலனா ஆளே காங்காலே'' மொளாகா மூப்பன் ஏமாற்றத்திலிருந்தான்.

இப்படி வாங்கவும், கொடுக்கவும், பதிகளில் செட்டி மிக முக்கியமான ஆளாக இருந்தான்.

போனமுறை செட்டி கொஞ்சம் விதைகளோடு வந்திருந்தான். அதை பதியர்களுக்குக் கொடுத்து விளைச்சலை எடுத்துகொள்ளும் எண்ணத்தில் மொளகாயனை அணுகியிருந்தான். மொளகாயனை விட்டால் விவசாயத்தைப் பார்த்துக்கொள்ள வேறு ஆட்கள் பதியில் கிடையாது. அதில் திறமையும் அக்கறையும் அவனுக்குமட்டும் தான் இருந்தது.

''ஹஹஹா என்னாது செட்டி இது மசால் புழுக்கே கணக்கா''

''ஓ... இது அவரே, மொளகாயா''

''இது பழுக்குமா பூக்குமாந்து சொல்லுகாலெ''

முண்டியடித்த குப்பிலிகனை கையமர்த்திவிட்டு ''இது இந்த சீமையில் கெடையாது. பூத்து காய்ப்பினா, நீவீரு திம்பினா'' என்று சொல்லிவிட்டு நகர்ந்தான்.

''இதுகுந்து ஈடா ஒந்தும் கேக்காம போறானே செட்டி'' மொளகாயன் குழப்பத்திலிருந்தான். ஆனாலும் செட்டியின் வள்ளல் தன்மையை நினைத்துப் பெருமிதம் கொண்டான்.

குப்பிலிகந்தான் இந்த மாதிரி வியாபாரத்துக்கு முகவராக நின்று பதிக்குள் பணியாற்றிக்கொண்டு இருந்தான். அந்த சேவகத்துக்கு தரகாக அவ்வப்போது செட்டி ஏதாவது கொடுத்துவிட்டுப் போவான்.

●●●

கரியஞ்செட்டி கொடுத்த அவரை பூத்தது; பிஞ்சானது. ஆனால் அது பழுக்குமென்று காத்துக்கிடந்த மொளகாயனுக்கோ குழப்பமே மிஞ்சியது. அதை செட்டிதான் வந்து தீர்த்துவைக்க வேண்டியிருந்தது.

பரபரத்த மொளகாயன் குடும்பம், பறித்து பறித்து களத்தில் கொட்டிக்குவித்தது. அதன் பச்சைவாசத்தை முகர்ந்தபடி கிடைத்ததை மூட்டையாகக் கட்டி கழுதைமேல் வைத்துக்கொண்டு கிளம்பத் தயாரானான் செட்டி.

அவன் முன்னால் போய் தலையைச் சொரிந்து கூனி நின்ற மொளகாயனுக்கு கொஞ்சம் புகையிலையைக் கிள்ளிக் கொடுத்துவிட்டு நகர்ந்தான்.

''செட்டி அவாரெக்கு ஒந்தும் தர்கிலந்தா''

''அதான் விதையக் கொடுத்தனே''

''ஓ''

மொளகாயன் சமாதனமடைந்தான். ஆனால் குழப்பம் தீர்ந்துவிட வில்லை.

''செட்டி'' என்று மென்மையான குரலில் அழைத்தான். செட்டி, என்ன என்பது போல் புருவத்தை நெறித்துப்பார்த்தான்.

''ஒந்துமில்லே'' அவனின் சந்தேகத்தைப் புரிந்துகொண்ட செட்டி, தன் குரலை உயர்த்திப் பேச ஆரம்பித்தான். மொளகாயனும் கேள்விகளைக் கேட்டுக்கொண்டே இருந்தான்.

''நே தொடுதிய கொடுத்தெ''

''அதுக்குதா எண்ணெயக் குடுத்தேனே''

''நே புளியக்குடுத்தேனே''

''அதுக்குதா நான் உக்கெ கொடுத்தனே''

''நே கடுக்காய கொடுத்தே!''

''அதுக்குதான் சொப்புத்தெல கொடுத்தனே''

இப்படி வாதம் நீண்டு கொண்டே இருந்தது. கடைசியாய் மொளகாயனுக்கு புரிய வைக்கும் கடைசி அஸ்திரத்தைக் கையிலெடுத்தான். ஒரு வெத்தலையைக் கிள்ளி கையில் கொடுத்துவிட்டு பேச ஆரம்பித்தான்.

''நா அப்ப விதையக் குடுத்தேன் ஏதும் வாங்கீட்டு போனனா.. ஒன்னும் வாங்காமதான போனே''

''ஆமா ஒந்துமே வாங்காமத்தா போனே செட்டி''

''நான் குடுத்த வெத தானே''

''ஆமா நீவீரு தந்ததுதெ''

''அது இப்ப மொளச்சி காய்ச்சிருக்கு''

''ஆமா மொளாச்சி கெடாக்கு''

''அதைத்தானே நான் எடுத்துப்போறேன்; இதுக்குன்னு தனியா ஒன்னும் குடுக்க வேண்டியதில்லே''

கேட்டுக்கொண்டிருந்த மொளகாயனின் யோசிப்பை நிறுத்த.. மறுபடியும் கொஞ்சம் புகையிலையைக் கிள்ளி கையில் திணித்துவிட்டு மலையிறங்க ஆரம்பித்தான். தலையை ஆட்டியபடி அதை வாயில் போட்டு மென்று கடைவாயில் அடக்கிக்கொண்டான் மொளகாயன்.

இப்படியான செட்டியின் திருவிளையாடல், ஒரு நாள் முற்றுப் பெறும் நாளும் வரத்தான் செய்தது.

ஊக்கையன்பதி இன்னும் உறக்கம் கலையாமல் இருந்தது. ஜில்லென்ற பனி, புகைபோல படர்ந்து உறைந்திருந்தது.செம்போத்தின் சத்தமும் குருவிகளின் கீச்சும் ரம்மியப்படுத்தியது. பாறுக்கழுகு மொட்டை மரத்தில் கிர் கொட்டி உட்கார்ந்திருந்தது. செட்டி சின்னானை தேடிக்கொண்டு அவன் கூரைக்குப் போனான்.

கூரைக்காரி வாளைப் புல்லை சுமந்துகொண்டு வடக்கிருந்து வந்துகொண்டிருந்தாள். சுமையின் கனத்தை குதிகாலுக்கு வாங்கி பாதத்தில் இறக்கி, உடம்பை இளக்கி, ஓட்டமும் நடையுமாக வந்துகொண்டிருந்தாள். சின்னான், கட்டியிருந்த துணியை அவிழ்த்து தோளுக்கு போர்த்திக்கொண்டு கண்களை கசக்கியவாறு எழுந்து வந்து செட்டியாரின் முகத்தில் 'முழித்தான்'. அவன் முகத்தைப்பார்ப்பதை தவிர்த்த செட்டி ஒரு கவுலி சொப்பை எடுத்து கைகளில் திணித்துவிட்டு சின்னான் சேகரித்து வைத்திருந்த பூச்சே, கடுக்காயி, தேனு, சீகேகாயி, அரப்பு, எல்லாவற்றையும் மூட்டைகட்டி கழுதையில் ஏற்றிக்கொண்டு அடுத்த வியாபாரத்துக்கு தயாரானான்.

''என்னா செட்டி காலங்காத்தாலெ'', கருந்தலக்கரட்டி அவனாகவே வந்து விசாரித்தான்.

''செட்டி தூங்குனா சட்டி தூங்குன மாதிரி'' தனக்குத்தானே சிரித்துக்கொண்டு மூட்டையில் இருந்த துவரையை எடுத்தான். அதை வாங்கிக்கொண்டு ஒரு கும்பிடு போட்டான் குப்பிலிகன். '' இனி மாசி மாசந்தா வருவே, வெளஞ்ச துவரைய மண்ணுகட்டி பூசி புழு அண்டாம இந்த சாக்கில கட்டி வெய்'' கட்டளைத்துவிட்டு மலை யிலிருந்து இறங்கிப் போய்விட்டான்... அவன் போனதிலிருந்து ஏதோ யோசனையில் ஆழ்ந்திருந்த குப்பிலிகன், கையில் கொஞ்சம் குங்கிலியத்தை எடுத்துக்கொண்டு தலை தெறிக்க கீழே இறங்கி ஓடினான்.

'மசால்குத்துன தக்கை' தாண்டுவதற்குள் அவனை பிடித்துவிட்ட குப்பிலிகன், மேல் மூச்சு வாங்க பேச ஆரம்பித்தான்.

''நீ கொடுக்கெ நா வெதக்கெ, அத சாணியில போட்டு சொரகம்புதர வெட்டி, மண்ண கெளறி, கொத்தி வெத போட்டு, ஆடு மாடு கடிக்காம காவலு இருந்து, வர்ர பந்திய தொராத்தி.. பாக்கேமில்ல அதுக்குந்து ஏதாச்சும் கொடுத்தாதே தொவர கெடைக்கு '' கீழ்மூச்சு வாங்கிக்கொண்டு நின்றான்.

''என்ன குப்பிலிகா திடீருந்து'' 'செட்டிக்கு பேரதிர்ச்சிதான்; ஆனால் காட்டிக்கொள்ளவில்லை. உள்ளுக்குள் தவித்தான். அடிவயிற்றிலிருந்து ஒரு பகீர் கிளம்பி நெஞ்சுக்கு வந்து நின்றது அவனுக்கு.

''இந்தா, வெதேக்கு ஈடான தூபப்பிசினு'' கையில் திணித்துவிட்டு எந்த சலனமுமில்லாமல் மேலே ஏறிப்போய்க்கொண்டிருந்தான் குப்பிலிகன்.

ஒத்தைப் பாறையில் உறும்புப் புட்டை கொட்டிக் கொண்டிருந்தான் மொளகாயன்.

கூமுளா மரத்தில் உட்கார்ந்திருந்த ஆந்தை, கண்ணை உருட்டி உருட்டி செட்டியையும் குப்பிலிகனையும் பார்த்துகொண்டிருந்தது.

●●●

செட்டி அதற்குப் பின் அந்தப் பகுதிக்கு வருவதை நிறுத்தி விட்டான்.

●●●

உக்கெ-உப்பு, தூபப்பிசினு - தூம மரத்திலிருந்து வழியும் பிசின். சாம்பிராணி

உறும்புப் புட்டு- தூரத்தில் நடப்பது நன்றாகத் தெரியவும் கண்பார்வை கூராகவும் செவ்வெறும்பை கொட்டி பசையாக்கி சாப்பிடும் ஆதிவாசி மருத்துவமுறை கூமப்பாரு, மிக்க - ஆந்தை

29. வெண்ணெட்டை 1

லாரியேமு ஓட்டிபாத்தெ மானெ
லாரி சக்கரம் தள்ளாமாட்டே தேனெ
வண்டிய ஓட்டுப்பாத்தெ மானே
வண்டிக்கார தள்ளமாட்டேனெ தேனெ
காருக ஓட்டிப்பாத்தெ மானெ
காரு சக்கர தள்ளமாட்டேனெ மானெ
பைக்குக ஓட்டிப்பாத்தெ மானெ
பைக்கு சக்கர தள்ளமாட்டேனெ தேனெ
பஸ்ஸூக ஓட்டிப்பாத்தெ மானெ
பச்ஸு சக்கர தள்ளமாட்டேனெ தேனெ
லாரிக ஓட்டிப்பாத்தெ மானெ
லாரி சக்கர தள்ளமாட்டெனெ தேனே
மூனு சக்கர ஓட்டிப்பாத்தெ மானே
மூணு சக்கர தள்ளமாட்டேனே தேனே

நஞ்சன், கோட்டைத்துறை

அந்துவன் தோட்டம் பரபரப்பாக இருந்தது...

''ஓ, சுப்பன் வந்திருப்பின'' தனக்குத் தானே சொல்லிய முன்னான் முலாம்பழத்தையும் தேனையும் திண்ணையில் வைத்துவிட்டுப் போனான்.

சுப்பன், அந்துவனின் மருமகன். நகரத்துக்கு பக்கத்தில் குப்பகோனாம்புதூர்தான் அவனது ஊர். அங்கே அவனுக்குத் தோட்டமும் தொரவும், சின்னதாய் ஒரு பஞ்சு குடோனும் இருந்தது. சுப்பனுக்கு எப்போதெல்லாம் ஓய்வு தேவைப்படுகிறதோ அப்போதெல்லாம் மேலே வந்து, மாமனார் தோட்டத்தில் தங்கிவிடுவான், இரண்டு மூன்று நாள் கழித்துத்தான் திரும்பிப்போவான். இரவுகளில் துப்பாக்கி அதிரும்; மான்கள் வேகும்; பன்றிகள் அலறும். ஒருமுறை காட்டி குட்டியைக்கூட அடித்து நாய்களுக்கு விருந்தாக்கினான். இப்படி அவன் இருக்கும்வரை தோட்டம் பரபரப்பாகவே இருக்கும்.

அப்போதெல்லாம் முன்னான்தான் கால்களிலும் கைகளிலும் சக்கரத்தைக் கட்டிக்கொண்டு அலைவான். திடீரென்று காணாமலும் போய்விடுவான். ஓரிரு நாள் கழித்து திரும்பிவந்து நிற்பான்.

முன்னானை சுப்பனுக்கு பிடிக்க நிறைய காரணங்களிருந்தது. நீர் சுமந்து தொட்டியில் ஊற்றி, வயலில் மடைபார்த்து... மாடுகண்ணுகளை, ஓடி ஓடி மேய்த்து, விறகு வெட்டிக் காயவைத்து... மிச்சமானதை கொடுத்தால் தின்றுவிட்டு, இப்படி கொடுக்காத வேலையையும் செய்துவந்தான்.. குறிப்பாக மாமனார் வீட்டில் அடுப்படிவரைக்கும் எந்தத் தடையும் இல்லாமல் போய் வந்துகொண்டிருந்தான். கீழே இப்படி ஒரு வேலையாள் கிடைப்பது நடக்காத காரியம்.

முன்னானை எப்படியாவது கீழே கொண்டு போய்விட்டால் நல்லது என்று நினைத்து அதற்காக மாமனாரிடம் பேசவும் ஆரம்பித்தான்.

''மாமா, முன்னான கீழ கூட்டீட்டு போறேன்; அங்க தோட்டத்துல அம்மினி தனியா இருப்பா, பொம்பளயாள், கன்னிதா இருக்குறா.. ஒரு ஆம்பிள ஆள் இருந்தா, நா நிம்மதியா தொழில பாக்கமுடியும்''

''கூட்டீட்டு போங்க மாப்பிள, நான் வேற ஒரு ஆள பாத்துக்கறேன்''

அவனை என்னவேண்டுமானாலும் செய்வதற்கான எல்லா உரிமைகளும் அந்துவனுக்கு இருந்தது. அதனால் அந்துவன், மருமகனின் சொல்லை தட்டவில்லை.

இங்கிருந்தால் கூட அடிக்கடி பதிக்கு ஓடிப்போவதற்கான வாய்ப்பிருக்கிறது. ஆனால் கீழே போய்விட்டால் அவ்வளவுதான்; நினைத்த நேரத்தில் கூரைக்கெல்லாம் வந்துவிடமுடியாது. அங்கேயே கிடந்து சாவதைத் தவிர வேறு வழியில்லை. அவனது விருப்பமின்மையை வெவ்வேறுவழிகளில் உணர்த்திப் பார்த்துவிட்டான். ஆனால், அந்துவன் எடுத்துக்காட்டிய பத்திரத்தாள் முன்னானை அமரருள் உய்யவைத்தது.

●●●

தென்னைமரங்கள் சூழ்ந்த சுப்பனின் தோட்டத்தில் வயல்கள் பச்சையாய் பரந்து நீண்டிருந்ததுன. காட்டுக்குள் இறங்கி காளைகளோடு மல்லுக்கட்டி உழவேண்டிய அவசியமிருக்கவில்லை. எங்கிருந்தோ டிராக்டர் அடிக்கடி வந்துபோனது. பால்காரர் வரும்போது மாட்டை பிடித்துக்கட்டி தயார் செய்துவைத்தால் போதுமானதாக இருந்தது.

மற்றதை பால்காரனே பார்த்துகொண்டான். அவ்வப்போது பஞ்சுமில் முதலாளிகளின் கார்கள் முறைந்தன. வாரத்துக்கொருமுறை கறி விருந்துகள் நடந்தன... அந்த நாட்களில்மட்டும் கொஞ்சம் வேலை அதிகமாக இருந்தது, மற்றபடிமேலே கிடைத்தை விடவும் விதவிதமான சூடான உணவுவகைகள் கிடைத்தன. எல்லாம் புதிதாக இருந்தன அவனுக்கு. மாட்டுச்சாளையிலிருந்த சாணத்தை வழித்துப் போய் குப்பைமேட்டில் கொட்டிக்கொண்டிருந்தாள் கன்னியம்மாள். தோட்டத்தில் தென்னை மரங்களுக்கு சிரையெடுத்து அதை பராமரித்து வந்த கன்னியின் கணவன் வீரன், முன்னான் இங்கே வருவதற்கு சில மாதங்களுக்கு முன்னால்தான், இதே கிணற்றில் 'தவறி' விழுந்து இறந்துபோயிருந்தான்.

கவலைகள் அவளுக்கும் நிறைய இருந்தன. கல்யாணம் செய்துகொண்ட இரண்டே வருடங்களில் இப்படி நிற்பது மனதுக்கு என்னவோ போலிருந்தது. நாளாக நாளாக ஒருவருக்கொருவர் ஒத்தாசையானார்கள். இயல்பாகவே கன்னியம்மாளுக்கு இவன் மேலும், இவனுக்கு கன்னியம்மாள் மேலும் கொஞ்சமல்ல நிறையவே கரிசனம் வந்திருந்தது.

அவனின் மாங்கு வேலைகளைப் பார்த்த சுப்பன் குடும்பம் மகிழ்ச்சியில் திளைத்தது. ''காரோட்டவும் லாரியோட்டவும் பழக்கி அப்பனுக்கு நல்ல துணையாக மேலே கூட்டீட்டுபோய் உட்டறனும்'' எனக் காதுபடப் பேசினார்கள். அவ்வப்போது அதற்கான பாவ்லாவும் காட்டினார்கள்.

ஊர் நினைப்பு வந்து சோர்ந்து கிடந்தவனுக்கு ஆசைகாட்ட பேசப்பட்ட பேச்சுதானென்றாலும் அது கொஞ்சம் நிம்மதியை தந்தது. ஆனால், அவனுக்கு கன்னியும் இப்போது முக்கியமானவளாகி இருந்தாள்.

•••

ஒரு நாள் விடிந்தும் விடியாத அதிகாலையில் பன்றிகளின் சத்தம் கேட்ட அந்துவன் உருமாலையை எடுத்து தலையில் கட்டிக்கொண்டு காட்டை சுற்றிப்பார்க்கக்கிளம்பினான்.

''முன்னா...''

ஆனால் முன்னான்தான் கீழே போய் நாளாச்சே, அழைப்புதோசம்.

கண்களை கசக்கிக்கொண்டு வேட்டியை உருவி தோளுக்கு போட்டுக்கொண்டு நிற்பது அவன் கிளம்புவதற்குத்தான் என்று

புரிந்துகொண்ட கிழட்டுநாய், அந்துவனுக்கு முன்னால் நடந்தது. தன்னந்தனியாக அதுவும் அகாலவேளையில் காடு சுத்திப்பார்க்க போவது கொஞ்சம் கருக்கென்றுதான் இருந்தது. முன்னானாக இருந்திருந்தால் இருந்த இடத்திலிருந்தே காலடிச்சத்தத்தையும், சருகுகள் சரசரக்கும் சத்தத்தையும் வைத்தே 'இன்னதுதான் வந்திருக்கிறது; இன்ன மூலையில்லதே நிக்கூ அத்தா போயிரும் உடு சாமி' என்று அத்துபடி ஆலோசனைகளை வழங்கியிருப்பான். முன்னான் சொன்னது எதுவும் தப்பியதில்லை. முன்னானுக்கும் விலங்குகளுக்கும் ஏதோ புரிந்துணர்வு இருப்பதாக ஒரு திடமான சந்தேகம் அவனுக்கு எப்போதும் உண்டு. அவன் இல்லாததன் அருமையை இப்போதுதான் உணர்ந்தவாறு நடந்தான்.

கம்மங்காட்டை தாண்டி, பொலியில் ஏறி, மக்காச்சோளக்காட்டை எட்டிவிட்டான்.

அவ்வப்போது காற்று சரசரக்கும் சத்தம் கேட்டது. வேறெதுவும் இருக்கக் காணோம். ஆனால் நாய் மேற்கு திசையைப் பார்த்து குரைத்துகொண்டே இருந்தது. அந்துவன் பயிர்களை விலக்கி எச்சரிக்கையாய் எட்டிப்பார்த்தான்.

அவ்வளவுதான்... சடாரரெனப் பாய்ந்த காட்டியொன்று அவனது கால்சந்துக்குள் கொம்பை விட்டு தலையை அப்படியும் இப்படியுமாக ஆட்டி அலேக்காக தூக்கியெறிந்தது. தூரமாய் போய் பொத்தென்று விழுந்தான் அந்துவன். நாய் குரைத்துக்கொண்டே இருந்தது.... காட்டெருமை முறைத்துக்கொண்டே நின்றது. தொடர்ந்து குரைப்புச் சத்தம்கேட்ட பக்கத்து தோட்டத்துக்காரன் ஆட்களை கூட்டிவந்து காட்டியை விரட்டிவிட்டு காட்டுக்குள் தேடிப்பார்த்தான். அங்கே பயிர்களுக்கு நடுவில் ரத்தம் வழிய இடுப்பு பிளந்து அந்துவன் மூச்சடங்கிக் கிடந்தான்.

●●●

அந்துவனின் கருமாதி, பதினாறாவது நாள் காரியங்கள் முடிந்து எல்லோரும் சகஜ நிலைக்குத் திரும்பியிருந்தனர்.

மேலே தோட்டத்தைப் பார்க்க அவரது சாதியிலேயே வசதி குறைந்த கந்தப்பனைப் பிடித்து தஞ்சமெனப்பேசினார்கள் . குடும்பம் குட்டி சகிதமாக வந்திருந்த அவனுக்கு என்னவெல்லாம் செய்ய வேண்டும் என்பதை விலாவாரியாக மருமகன் சொல்லிக் கொண்டிருந்தான். கூடவே வந்திருந்த கந்தப்பனின் தம்பி ஆறுகுட்டி இனி முன்னானுக்கு துணயாய் இங்கே இருக்கட்டுமென்று கேட்டுக் கொண்டார்கள்.

"அந்த முன்னானை கூப்பிடு" என்று மனைவிக்குக் கட்டளை யிட்டுவிட்டு தொடர்ந்து பேசிக்கொண்டிருந்தான். மனைவி காப்பியைக் கொடுத்துவிட்டு " கன்னி... கன்னி, ஏய்... கன்னி" என்று கத்திக் கத்தி தோட்டம் முழுவதும் சுற்றி வந்துவிட்டாள்.

முன்னானும் கன்னியும் வேலியைத் தாண்டி பின்புற வழியாக காட்டுக்குள் போய் மறைந்து வெகு நேரமாகியிருந்தது.

●●●

காட்டி - காட்டெருமை.

30. வெண்ணெட்டை 2

அந்து இல்லாதா பவுடர் இந்தேது மாமா
சொல்லாதும்பெ நில்லாதும்பெ
அந்தில்லாத இந்தேது மாமா
சொல்லாதும்பெ நில்லாதும்பெ
அந்து இல்லாதா சீப்பு இந்தேது மாமா
சொல்லாதும்பெ நில்லாதும்பெ
அந்து இல்லாதா சோப்பு இந்தேது மாமா
சொல்லாதும்பெ நில்லாதும்பெ
அந்து இல்லாதா கண்ணாடி இந்தேது மாமா
சொல்லாதும்பெ நில்லாதும்பெ
அந்து இல்லாதா பொட்டு இந்தேது மாமா
சொல்லாதும்பெ நில்லாதும்பெ
அந்து இல்லாதா கம்மல் இந்தேது மாமா
சொல்லாதும்பெ நில்லாதும்பெ
அந்து இல்லாதா வெளெ இந்தேது மாமா
சொல்லாதும்பெ நில்லாதும்பெ
அந்து இல்லாதா பாசி இந்தேது மாமா
சொல்லாதும்பெ நில்லாதும்பெ
அந்து இல்லாதா தெண்டெ இந்தேது மாமா
சொல்லாதும்பெ நில்லாதும்பெ
அந்து இல்லாதா மூகுத்தி இந்தேது மாமா
சொல்லாதும்பெ நில்லாதும்பெ

ரேசன், வீட்டிகுண்டி.

கன்னி கூட வேலை செய்கிறாளென்றும், அவள், அங்கு தனக்கு ஒத்தாசையாக இருக்கிறாளென்றும் ஏற்கனவே முன்னான் சொல்லி வைத்திருந்தான். அது அவனுக்கு இப்போது கைகொடுத்தது. ஒன்றையும் மறைக்காமல் அம்மாகாரியிடம் சொன்னான் 'எப்பவானாலும் கடம்பிதெ முன்னனின் கூரேக்காரி' என்று மனசில் இருந்த நினைப்பை ஒதுக்கிவைத்துவிட்டு, கன்னிக்கு ராகி புட்டையும் சீங்கே டாகையும் மரத்தட்டில் போட்டு வைத்துவிட்டு பட்டிக்கு போனாள்.

''ஆரு இவெ கூரேக்காரிந்து நேம்பாக்கே'' என்று வந்த கடம்பி, கன்னியுடன் சிக்கென ஒட்டிக்கொண்டாள்.

வெளியே தன் தங்கையிடம், கீழே அவன் பார்த்த கார் குறித்த புதிய விசயங்களைக் கொஞ்சம் கூடுதல் கற்பனையுடன் சொல்லிக் கொண்டிருக்கும்போதே பொத்தன் வந்துவிட்டான்.

''இவனுக்கு ஈங்கு கெடைக்காத பொண்டா? ஏங்கே போய் புடித்திருக்காம்பாரு'' கோபத்தில் கூரையைவிட்டு திரும்பி நடந்தான்.

''அம்மெ வெசா றாங்காமயா போகு'' முன்னான் காத்திருந்தான்.

கணநேரம் கழித்து திரும்பி வந்த பொத்தன் கையில், கோலன் ராட்டு இருந்தது. கன்னியைக் கூப்பிட்டு அதைக்கொடுத்துவிட்டு மடுவுக்கு போனான்.

●●●

கன்னிக்கு இங்கிருக்கும் அமைதி பிடித்துப்போனால்கூட அங்கிருக்கும் எதுவும் இங்கே எளிதாகக் கிடைத்துவிடவில்லை.

''நீ கீழே இருந்தவா, நினக்கு வேண்டி ஆங்கு கெடாத்ததெல்லா ஈங்கு கெடக்காது ஆ''...

ஆனால் அவளுக்கு அங்கு கிடைக்காத இனம்புரியாத ஏதோ ஒன்று மட்டுமல்ல, மூன்று நான்கு அய்ந்து என ஏதோ கிடைத் திருப்பதை, அது அவளைக் கட்டிப்போட்டிருப்பதை, இன்றிரவோ அல்லது நாளை காட்டுக்கு போகும் போதோ கன்னி சொல்லக்கூடும்.

●●●

31. மூப்பன் சாய்க்கரி

காலெ காலெகும்ப
காலெ காலெ கும்ப
காலெ காலெ கும்ப
காலெ காலெ கும்ப

மூப்பனுக்கு ஒரு மூணுகும்ப
மூப்பனுக்கு மூனுகும்பா

காலெகாலெகும்ப
(ஆண்) காலெகாலெகும்ப
காலெ காலகும்ப
(குழு) காலெகாலெகும்ப

வண்டாரிக்கு ஒரு நாலுகும்ப
வண்டாரிக்கு நாலுகும்ப

காலெ காலெ கும்ப
காலெகாலெகும்ப

வண்டார்சிக்கு ஒரு அஞ்சுகும்ப
வண்டாரிசிக்கு அஞ்சுகும்ப

காலெ காலெ கும்ப
காலெகாலெகும்ப

சந்துக்கு வெத்தேங்கா
காலெ காலே கும்ப

காலெ காலெகும்ப
காலெ காலே கும்ப
காலெ காலெகும்ப

தோளுக்கு வெத்தேங்க
தோளுக்கு வெத்தேங்க
காலெ காலகும்ப
காலெ காலகும்ப

தெலக்குமேலே வெத்தேங்க

காலெ காலகும்ப
காலெ காலகும்ப

தெலக்கு மேலெ வெத்தேங்க

காலெ காலகும்ப
காலெ காலகும்ப

காலெ காலகும்ப
காலெ காலகும்ப

பாப்பையன், பூதிவெளி

கரடிப்பாறையை வெயில் கும்மிக்கொண்டிருந்தது. கோடனும் சடையனும் திண்ணையில் உட்கார்ந்திருந்தார்கள். அவர்களுக்கு அருகில் இலையாலான கூடு ஒன்று கிடந்தது. ஊஞ்சி நிறைய ராகிபுட்டு இருந்தது.

இருவரும் திண்ணையில் இருப்பதையும் அவர்கள் கையில் ஏதோ வைத்திருப்பதையும் பார்த்த செவலைநாய், அருகில் வந்து நின்று வாலை ஆட்டியது. அதற்காகவே காத்திருந்த சடையன், ராகிப்புட்டை உருண்டை பிடித்து, கூட்டுக்குள்ளிருந்த, கூகன் குன்னி ஒன்றை எடுத்து அந்த உருண்டைக்குள் திணித்து வீசினான். வக்கென்று பிடித்து விழுங்கிய அது அடுத்த உருண்டைக்காக குழைந்தது. மறுபடியும் கூட்டைப் பிரித்து ஒவ்வொரு குன்னியாய் எடுத்து புட்டுக்குள் வைத்து வீசிக்கொண்டே இருந்தான்.

அடுத்தடுத்த உருண்டைகளை விழுங்கிய அதன் பேராசை முடிந்த பாடில்லை... அதுதான் அவனுக்கும் வேண்டியதாக இருந்தது.

ஓரக்கண்ணால் நோட்டமிட்டபடி மெதுவாக எழுந்த சடையனின் போக்கு அதை சந்தேகப்படுத்தியிருக்கவேண்டும். நைசாக திரும்பி திரும்பிப் பார்த்துகொண்டே நடக்க ஆரம்பித்தது. விடுவேனா என்று சடையன் வேகமாக அடியெடுத்துவைத்தான், அதுவும் வேகமெடுத்தது.

''சொச்ச் சொச்ச்.....சொச் சொச் சொச்...த்தேய்''

தன் தந்திரம் பலிக்காததை உணர்ந்து தாஜா செய்ய ஆரம்பித்தான்.

சடையனை புரிந்துகொண்ட செவலை, பதியை வட்டமடித்து வட்டமடித்து போக்குக்காட்டியது.

குறுக்கு சந்தில் அது கோடனை எதிர்பார்க்கவில்லை. தடுமாறி நின்ற சமயத்தில் பாய்ந்துபோய் அதை தாவிப் பிடித்தேவிட்டான்.

கோடன். ஆனமட்டும் திமிறிப்பார்த்தது; துள்ளிப்பார்த்தது; ஆனால் அவனது பிடியில் இருந்து அதனால் தப்பமுடியவில்லை. அப்படியே அலேக்காக தூக்கி மார்போடு அணைத்துகொண்டு கூரைக்கு வந்தான்.

சடையன், தயாராக வைத்திருந்த குண்டுமசார் செடியின் இலையை கசக்கி அதன் மூக்கில் சொட்டுசொட்டாய் பிழிந்துவிட்டான். அது குரைத்துக் குரைத்து, உடலை அவனிடமிருந்து பிடுங்க முயற்சி செய்தது. கடைசியில் ஈனஸ்வரத்தில் சன்னமாக அழுது அடங்கியது.

வேலையைமுடித்த கோடன் தன் பிடியை தளர்த்தினான். உடலை சிலிர்த்து, மலங்க மலங்க அவனையே பார்த்தபடி தும்மத்தொடங்கியது... தும்மிக்கொண்டே இருந்தது.

"மூக்கு ஒடஞ்சிருச்சுலா இனி மத்த நாயாப்போல செவலையனும் மோப்பம் கண்டு நல்லா வேட்டைய புடிப்பினா"

சொல்லிச் சிரித்தான் சடையன்.

•••

உருண்டு திரண்டிருந்த இருட்டு மலையை விழுங்கிவிட்டு நீண்டு கிடந்தது. நட்சத்திரங்கள்கூட காணவில்லை. சடையனும் கோடனும், குருமொடத்தை கும்பிட்டுவிட்டு சம்பர்கோட்டுக்கு வேட்டைக்குக் கிளம்பினார்கள். கொன்னானும், கோயனும் சுள்ளானும் இன்னும் இருவரும் போத்துப்பாடியில் அவர்களோடு சேர்ந்து கொண்டார்கள்.

மற்ற சோலைகளை ஒப்பிடும்போது சம்பர்கோடு கொஞ்சம் தூரம்தான். அது கொல்லங்கோடு ராஜாவின் கட்டுப்பாட்டில் இருந்தது. அங்கே போனால் வெறும் கையோடு திரும்பவேண்டியதில்லை. வெயில் காலத்தில்கூட உளி கொட்டிக்கொண்டே இருக்கும். அத்திப்பழங்களும் முளாவும் சக்கபழங்களும் வெடித்துக்கிடக்கும். மாவும், கூர்வனும் ஆடுகள்மாதிரி திரிந்துகொண்டிருக்கும்.

நாய்கள் முன்னால் நடந்து கொண்டிருந்தன.

சம்பர்கோட்டுக்கு பக்கத்திலிருந்த கங்காலு நெடி, ஆபத்துக்கு பேர் போனது. அங்கே பெருநரியையும் சிறுத்தைகளையும் எளிதாகக் காணமுடியும். ஆனால் அவை ஒருபோதும் இவர்களை மருந்துக்குக்கூட தீண்டியதில்லை. கரடிகள் அப்படியில்லை, அது ஏன் என்னவென்று பார்க்காமல் தன்வழியில் தட்டுப்படும் ஆட்களை அடித்து கிழித்துப்போட்டுவிடும். இந்த மலையைத் தாண்டும்வரை எல்லோரும் எப்போதும் எச்சரிக்கையாகவே இருப்பார்கள்.

அவர்கள் பந்தி மலையைத் தாண்டி சம்பர்கோட்டை எட்டியிருந் தார்கள். பொரிசை மரத்தை ஒட்டி தனித்துக்கிடந்த மொக்கையில் ஏறி உட்கார்ந்து சுருட்டை பற்றவைத்து திட்டம் வகுத்தார்கள்... வகுத்துக் கொண்டே இருந்தார்கள். கடைசியில் சடையனின் கூட்டம் குளவிக்கல் நெடிக்கும் கோடன்கூட்டம் நூரே கொரைக்கும் பிரிந்துபோவதென்று முடித்துக்கொண்டு கிளம்பினார்கள்

●●●

குளவிக்கல் நெடி.

பெருநரியொன்று நேற்று அடித்துப்போட்டிருந்த கன்றின் வயிற்றில் தலையை விட்டு உள்ளிருந்த கறியை இழுத்துத் தின்று கொண்டிருந்தது. யானையின் சாணிவாசமும் அது முறித்துப் போட்டிருந்த கிளைகளும் கால்களில் இடறியது. சடையன் சட்டென நின்று மற்றவர்களுக்கு சைகை காட்டினான். கூட்டாளிகள் நின்றுவிட்டார்கள். மூக்கை உறுஞ்சினான்... சாணத்தின் வாசமும் அதன் சூறையும் காற்றில் மிதந்தது.

'' ராஜா ஈங்குதான் ஏங்கியோ கடாக்கான்''

அவன் சொல்லி முடிக்கவும் அருகில் மிக அருகில், எழுந்த பிளிறலில் காடதிர்ந்து ஓய்ந்தது. அது மானுகுட்டையில்தான் இருக்கிறது என்பதை அறிய அவர்களுக்கு அதிக நேரம் பிடிக்கவில்லை.

பாதையை மாற்றி வேறு வியூகம் வகுத்து, மீண்டும் காட்டுக்குள் போனார்கள்.

இருட்டுகூட வெளிச்சம்போல்தான் தெரிந்தது... எந்தவித இடறலுமில்லாத அவர்களின் நடை அப்படித்தானிருந்தது. காலடிச் சத்தம்கேட்ட பூச்சிகள் கத்தலை நிறுத்தியது. காடு நீண்ட அமைதி யிலிருந்தது... வேறு சத்தம் இல்லை... அவ்வப்போது புதர்களுக்கிடையே குருவிகள் பறந்து... வனத்தை இன்னும் அழகாக்கியது.

அவர்கள் நடையில் உற்சாகம் கூடியிருந்தது.

கிழக்கிலிருந்த ஆயமரக்காட்டிலிருந்து திடீரென்று வந்த அந்த 'திப்பிரு'சத்தம் அமைதியை சுக்குநூறாக்கியது.

மானா, பந்தியா, காட்டியா என்று அவர்களால் அடையாளம் காணமுடியவில்லை. மேலிருந்து கீழே வந்து பள்ளம் தாண்டி விழுந்து எழுந்து மேடேறி ஒரு தினுசாக கத்தியபடி புதர் குலுங்க ஏதோ ஒன்று ஓடிக்கொண்டிருந்தது. என்னவென்று புரியாமல் அதிர்ந்து நின்றார்கள்.

''மாவுதே... ஆரோ அடித்திருக்கின'' சடையன் கிசுகிசுத்தான்.

''அடித்திருந்தா... இச்சா ஓடூங்கெ''

''நம்த்தாளுக குறி வெத்தா மானோ பந்தியோ இச்சா தப்பிக்காக் கில்லேலா''

''பிந்துக்கு '' குழம்பிப்போனார்கள்.

ஆனால் அதன் கத்தல் சத்தம் அடிபட்ட தொனியில்தான் இருந்தது.

பேச்சடக்கி ஒதுங்கி நின்று காத்திருந்தார்கள். புலியோ சிறுத்தையோ துரத்தக்காணோம்.

''அம்போ ஈட்டியோ பட்டிருக்குலாமெ''

''அச்சாந்தா நம்தாளுக சத்தோ குடுத்திருப்பின... ஒந்தும் வரலியே''

''வெளியாளுக வேலையா கெடாக்கூலா வலா பாப்போ''

அது ஓடிய பாதையில் தேடிக்கொண்டு போனார்கள் ஆனால் அந்தப் பாதை முடிவதுமாதிரி தெரியவில்லை.. சலித்து நின்றார்கள்.

''க்க்க்க்க்..ர் க்க்க்க்க்..ர் க்க்க்க்க்..ர் '' சத்தம் தெளிவாகக்கேட்டது.

கடமனின் முனகல்தான்... அது அடிபட்டால் இப்படித்தான் கரட்டும். பரபரப்பாய் தேடினார்கள்... சத்தம் நிற்பதும் வருவதுமாக இருந்தது, ஒன்றும் பிடிபடவில்லை. செவலையந்தான் முதலில் கண்டு குலைய ஆரம்பித்தான். எல்லோரும் செவலையனைப் பார்த்தார்கள். அந்த க்க்க்ர் சத்தம், ஏறவே முடியாத குண்டிகுழியிலிருந்து வந்துகொண்டிருந்தது. கடமான் அதற்குள்தான் கிடக்கவேண்டும். எட்டிப் பார்த்தார்கள். ஒன்றும் தெரியவில்லை. புதர் மண்டியிருந்தது. லேசான இருட்டுவேறு... கொஞ்சம் விடியட்டுமென்று ஆளுக்கொரு சுருட்டைக் கசக்கி காத்திருந்தார்கள்.

●●●

ஹோ ஹோய்....
ஹோ... ஹோய்....
ஹோ.... ஹோய்....பக்கோய்

அதற்குள் நூரே கொரையிலிருந்த கோடனின் சங்கேத ஒலி கேட்டுவிட்டது. அநேகமாய் அவன் புள்ளியானையோ பந்தியையோ அடித்திருக்கலாம். அது அதற்கான சமிக்ஞைதான். அவனோடிருந்தவர் களும் ஓடினார்கள்.

செடிகளைத் தாண்டியும் குழிகளில் பறந்தும் நூரேகொரையை அடைந்தார்கள்.

அங்கே... மண்ணில் தலையை குத்தியபடி புள்ளியான் கிடந்தது. உயிர் இருந்தமாதிரி தெரியவில்லை, நாய்கள் ஆர்வத்தோடு அதனை சுற்றிச் சுற்றிவந்தன. அவர்கள் புள்ளியானை இழுத்து சமதளத்துக்கு கொண்டுபோனார்கள். அதன் தலைமாட்டில் முட்டிபோட்டு உட்கார்ந்த கோடன், பெசாதுகளை நினைத்து மந்திரத்தை ஓதிவிட்டு, எழுந்து நின்று கைகளை தேய்த்து சூடுபரத்தினான்.

அதுவரைக்கும் அமைதியாக நின்றிருந்த கொன்னான், கத்தியைக் கையோடு சேர்த்து அணைத்து கும்பிட்டுவிட்டு பரபரவென்று வெட்டத்தொடங்கினான்.

ஜொடையும் ஆடியும் சாய்கறியும், குருவுக்காக பள்ளிசார் விருந்துக்கு எடுத்துவைத்துகொண்டு மீதியைப் பங்குபோட ஆரம்பித்தார்கள்.

''இத்து... வண்டாரிக்கு... இத்து குறுதலைக்கு... இத்து மூப்பனுக்கு..'' எஞ்சியிருந்த பெரும்பாகத்தை ஆறுகூறாக பங்கினார்கள்.

அந்த ஆறு பங்கையும் ஒன்றாகக்கொட்டி, மூணு பங்காக்கி அவர்களிடமே கொடுத்துவிட்டு சிரித்தான் சடையன். அவர்களுக்கு ஒன்றும் புரியவில்லை; மலங்க மலங்க பார்த்தார்கள்.

''என்னாதுக்கே எல்லாமும் எம்த்து கையிலே கொடுக்கினா. இந்தா, நித்து பங்கே நீவீரே எடுத்துக்கோகு'' இலையைப் பிரித்து குழம்பிக்கொண்டே நீட்டினான் கோயன்.

சடையனும் கூட்டாளிகளும் சிரித்தபடி ஒருவர் முகத்தை ஒருவர் பார்த்துக்கொண்டனர்.

''அச்சா எமக்குந்து ஒந்து கெடாக்கு, அதே நேமு வெத்துக்கேமு''

''என்னாதுலா?''

''... மாவுன்னு நெனக்கேன்.....''

''அக்க... ஏங்கு கெடாக்கு'' சந்தோசத்தில் துள்ளினான் சுள்ளான். அவனிடம் கயிறுக்கு ஏற்பாடு செய்யச்சொல்லிவிட்டு மற்றவர்கள் குளவிக்கல் நெடியை நோக்கி நடந்தார்கள்.

•••

லேசாக வெளிச்சம் வர ஆரம்பித்திருந்தது. கோடனும் சடையனும் அவர்கள் கூட்டாளிகளும் இப்போது குளவிக்கல் நெடியில் இருந்தார்கள். சொப்பங்குழிக்குள் கோடன் எட்டிப் பார்த்தான். ஒன்றும் தெரியவில்லை. கீழே என்ன இருக்கிறதென்று தெரியாத அளவுக்கு செடிகள் புதராக வளர்ந்து மறைத்திருந்தது.

''நே மொதால்லே றாங்குகே'' சடையன் கிடைத்த மெட்டுகளிலும் கிளைகளிலும் காலைவைத்து இறங்கிப் போய்க்கொண்டிருந்தான். பின்னாலேயே கோயன் தொடர்ந்துகொண்டிருந்தான்.

''என்னதுலா போய்டினா'' கோடன்தான் மேட்டிலிருந்து கத்தினான்.

''ஆ இப்பதா! ''

''என்னாதுவெ?''

''கடமதெ!''

''ஓ... பெரிசா''

''ஆ... பெல்லாதா''

மகிழ்ச்சியில் கோடனின் முகம் துள்ளியது...

''தொட்டில் கட்டிதே இழுக்கோனு; கயிறு வரட்டு''

மேட்டில் சுள்ளானுக்காக காத்திருந்தான் கோடன்.

●●●

உள்ளே சடையன் கடமானை ஆராய ஆரம்பித்தான்.

இன்னும் அது உயிரோடுதான் இருந்தது. காலுக்கு மேலாக தொடையோரமாக குத்தீட்டி பட்ட, காயத்திலிருந்து ரத்தம் கசிந்து நின்றிருந்தது. இவர்களைப் பார்த்ததும் துள்ளி எழ முயற்சிசெய்தது. ஆனால் முடியாமல் அப்படியே படுத்துகொண்டு மலங்க மலங்க சடையனைப் பார்த்தது... இன்னும் கொஞ்ச நேரத்தில் மயக்க நிலைக்குப் போவதற்கான அத்தனை அறிகுறியும் அதனிடமிருந்தது. பொந்திலிருந்து குருவிகள் அலறியபடி பறந்து மேலெழும்பிப்போனது.

எதற்கோ மறுபடியும் கடமான் உதறியது . சடையன் அப்போதுதான் பார்த்தான்; பக்கத்துச் செடிக்கடியிலிருந்து குட்டியொன்று தள்ளாடிவந்தது. இளம் கன்று... அதன் உடம்பெங்கும் ரத்தமும் திரவம்போல் படலமும் படர்ந்திருந்தது. அநேகமாய் அது கீழே விழுந்த

பின்தான் ஈனியிருக்கவேண்டும் என்று சடையன் யூகித்துக் கொண்டான். அது தாயின் முகத்தோடு முகம்வைத்து, உரசி உரசிப் பார்த்துவிட்டு மடிகளைத் தேடியது.

மேலே கொண்டுபோவதற்கு வசதியாக ஊனான்கொடியைப் பிடுங்கிப் பின்னி அதன் கால்களைக் கட்டி வைத்துவிட்டு கோயனும் சடையனும் கயிறுக்காக காத்திருந்தனர்.

●●●

முடியை விரித்துப்போட்டு கோதிக்கொண்டே எதிரே வந்த மூப்பன்,

''என்னாத்துக்கலா காத்தா பறக்கெ''

''ம் .... '' சைகை மட்டும் காட்டினான் சுள்ளான்.

மூப்பன் வாய் மூடவே இல்லை.

''நே வர்கோணுமா?''

''வாண்டா கொடி தந்தா போதூ...''

''கூரையில ஜவுனக்கொடி பின்னி வெத்திருக்கே, வேணுமிந்தா எடுத்துக்கோ, ஆனா எத்து ஜவுனக்கொடிக்குந்தும் பங்கு வந்துருகோனு ஆ..''

●●●

சுள்ளான் கயிறோடும் சாக்கோடும் வந்து சேர்ந்துவிட்டான். கூடவே கோக்கடயோடும் கோக்கடையின் பையன்களும். கோடன் முறைத்துவிட்டு தொடங்கிவைத்தான். மற்றவர்கள் மேட்டிலிருந்த புன்னை மரத்தை கவலையாக்கி கொடியை குழிக்குள் இறக்கினார்கள்.

சரசரத்த கொடி இறங்கியது. அது தரையை அடைந்துவிட்டதற்கு அடையாளமாய் நின்றுவிட்டது. உள்ளே ஆகவேண்டிய வேலையை கோயனும் சடையனும் பார்க்கத் தொடங்கினார்கள்.

''ம் இழுலா'' சிறிது நேரத்தில் சத்தம் வந்துவிட்டது.

இழுக்கமுடியாமல் இழுத்தார்கள். அடிக்கடி பாரம் தாங்காமல் கயிறு உள்ளே இறங்கியது. அவர்களும் விடாமல் மேலே இழுத்தனர். ஒரு கட்டத்தில் முடியாமல் சோர்ந்துபோய் கயிற்றை புன்னைமரத்தில் கட்டிவைத்துவிட்டு ஓய்வெடுத்தார்கள். ஓய்வெடுத்து இழுத்தார்கள்.

அது இப்போது தேர்போல வந்து வெளியே விழுந்தது.

கயிற்றைப் பார்த்த கோடனும் சுள்ளானும் மகிழ்ச்சியில் துள்ளினார்கள்.

''ஆ... ஊரே திந்தாலூ தீருகாதுல சடையா'' மேலிருந்து கத்தினான் கோடன்.

''கோடா! கொந்து கிந்து போடாத, நே வர்கா வரைக்கும் சப்புந்திருக்கோனு''

''ஆ ஆ''

மறுபடியும் கயிறு உள்ளே இறங்கியது.

இந்தமுறை கொடியில் குட்டி வந்து சேர்ந்தது.

கொன்னான், எடுத்த கொடாரிபிடியைக் தோளில் போட்டுக் கொண்டான்.

கால்களின் காயத்துக்கும் குத்தீட்டிக் காயத்துக்கும் சுள்ளான் இருமுளிச்சாறைப் பிழிந்து சாக்கை கிழித்துக் கட்டினான். பக்கத்து குண்டியிலிருந்து தண்ணீரைக்கொண்டு வந்து கடமனின் வாயில் கொஞ்சம் கொஞ்சமாய் ஊற்றினான் கோடன். கோக்கடையும் அவனது மகன்களும் இலைதழைகளை முறித்துவந்து அதற்கு ஊட்டி விட்டார்கள்.

அதற்குள் கோயனும் சடையனும் மேலே வந்துவிட்டார்கள்.

இப்போது அதன் கண்களில் மரணபயம் சுத்தமாக இல்லாமல் போயிருந்தது. அது எழுந்து நிற்பதற்கு வசதியாக அடிப்பகுதியில் கொடியைப் போட்டு எல்லோரும் சேர்ந்து மேலே உந்திக் கொடுத்தார்கள். ஒரு கட்டத்தில் எழுந்துவிட்ட கடமன், குட்டியை மூக்கில் தள்ளித்தள்ளி கால்கலை உதறியபடி துள்ளத்தொடங்கியது.

'நீ போய்... நல்லா பொழத்தா போதும்'

கடமானோடான சடையனின் சம்பாசனைக்கு எல்லோரும் 'ஆஆ' போட்டுவிட்டு புள்ளியான் கறியைத் தூக்கியபடி பதிக்குத் திரும்பினார்கள்.

•••

சொக்கன்கடவு மணியரசி கோயிலின் கம்பங்கள் புதிதாக நடப்பட்டிருந்தன. அவள் ஊரைப் பார்த்தபடி அமைதியாக தனது மேடையில் அமர்ந்திருந்தாள். பொரிசமரத்தைச் சுற்றிச் சுற்றி

ஆடிக்கொண்டிருந்தவர்களின் கும்மாளம் நின்றபாடில்லை. ரங்கனின் கொகல் இழுத்துக்கொண்டே போனது. மூப்பன் அங்கே நின்று ஆட்டத்தையும் இவர்களையும் மாறி மாறிப் பார்த்துக்கொண்டிருந்தான்.

" காலே காலகும்பா "

" சந்துக்கு வெத்தேங்கா "

" இல்லே லா வண்டார்சிக்கு மூனுகும்பா ".

கோடன் கூட்டத்துக்குள் நுழைந்து சிரித்துக்கொண்டே பாட்டை பேசிக்கொண்டிருந்தான்.

ஆட்டம் உச்சத்துக்குப் போய்கொண்டிருந்தது.

மூப்பன் பார்த்துக்கொண்டே இருந்தான். அந்தப் பார்வை அவனது பங்கான கடமனின் கூறை கேட்பதாக இருந்தது.

•••

அன்று சடையன் வீட்டிலும் அவன் கூட்டாளிகள் வீட்டில் மட்டும் கறி வெந்து கமகமத்தது.

•••

கூகன் குன்னி - கூகன் மானில் இருக்கும் ஒருவகை தனுசி, புள்ளியான் - புள்ளிமான், மாவு, கடம - கடமான், சந்து - இடுப்பு, இருமுளி - வெட்டுக் காயத்துக்குக்கான மூலிகைச்செடி, ஜொடைக்கறி - தொடைக்கறி, ஆடி - முதுகுக்கறி, சாய்க்கறி - சப்பை

32. தொப்பி துரை

வாராண்டா வாராண்டா வெள்ளாக்காரெ
பாரஸ்டு தாயோலி தொப்பிக்காரெ
சோ ஆலொலம் ஆலொலம் ஆலொலமெ

தெக்கயும் வடக்கயும் திரும்பிப்பாரு
சித்தாடே சண்டைக நடாக்கூம் பாரு
சோ ஆலோலம் ஆலோலம் ஆலோலமெ

பட்டத்து ஆனேகா ஆங்கெ
பரலாக்கண்டென் நம்து
விடாத்து கவுளிகா சொல்லாக்கண்டென்
சோ ஆலோலம் ஆலோலம் ஆலொலமெ

வாராண்டா வாராண்டா வெள்ளாக்காரெ
பாரஸ்டு தாயோலி தொப்பிக்காரெ
சோ ஆலொலம் ஆலொலம் ஆலொலமெ

ஓரத்து வீட்டிகெ ஆங்கெ
கருகாக்கண்டேன் நம்து
மாவு நருகாலூ மிராளக்கண்டெ
சோ ஆலோலம் ஆலோலம் ஆல்லொலமெ

பையத்தண்ணி திய்யா சுடுகும்பாரு
பாத்திக்கு பாதி கம்பு கருகும்பாரு
சோ ஆலோலம் ஆலோலம் ஆலொலமெ

வாராண்டா வாராண்டா வெள்ளக்காரெ
பாரஸ்டு தாயோலி தொப்பிக்காரெ
சோ ஆலோலம் ஆலோலம் ஆலோலமெ

மாக்கொலெ, வள்ளாமாரி

புதிதாக வந்த துரை, தன் தொப்பியை தலைவாரக்கூட கழட்டாத வனாக இருந்தான். எந்நேரமும் லகானை சுண்டிவிட்டு தோளில்

இருக்கும் துப்பாக்கி குலுங்க காடுகளுக்குள் திரிந்துகொண்டிருந்தான். நிச்சயமாக நரியோ உடும்போ, திரும்பிவரும்போது குதிரையின் முதுகில் இருக்கும். முனகியபடி ரத்தக் காயத்துடன் ஏதாவதொரு பதிக்காரர்கள் அவ்வப்போது தொங்கிக்கொண்டு வருவதுமுண்டு.

அவன் வரும்போதும் போகும் போதும், யாராவது சிரித்தாலோ பேசினாலோ சவுக்கு பிய்யும்வரை அடித்து மரத்தில் தொங்க வைத்துவிடுவான். இப்படியாக தொப்பிதுரை, இதற்கும் முன்னால் பொறுப்பில் இருந்த எல்லாத் துரைமார்களின் கொடுமைகளையும் தனது பராக்கிரமத்தால் ஒன்றுமில்லாமல் செய்திருந்தான்.

நாளொரு மேனியும் பொழுதொரு வண்ணமாக தினுசு தினுசாக வளர்ந்துகொண்டே வந்த தொப்பி துரையின் தொல்லைக்கு முடிவு கட்ட எத்தனையோ முயற்சிகளை பதிக்காரர்கள் செய்தனர். ஆனால்....

●●●

பனி பொழிந்துகொண்டிருந்தது.

கக்கி, ஓலையனை சேர்த்திக்கொண்டு ராகிக்காட்டில் இருக்கும் பந்தாவில் காவலுக்கிருந்தான். அவன் மனசு முழுக்க தொப்பித் துரையின் செயல்கள் நிழலாடிக்கொண்டிருந்தது.

''எப்படியாவது தொப்பியக் கௌப்போனு'' கக்கியின் நோக்கம் மிகப்பெரியது.

''அதெப்படி முடிகு? அவே காட்டாபீசெ அவ தொரத்துகொணுந்தா முடிகூமா?'' ஓலையனுக்கு நம்பிக்கையிருக்கவில்லை.

''ஏம் முடிகாது, பாட்டேம் பூட்டே எச்சா புலிய வாயக்கட்டின, ஆனைய எச்சா சொன்ன எடாத்துலெ நிக்கவெத்தா... நம்த்து பாடத்துல முடிகாததுந்து ஒந்தும் ஈங்கே கெடயாதுலா''

''அச்சாங்கே..... தொரய தொரத்துகாக்கு என்னாது மருந்து வெத்திருக்கே?''

காதைக் கடிக்கவில்லை. கொஞ்சம் குரலை தாழ்த்திக்கொண்டு,

''தொரத்திகோலுதா''கரைபடிந்த பல்லை கிஞ்சிக்கொண்டு கக்கி சிரித்தான்.

''இச்சா பண்ணுனா என்னாலா?''

....

''இச்சா பண்ணுனா என்னாலா?''

....

இரவு முழுக்க திட்டங்களை மாற்றி மாற்றிப் போட்டுப் பார்த்தார்கள். ஆனால் கடைசியாக தொரத்திகோலுலேயே வந்து நின்றார்கள்.

அடுத்த நாள் விடிந்ததும் முதல்வேலையாக மேல்பாவிநெடிக்குப் போய் யாருக்கும் தெரியாமல் தொரத்திச்செடியின் குச்சியை முறித்துக் கொண்டு வந்தார்கள்.

கூட முள்ளம்பன்றிமுள்ளையும், சுண்டுவிரலளவேயிருந்த அந்த கோலையும் காட்டுபங்களாவின் நிலவுக்குமேலுள்ள மரச்சட்டத்தில் செருகிவைத்துவிட்டு பெரிய சாதனையை செய்துவிட்ட மிதப்பில் காத்திருந்தார்கள்.

வாரம் கடந்தது...

மாதமும் கடந்தது...

ஆனால் தொப்பித்துரைக்கு ஒன்றும் ஆகவில்லை. குறைந்தபட்சம் மாற்றல் உத்தரவுகூட வரவில்லை. மனமொடிந்துபோன கக்கி சோகத்தில் ஆழ்ந்தான். ''விடுல ஒரு கண்ணி பிரிந்தா.. இன்னொரு கண்ணி இறுகூ.. பாத்துக்கலா''கண்ணை சிமிட்டிக்கொண்டு ஓலையன் ஆறுதலாய் சிரித்தான். அந்த கண்ணிடுக்கில் ஏதோ ரகசியம் ஒளிந்திருப்பதாகப்பட்டது கக்கிக்கு.

•••

குதிரை நொண்டிக்கொண்டு வந்தது. லகானைப்பிடித்து இழுத்தபடி துரை முன்னால் வந்துகொண்டிருந்தான். அது கணைத்துக் கொண்டே கால்களை தரையில் அடித்துத் திரும்பி நின்றுகொண்டது. அவனிடம் வழக்கமான மிடுக்கில்லை. மீசை தொங்கி அவனது களைப்பைச் சொல்லியது. வியர்வை வழிந்து ஆடையை நனைத் திருந்தது. கன்னம், கோபத்தில் சிவந்து கன்றிப்போயிருந்தது.

''ஸ்டுப்பிட்'' கத்தியபடி லாடத்தை தூக்கி எறிந்தான். அது காட்டு பங்களாவின் சுவற்றில் பட்டு தெறித்து தண்ணீர் தொட்டிக்குள் சொத்தென்று போய் விழுந்தது. தண்ணீர் குலுங்கி ஓய்ந்தது.

''சத்தா....''

பதறியபடி ஓடி வந்து முன்னால் நின்ற சாத்தன், பவ்யமாய் குனிந்து சலாம் போட்டான். கருத்த அவனது முகம், பயத்தில் இன்னும் கருத்துப்போனது.

லகானை அவனிடம் வீசிவிட்டு படாரெனக் கதவுகளை மூடிக்கொண்டு யோசனையில் ஆழ்ந்தான் துரை.

முள்ளிக்குப் போயாக வேண்டிய கட்டாயம் அவனுக்கிருந்தது. குதிரை துரையும், இவனும் கொடியூர் வழியாக கோத்தகிரிக்குப் போய் மேலதிகாரியைச் சந்திக்கிற திட்டத்தில் இருந்தனர். அதற்காக சாத்தனும் அவனுடைய உதவியாளனும் எல்லா பயண ஏற்பாடு களையும் தயார் செய்து வைத்திருந்தனர். ஆனால் குதிரைக்கோ லாடத்துக்கோ இது தெரியவில்லை.

வழக்கமாக இந்த மாதிரி நெருக்கடியான நேரங்களில் எந்தவிதமான பதட்டமும் இல்லாமல் இருளர்களையோ முடுகர் களையோ அனுப்பி தகவல் சொல்லி மாற்று ஏற்பாடுகளை செய்துவிடுவான் தொப்பி. ஆனால் இப்போது அதற்கான அவகாச மில்லை... முள்ளியில் குதிரைதுரை காத்திருப்பான், நேரம் தாழ்த்தினால் அவன் தனியாகவே கிளம்பிப்போய்விடுவான். அப்படி அவன் போய்விட்டால் இவனது கதி... அதோ கதிதான். அவசர அவசரமாக அவன் போயாகவேண்டிய கட்டாயத்தில் இருந்தான்.

●●●

பங்களாவில் எப்போதும் அதற்கெனவே வைக்கப்பட்டிருந்த தொட்டில் கட்டப்பட்டது. அதனுள் கருங்காலி நுகம் நுழைத்து, ஒரு முனையை தன் தோளுக்கு மாற்றிக்கொண்டான் சாத்தான். இன்னொரு பக்கத்துக்கு ஓலைக்காரன் வந்து நின்றான்.

இப்போது துரை பெரிய பையோடு வந்தார்.

சாத்தனும் ஓலையனும் ஒருவரை ஒருவர் பார்த்துக்கொண்டனர்!

ஓலையனைக் கண்டதும் என்ன நினைத்தானோ தெரியவில்லை தொப்பிதுரை. ஒரு நிமிடம் நின்று யோசித்தான். தன் கையில் இருந்த நீளமான துப்பாக்கியைத் தொட்டுப்பார்த்துவிட்டு ஓலையனை பார்த்தான். ஓலையன் அதைக்கண்டும் காணாததைப்போல் முகத்தை வேறுபக்கம் திருப்பிக்கொண்டான்.

''ஓ கே'' ஜம்மென்று ஏறி அமர்ந்துகொண்டான்.

கனம் தாழாமல் ஒரு நிமிடம் தடுமாறி, ஆடி, நகர்ந்து, பின் சீராகி நின்றது தொட்டில்.

துரை நகரச்சொல்லி சைகை காட்டியதும் நடக்கத் தொடங்கினார்கள்.

துரை, ஓலையனை மட்டும் ஓரக்கண்ணால் அவ்வப்போது கண்காணித்துக் கொண்டே வந்தான்.

மேடும் பள்ளமும் மாறி வரும்போது, அலுங்காமல் குலுங்காமல் உடலை சமப்படுத்திக்கொண்டு துரையை ஜம்மென்று தூக்கிப் போனான் ஓலையன்.

துரை, பலமுறை கல்லடியிலிருந்தும், கத்தாரியிலிருந்தும் தப்பிப் பிழைத்திருக்கிறான். அதைச் செய்தவன் ஓலையந்தானென்ற சந்தேகம் இவ்வளவுகாலம் இருந்துகொண்டே இருந்தது. ஆனால் ஓலையனின் இந்தக்கரிசனம், அவன் மேலிருந்த அந்த சந்தேகத்தை முற்றிலுமாய் போக்கியிருந்தது.

சுருட்டைப் பற்ற வைத்துக்கொண்ட துரை அண்ணாந்து அதை வானத்தில் ஊதினான். காற்றில்பரவிய அந்த வாசத்தை உறுஞ்சியபடியே இருவரும் வேகவேகமாக நடந்தனர். புதியவாசம் செந்நாய்களை எரிச்சலூட்டியிருக்கவேண்டும். அவைகள் சத்தமிட்டு அடங்கியது.

சிறிது நேரம் நின்ற அவர்கள் மீண்டும் நடக்கத்தொடங்கினார்கள்.

எப்பவாவது தொட்டிலின் நுகத்தில்பட்டு... வெயில் மின்னியது. மரங்கள் அடர்ந்த வேப்பங்கண்டி சோலையின் வழியாக பல்லக்கு போய்க்கொண்டிருந்தது. அது, இதுவரை துரை அறிந்திராத வழியாக இருந்தது. அதன் குளிர்ச்சியும் காற்றும் அவனை சொக்கவைத்திருந்தது.

அடிக்கடி காட்டுக்கோழிகள் வேறு குறுக்கும் மறுக்குமாக ஓடி பரவசப்படுத்தியது

"ஸ்டாப்" திடுக்கிட்ட ஓலையனும் சாத்தனும் நின்றுவிட்டார்கள். நடுக்காட்டில் எதற்கு இப்படி நிறுத்துகிறான் என்று யோசித்தார்கள்.

துரை குதித்து இறங்கி நடந்து சிறுநீர் கழித்தான்.

துப்பாக்கி தொட்டிலில்தான் கிடந்தது. அதை எடுத்து தடவிப் பார்த்தான் சாத்தன்.

அவன் கண்களில் பெரு நரியொன்று தெரிந்து மறைந்தது.

'டமீல்' என்ற சத்தம் காடெங்கும் எதிரொலித்தது. புதரிலிருந்த செம்போத்துகள் தாவிப்பறந்தன. மிரண்ட மான்கள் துள்ளிக் குதித்தோடின. முயலொன்று தறிகெட்டு ஓடி மறைந்தது.

ஒதுங்கி கூனி நிற்கும் சாத்தனுக்கு அவ்வளவு தைரியம் எங்கிருந்து வந்ததென்று தெரியவில்லை. தொப்பி துரை ரத்த வெள்ளத்தில் சாய்ந்து கிடந்தான். விலங்குகளை அடித்தால்கூட அதனிடம் மன்னிப்பு கேட்டுக்கொண்டு வெட்டத்தொடங்கும் வெள்ளகனும், கொடுவனும் எதைப்பற்றியும் கவலைப்படவில்லை. அவனது சடலத்தை இழுத்துக்

கொண்டுபோய் பாறை இடுக்கில் சிக்கவைத்தனர். குழிதோண்டி துப்பாக்கியைப் புதைத்துவிட்டு ஒன்றுமே நடக்காதது போல் ஊருக்கு வந்து அவரவர் வேலையைப் பார்க்கத் தொடங்கினர்.

அடுத்த துரைக்காக அந்தக் குதிரை, லாடம் கட்டப்பட்டு வாசலிலேயே கணைத்துக்கொண்டிருந்தது. அது வரைக்கும்... காடு அவர்கள் கட்டுப்பாட்டிலேயே இருந்தது.

●●●

33. க்கூகு

அத்திபட்டே ஆலம்பட்டெ
ஆள மயக்குது வேலம்பட்டெ
அடடா அடா அண்ணாமலே
அண்ணாந்து பாத்தா ஒன்னுமில்லெ
குடிக்க குடிக்க திண்டாண்டாட்டமா
குடித்துபாத்தா திண்டாட்டம

அடடா அடா அண்ணாமலெ
அண்ணாந்து பாத்தா ஒன்னுமில்லெ
அத்திபட்டே ஆலம்பட்டெ
ஆல மயக்குது வேலம்பட்டெ

குடிக்க குடிக்க திண்டாட்டமா
குடித்துபாத்தா திண்டாட்டமா
அடடா அடா அண்ணாமலே
அண்ணாந்து பாத்தா ஒன்னுமில்லெ

நஞ்சன், பலகையூர்

பண்ணையத்தாள் உரித்துக்கொண்டுவந்த அத்திப்பட்டை, ஆலம்பட்டை, வெள்ளவேலாம்பட்டை மூன்றோடு பேட்டரிகளை உடைத்துப்போட்டு கொஞ்சம் தண்ணியை ஊற்றி, அந்த ஊறலை கள்ளாம் புதரில் மூடி வைத்துவிட்டு வெளியே வந்தான் கிட்டிணன். அவன் கையில் அழுகிய வாசம் வீசிக்கொண்டிருந்தது. இதைக் கண்டும் காணாதது போல் ஆடுகளைப் பிடித்துக்கொண்டு போனான் ரங்கன். ரங்கனை கண்டும் காணாததுபோல் கொங்கனும் போனான்.

•••

ரங்கன் இறந்து தொண்ணூறு நாள் ஆகிவிட்டது. கஞ்சிசீர் செய்யவேண்டிய நாளும் நெருங்கிவிட்டது. அந்தத் தகவலை கலந்துவிட்டு போன சின்னான் சுழி இல்லாத கருப்பு ஆட்டைபார்த்து பிடித்துவந்து கூரைக்கு முன்னால் கட்டிவிட்டு மூப்பனோடு பின்னால் இருந்த பள்ளத்துக்கு போனான்.

இரவு அதற்கான நிலையை அடைந்திருந்தது.

கூரை கூட்டத்தால் நிரம்பியிருந்தது. ஆளுக்கொரு வேலையை இழுத்துப்போட்டு செய்துகொண்டிருந்தனர். உக்கெயும் மிளகாயு மில்லாத சப்பளப்புட்டும், கொள்ளும் வெந்துவிட்டது. குருவனும் குருவத்தியும் ரங்கனின் மகன் கந்தனும், புட்டை உண்டுவிட்டு ஒரு நாள் விரதத்தைத் தொடங்கிவிட்டார்கள்.

தொண்டாமுத்தூர் சாலை தள்ளாடிக்கொண்டிருந்தது.

கொம்பன் பதியிலிருக்கும் எல்லாக்கூரைகளிலிருந்தும் கைப்பிடியளவு கம்பும் சோளமும் ராகியும் வந்து மூட்டையளவுக்கு குவிந்திருந்தது. ரங்கனுக்கு மகள் முறையினர் நான்கு பேர் முண்டிக்கொண்டு வந்து கல்லும் பதறும் நீக்கி நேம்பி ரல்லில் சாமையைப் போட்டார்கள். மாப்பிள்ளைகள் உலக்கையை இரு கைகளும் மாற்றி மாற்றி வீசி அதைக் குத்தி எடுத்து மனைவிகளிடம் கொடுத்துவிட்டு உட்கார்ந்தார்கள்.

இரவு கடந்து விடிந்து சூரியன் உச்சிக்கு வந்திருந்தான்.

இரண்டு பேர் சாமை குத்திய ரல்லை திருப்பிப்போட்டு கீழே ஆடாமலிருக்க கல்லைவைத்து சமப்படுத்திவிட்டுப்போனார்கள். தண்ணீர் தெளிக்கப்பட்ட கிடாய் இன்னும் சிறிது நேரத்தில், தான் வெட்டப்படப்போகும் ரல்லையே பார்த்துக்கொண்டிருந்தது.

சிலிர்த்தும் விட்டது.

ஒருவன் கிடாயை கொண்டு வந்து அதன் தலையை இழுத்து ரல்லில் வைத்து அழுத்தினான்.

ஏறி இறங்கிய கொடுவாள், அதனை தலை வேறாய் முண்டம் வேறாய் ஆக்கிவிட்டு ரத்தத்தை வடித்தது. துடித்து அடங்கிய அதன் உடம்பில் முட்டியை வைத்து அறுத்த மொக்கன், குடலை உருவித் தென்னம் பாளையில் போட்டுவிட்டு, ஈரலும் கொழுப்பும் உள்ள கறியாய் தேடி அதை இரண்டு சம பங்காகப் பிரித்து வைத்தான்.

மூன்று கல் அடுப்பில் விறகைத் திணித்தாள் ஒருத்தி.

ஒரு பங்கை மாப்பிள்ளை கொடவன், ஓடைக்கு எடுத்துபோய் அலசிக்கொண்டுவந்து, கூரைக்கு வெளியே அடுப்பில் வைக்கப் பட்டிருந்த புது மொடாவில் போட்டு தீயை வைத்தான். மீதியிருந்த பங்கை குருவனுக்காக தனியாக சமைக்க கூரைக்குள் கொண்டு

போனார்கள். குருவத்தி அதிலிருந்த ஈரலை மட்டும் தனியாகப் பிரித்து எடுத்து, தேக்கு இலையில் அடுப்புக்கருகில் வைத்துக்கொண்டாள்.

●●●

''சீங்கேபதிக்காரே திங்காக்கும் பிந்துக்குதா சத்தாலும் பிந்துக்குதா. அவே வந்தா வர்கூட்டு கௌாம்புலா'' எல்லோரையும் அவசரப் படுத்தினான் மூப்பன்.

கொஞ்ச நேரத்தில் சீங்கப்பதி சின்னான் வந்து சேர்ந்துவிட ரங்கனின் அக்கா சினுக்கியும், தம்பி கோந்தனும், அவனது குலத்துக்காரர்களும் சூழ கொப்பைக்கு கிளம்பினார்கள். கையில் படையல் பொருட் களோடு குருவன் முன்னால் நடக்க, சொந்தங்கள் அவனைத் தொடர்ந்தது.

குலத்துக்காரர்கள் கிளம்புவதற்காகவே காத்திருந்த குருவத்தி, அவர்கள் நகர ஆரம்பித்தவுடன் அடுப்புக்குப் பக்கத்தில் வைத்திருந்த ஆட்டின் ஈரலில் சிறு பகுதியை வெட்டி எடுத்து, தீத்தணலில் அமுத்திப் பிடித்துக்கொண்டு யாருடனும் பேசாமல் சப்பெந்து குக்கிக் கெடந்தாள். கொப்பைக்கு போகாமல் கூரையில் இருந்த உறவினர்களும் அவளிடம் பேச்சை தூண்டாமல் முடிந்தவரை சடங்கு கெடாமலிருக்க அமைதி காத்தனர் .

செடி சத்தைகளை சுத்தம் செய்து வைத்திருந்த கொப்பை புதுப்பொலிவோடு இருந்தது.

சுரைப்புரடையிலிருந்த நீரை எடுத்த குருவன், ரங்கனைப் புதைத்த குழியில் ஊற்றி பயபக்தியோடு கைகளைக் குவித்து பெசாதுகளை கும்பிட்டான். சொந்தங்கள் வரிசைகட்டி வணங்கியது.

''கூரேலெ வெளாக்க பத்திருப்பாலாமி '' குருவன் தன் சந்தேகத்தை கிளப்பினான்.

''ஆ ஆ பத்திரிப்பினா'' ஒரு யூகத்தில் கூட்டத்திலிருந்த ஒருத்தன் சலசலத்தான்.

ஆற்றில் நீர் தேங்கியிருந்த குழியில் இறங்கி முக்கிலிபோட்டு விட்டு எல்லோரும் ஈரம் சொட்ட சொட்ட கூரையை நோக்கி நடந்தார்கள்.

கூரையை எட்டுவது தெரிந்ததும் விளக்கை ஊதி அணைத்துவிட்டு சிலர் படையல் போடத் தயாரானார்கள்.

வாசலில் கிழக்கு மூலையில் தீ எரிந்துகொண்டிருந்தது; கொப்பையிலிருந்து வந்தவர்கள் வரிசையாக பாதத்தைக் தீயிக்குக் காட்டிவிட்டு உள்ளே வந்து வணங்கிவிட்டு, வாசலில் போய் உட்கார்ந்தார்கள். கறிக்குழம்பு மணம் ஒருவித கிறுகிறுப்பை உண்டாக்கிக் கொண்டிருந்தது. இரவு மேலும் இருள ஆரம்பித்தது.

●●●

ஆட்டம்பாட்டம் ஆரம்பித்துவிட்டது. குடி ஆட்டம்... குடி பாட்டம்... அது முடிகிற மாதிரி தெரியவில்லை. கிழக்கே சூரியன் கிளம்பிவிடுவான் போலத் தோன்றியது. எல்லோரும் மந்திரிவிரித்து காசைப் போட்டார்கள். ரங்கனின் இந்த சீருக்கு செலவு செய்தவர்கள் திரும்பி வாங்கிக்கொண்டு நடையைக் கட்டினார்கள்.

குருவன் தன் வீட்டுக்குப் போய் தினையும் கீரைப்பாசியும் வைத்து கும்பிட்டுவிட்டுப் படுக்கப்போனான்.

●●●

பொன்னரளிப் புதருக்குள் அரையாள் அளவில் தோண்டியிருந்த குழியில் முலாம்பழம், அண்டிப்பழம், வாழைப்பழம் போட்டு ஒரு சொட்டு பொரிசல்சாறை அரைத்து உள்ளே ஊற்றி மூடிவிட்டு மண்ணைத் தள்ளி பானையை மறைத்தான் பொத்தன் . கடம்பன் அதைக் கால்களால் உதைத்து சோதித்துப் பார்த்தான். அதன் மேல் இரண்டு பொத்தாஞ் செடியை வெட்டி அடையாளத்துக்குப் போட்டுவிட்டு வெளியே வந்து பொடிசுகள் யாராவது பார்க்கிறார்களா என்று உறுதி செய்துவிட்டு ஒன்றுமே தெரியாதது போல் அவர்கள் நடந்தார்கள்.

●●●

பொன்னான் போட்டிருந்த ஊறல் சட்டி உடைந்து பாதையில் கேட்பாரற்றுக் கிடந்தது.

●●●

34. கீரைப்பாசி

கல்லொடக்கெ மலெக்கு லாகெ மாம
லாகெ மாம
மாமோட்டிபோகா லாகெ மாம
லாகெ மாமா
மாடோட்டிபோனா லாகெ மாம
மாடுகொரு கண்ணோ லாகே மாம

மாடோட்டிபோனா லாகெ மாம
நமக்கொரு கன்னு லாகெ மாம
நாடுக்குள்ளே நாயத்தெ லாகே மாம
நாவுலே டாகோ லாகே மாமா
சோதெ சோதெ லாகெ மாம
சோதெ சோதெ லாகெ மாம

ஊரூலெ நாயொ லாகெ மாம
உள்ளாங்கயி டாகொ மாம
சோதெ சோதெ லாகெ மாம
சோதெ சோதெ லாகெ மாம

நமத்தூரு முப்பெ லாகெ மாம
வாயிசெத்த மூப்பெ மாம
வாயி செத்த மூப்பெ மாம
கயி செத்த மூப்பெ மாம

சோதெ சோதெ லாகெ மாம
சோதெ சோதெ லாகெ மாம
அஞ்சலெ வாண்டா லாகெ மாம

ஆனேகட்டி லாகொ மாமா
அடிமாடோ கேட்டொ லாகெ ம்மம
அடிமாடோ கட்டெ லாகெ மாம
மேல்மாட கெட்டொ லாகெ மாம

சோதெ சோதெ லாகெ மாம
சோதெ சோதெ லாகெ மாம

கோவாளி, அகழி

சீரக்கடவை சேர்ந்த கொஞ்சம் பேர் காட்டு வழியாக சாளைப் பதிக்குப் போவதைப் பார்த்த பொன்னி, தான் வைத்திருந்த தழை களையும் விறகு கட்டையையும் போட்டுவிட்டு எம்பி எம்பிப் பார்த்தாள். யார் வீட்டுக்குப் போகிறார்கள் என்று தெரியாவிட்டால்கூட பரவாயில்லை; யார் போகிறார்கள் என்றாவது தெரிந்து கொள்ளலா மென்று விளாமரத்தின் கொம்பில் ஏறினாள். எல்லோர் கைகளிலும் கொக்கித்தடி இருந்தது.

கடுகியின் கல்யாணம் குறித்து அவள் சின்னம்மெ நேற்று பேசிக்கொண்டிருந்தது நினைவுக்கு வந்ததும், இறங்கி வந்த அவள் ஆடுகளை வேகமாக விரட்டினாள்.

•••

அவர்களுடைய பயணம் மூப்பன் வீட்டை நோக்கியதாக இருந்தது.

'' என்னாதுக்கு இச்சா வந்து பொண்டே கண்டிருக்கா குக்கெ''

''அவானுக்கு இச்சாதாந்து முடித்திருக்கு, நீயும் நேனுமா தடுக்காக்கு முடிகூ''

குக்கனின் அப்பன் சின்னான், வாய் நிறைய போட்டிருந்த வெற்றிலையைக் குதப்பி துப்பிவிட்டு கொஞ்சம் வேகமாக நடந்தான்.

சம்ப குலத்தின் குருவத்தி கன்னியும், குருவன் சாம்பனும் ஒருவருக்கொருவர் பேசிக்கொண்டே வந்தார்கள். அவர்கள் பின்னால் நடந்து வந்துகொண்டிருந்த சீரக்கடவுக்காரர்கள் குக்கனின் பழைய காதல் கதைகளைப் பேசி சிரித்துக்கொண்டிருந்தார்கள்.

அதற்குள் மூப்பனின் வீடு வந்துவிடவே சத்தம் அடங்கி நின்றுகொண்டார்கள்.

வெளியே வந்த மூப்பன் ஜடையன் அவர்களை நோக்கி கும்பிட்டு ''ஆண் ஜாத்தி வந்திருக்கினா?'' என்று கேட்டுவிட்டு தாடியை தடவிக்கொண்டு விறைப்புடன் நின்றான்.

''வந்திருக்கேமு'' என்றபடி முண்டிகொண்ட கந்தனை ஒருமுறை கண்ணால் அளந்துவிட்டு மற்றவர்களை நோக்கி,

''பெண்ஜாத்தி?''

''ம் நேமுமு ருக்கேமு''

ஆண் ஜாத்திகள் ஒரு பாயிலும் பெண் ஜாத்திகள் ஒரு பாயிலும் உட்கார மூப்பன் வாசல் நிறைந்துவிட்டது. சட்டென சடங்கு தொடங்கிவிட்டதுக்கு அறிகுறியாய் மூப்பன் செருமிக்கொண்டான்.

''ஆமா இச்ச குருவ வந்திருக்கினா... குருவத்தி வந்திருக்கினா குக்கே வந்திருக்கினா... அவே அப்பன் கள்ளன் வந்திருக்கினா? எல்லாரும் என்னாதுக்குவெ ஈங்கெ வந்திருக்கெ?'' பெண்ஜாத்தி சுள்ளான்தான் கேட்டான்.

''நித்து பதி வாழேப்பிலிக்கு வந்திருக்கெமு'' ஆண்ஜாத்தி கோயன் சிரித்துக்கொண்டே சொன்னான்.

''அச்சாந்தா ஆருக்கு வாழப்பிலி வேணு?''

''இத குக்கன் அம்மெக்குதா'' சிரிப்பாய் சிரித்தார்கள்.

''சின்னானுக்கு நித்து பீலிய கொடுப்பினரோ மாட்டினாரோ எமாக்கூ தெரிகாது, குக்கனுக்கு கொடுத்தா போதூங்கெ'' முற்றுப்புள்ளி வைத்த பெருமையுடன் கங்கன் நிமிர்ந்தான்.

''அப்பனோ அவே மெகனோ ஆரு முந்துக்கு வாராகளோ அம்தாளுக்குதெ எத்து மெகளெ குடுப்பெ'' சொல்லிவிட்டு கடுகியின் சித்தப்பன் சிரித்துக்கொண்டான்.

''அது கெடாக்கட்டு எத்து மெகளுக்கு நீவீரு என்னா கொடுப்பின'', இது கடுகியின் அப்பா.

''முண்டு முறி இல்லை,'' சொல்லிவிட்டு முகத்தை திருப்பிக்கொண்டான் சின்னான்.

''எம்த்து மெகா விளாடிகிட்டு இருந்தவா, அவே, நித்து கூரேக்கு வந்தா,தேங்காத் தொட்டி, மொட்டி, மூகை, கேப்பின... கொடுப்பினா?''

''என்னது கேப்பினாளோ அது கெடாய்க்கு, சும்மா பெணாங்கி கொந்திருகாம, மகெளே குக்கனுக்கு கொடுவெ'' கையைவிட்டு சின்னானை நோண்டிக்கொண்டே கேட்டான் செல்லன்.

''சரி, ஊரான ஊர் ஆண் ஜாதியே, எம்த்து மகளே, நிம்தாளு காகிட்ட கொடுக்கேன், அவே அழுகாம பாத்துக்கோகோனு, நே எப்பா வந்து கேக்கேனோ, அச்சாமே அவெளே திருப்பி தந்திருகோனு'' கட்டளையிட்டான் கடுகியின் அப்பன்.

ஒருவழியாக பீலிச்சடங்கு முடிந்த பின்னால் இப்போது ஆண் ஜாத்திகளும் பெண் ஜாத்திகளும் ஒன்றாக சேர்ந்து உட்கார்ந்து மாசி மாதத்தில் ஒரு நாளை நிச்சயித்துக்கொண்டு மாலை ஊர் திரும்பத் தயாராகிக் கொண்டிருந்தார்கள். கடுகி குக்கனுக்கு நிச்சயிக்கப்பட்டு விட்டாள் என்பதற்கு அடையாளமாய் பொண்டு கொக்கித் தடியை கூரையில் குத்திவைத்துவிட்டு சின்னான் முன்னால் நடக்க, ஜாத்தி அவனுக்கு முன்னால் நடக்க, குருவன் அவனுக்கு முன்னால் நடந்தான்.

சின்ன சலனம்கூட இல்லை... கடுகி எப்போதும் போலவேதான் இருந்தாள்.

•••

குறிப்பிட்ட அந்த நாள் வந்துவிட்டது.

ஊர்ஜாத்தியின் பெசாதுக்கு ஒன்னேகால் பாரிய பணம் கட்டிவிட்டு, ஒருபடி ராகி எடுத்து அங்கேயே சமைத்துப் போட்டுவிட்டு 'மொட'த்துக்கு சாம்பிராணி காட்டினான் குரு. பதியர்கள் வரிசைகட்டி நின்று 'குருமொடத்தை' வணங்கினார்கள். கடுகியும் குக்கனும் அனைவருக்கும் குமுடு சமுடு போட்டு முதுகொடிந்தார்கள்..

மணக்க ருசிக்க ராகியும் கம்பும் நெறித்து, அடித்துவைத்த மானை வெட்டி கறிகாய்ச்சி ஊரே சாப்பிட்டு முடித்தது. ஒரு குறையில்லாமல் எல்லாவற்றையும் நல்லபடியாக செய்த தலைவீணன் மூலையை, மூப்பன் கூப்பிட்டு பாராட்டி அனுப்பிவைத்தான். மூலை முகத்தை தேய்த்துக்கொண்டு தூங்கப்போனான்.

பொழுது சாயத்தொடங்கியதும், கடுகி, கண்களை ஒரு நிமிடம் கசக்கிவிட்டு நின்றாள். அனைவரும் அவளை அழைத்துக்கொண்டு ஆண் ஜாத்திகள் வீட்டுக்கு போய் தங்கினார்கள்.

அதிகாலையில எழுந்த கடுகி வாசலைக் பெருக்கி சாணியைத் தெளித்தாள்.

•••

குக்கன் கையில் வில்லும் அம்பும்; கடுகி இடுப்பில் மண்பானை. குருவன், பூஜைத் தட்டோடு ஓடைக்கு போகிற வழியில் முன்னால் நடந்தான். இருவரும், ஊரும் அவனைத் தொடர்ந்தார்கள்.

கரையில் நின்ற குருவன் குக்கனை நோக்கி திரும்பினான்.

''ம் விடுலா பாக்கே''

குக்கன் சூரியனை நிமிர்ந்து வணங்கினான். தோளில் மாட்டியிருந்த வில்லை எடுத்து அம்பைத் தொடுத்தான். திரும்பித் திரும்பி நான்கு திசைகளிலும் ஏகிவிட்டு நிறுத்தினான்.

''ஆ நீவீரு பொண்டுக்கு தகுந்தா ஆளுதாலா'' அவனை மெச்சிவிட்டு கடுகியை பார்த்தான் குருவன்.

குடத்தில் ஓடையை ஒரு அலசு அலசிய கடுகி அதில் தண்ணீரை நிரப்பிக்கொண்டு நிமிர்ந்தாள்.

''ம் நீவீரு குக்கேனுக்கு தகுந்தவா தா '' கூட்டம் ஆமோதித்தது.

எல்லோரும் கூரையை நோக்கி நடந்தனர்.

●●●

கூரைக்கு வந்ததும் குலத்தின் மூத்தவள் நஞ்சி ஒரு கோரைப் பாயை எடுத்து அதன் மூலையில் அடித்து சுண்டிவிட்டாள். அது இறக்கை மாதிரி விரிந்து தரையில் வழிந்து வாசலை அடைந்தது. ஒருத்தி சொம்பைக் கொண்டு வந்து நடுப்பாயில் வைத்தாள். அதில் நீரும் பூவும் நிரம்பியிருந்தது. ஊஞ்சியில் பாக்கும் கொஞ்சம் பணமும் இருந்தன. எல்லா பெரிசுகளும் உட்காரத் தொடங்கியதும். வந்திருந்த பெரியவர்கள் குக்கனின் அப்பன் கையில், எவ்வளவென்றே தெரியாத பணத்தின் மேல் கைவைத்து கும்பிட்டுவிட்டு அதை அப்படியே கடுகியின் அப்பாவிடம் கொடுத்தார்கள்.

ஊர் சூரியனுக்காக காத்திருந்தது.

வெளிச்சம் வர ஆரம்பித்திருந்தது. ஏழு குலத்துகாரர்களும் ஏழு ஜாத்தியின் பெயர்களையும் கூறி,

''கொஞ்சிக்கொஞ்சி நட நடாந்து
கோணை கோணா தடி புடிச்சு
கல்லத்தட்டி முள்ள முரிச்சு
கலந்தோடி வா
புத்தூரு
புதுப்பொண்ணு மாப்பிள

சின்ன சின்ன பூ பூத்து
சிங்கார பூ பூத்து
மண்டலத்து காய் காத்து
மதுரே கள்ளி பாக்கு
மாந்தூரு வெத்தேலே

தேரூரு சுண்ணாம்பு
வேங்க மரத்துல தாலி

குருன திருடி மகன்
குதிரையிலே வருகிறானெ
அரிசி திரிடி மகன்
ஆனையிலெ வருகிறானெ
பள்ளம் பள்ளம் சுத்தினானெ
சின்னபய்யன் அரும்பு பய்யன்''

கீரைப்பாசியை எடுத்து குக்கன் கையில் கொடுக்க அவசரமாக குக்கன் கடுகியின் கழுத்தில் கட்டிவிட்டு திரும்பிக்கொண்டான்.

கிடைத்த மொய்யில் தாய் மாலாடைப்பணம், பசதுபணம், பதிப்பணம் கொடுத்தது போக மீதி இருந்ததை பாயில் உட்கார்திருந்தவர் களுக்கு கொடுத்துவிட்டு மூப்பன் நகர்ந்தான். நஞ்சி பாயை உதறிச் சுருட்டிக்கொண்டு உள்ளே போனாள்.

ஊர் கலையத் தொடங்கியது.

●●●

கல்யாணம் முடிந்து சரியாக ஒரு வருடம் முடிந்துவிட்டது.

பொன்னியும் குக்கனும் காட்டுக்குள் போய்விட்டார்கள். கடுகி, சுங்கனை இழுத்துக்கொண்டு மேல் காட்டுக்குப் போய்விட்டாள்.

●●●

ஆண்ஜாத்தி - மணமகன் வீட்டார்கள், பெண்ஜாத்தி - மணமகள் வீட்டார்கள், தாய் மலாடைப்பணம் - தாய்மாமன் பணம், பசதுபணம் - குருமொடத்துக்கு சேரவேண்டிய காணிக்கை, பதிப்பணம் - ஊருக்கு சேரவேண்டிய பணம்.

35. அட்டப்பாடிக் கல்வெட்டு

தில்லேலேலெ தில்லே லேலெ
தில்லேலேலெ தில்லே லேலெ
ஏலாமலெ கருஞ்சமெ மல்லிகெ
கைய வீசி குராபுள்ளெ மல்லிகெ
சூந்து மாந்து குறாப்புள்ளெ மல்லிகெ
சூந்து மாந்துபோராபுள்ளெ மல்லிகெ
(ஏலாமலெ கருஞ்சமெ மல்லிகெ)

வெசாகெ நாளிதே மல்லிகெ
காடுதானே வெட்டுகோமொ மல்லிகெ
காடுதானே வெட்டினாக்கெ மல்லிகெ
டாகத்தா கெட்டுகோமொ மல்லிகெ
மேக்கத்த மே வந்தெ மல்லிகெ
காடுதானே கொத்துகேமோ மல்லிகெ
கம்பளத்ததெ வுடுகோமெ மல்லிகெ
நம்க்குதானே பத்தாதெ மல்லிகெ
(ஏலாமலெ கருஞ்சமெ மல்லிகெ)

தில்லேலேலே தில்லே லேலெ
தில்லேலேலே தில்லே லேலெ

கெழக்கத்த மே வந்தா மல்லிகெ
வெதே வித்து போடுகோமே மல்லிகெ
பெக்குதானே மௌத்தாக்கி மல்லிகெ
கேளேனே டுக்கோனு மல்லிகெ

மொளத்து வந்தாக்கி மல்லிகெ
மசாலுகாவ காக்கோனு மல்லிகெ
மசாலு காவ காத்தாகி மல்லிகெ
மூணு செலக கெடக்கோமே மல்லிகெ
(ஏலாமலெ கருஞ்சமெ மல்லிகெ)

தில்லேலேலேலே தில்லே லேலெ
தில்லேலேலேலே தில்லே லேலெ

வெள்ளாமெ வெளாந்தாக்கி மல்லிகெ
பந்திகாவ காக்காமொ மல்லிகெ
பந்திகாவ காத்தாக்க மல்லிகெ
ரெண்டு செலகெ கெடாக்காமோ மல்லிகெ

வெதோ முத்தி நின்னாக்கா மல்லிகெ
மானுகாவே காக்கோனு மல்லிகெ
மானுகாவ கத்தாக்கெ மல்லிகெ
மூணு செலகெ கெடக்காமொ மல்லிகெ

அறுக்காக்கு முன்னாலெ ,மல்லிகெ
ஆளுகாவ காக்கோனு மல்லிகெ
ஆளு காவ காத்தாக்கா மல்லிகெ
நாளு செலக கெடக்கோமோ மல்லிக

கெடச்சதெல்லா லெக்கோனு மல்லிகெ
கெடலிகுழிக்கு போடோனுமல்லிகெ
(ஏலாமலெ கருஞ்சமெ மல்லிகெ)

வெள்ளச்சி, தாவளம்.

பரந்து விரிந்திருந்த அட்டமொக்கையில் குளிர்காற்று தவழ்ந்து மரங்களையும் செடிகளையும் வருடிக்கொண்டிருந்தது. மலைகளுக்கு பின்னாலிருந்த சூரியன், இருளை தொடிசி பதியில் கொட்டியிருந்தான். மேற்கிலிருந்தும் கிழக்கிலிருந்தும் மூட்டைமுடிச்சுகளோடும் ஆடுமாடுகளோடும் புதிதாக வருகிறவர்கள் வந்துகொண்டே இருந்தனர்.

அவர்களின் பேச்சில் வெள்ளைத்துரைகளின் ஆட்சி முடிந்து இருந்தது.

•••

ஏற்கனவே குடியேறி இருந்தவர்களின் கொட்டமே தாங்கமுடிய வில்லை; இதில் புதிதாகவேறு ஒரு கூட்டம் வந்து அவர்களோடு சேர்ந்திருந்தது. அது பதிக்காரர்களை இன்னும் கலவரத்தில் ஆழ்த்தி இருந்தது. அவர்கள் உழலும் நேரங்களில் வெளியே வர அஞ்சினார்கள்; அவர்களிடம் பேச அஞ்சினார்கள்; ஓடி ஓடி ஒளிந்தார்கள்.

புற்கள் மண்டிய வழியில் யாரோ வருவதுபோல் அரவம் கேட்டது. அவ்வளவுதான் என்னவென்றுகூட பார்க்கவில்லை, படபடவென்று

கூரையின் கதவுகள் சாத்திக்கொண்டன. போட்டது போட்டபடியே விட்டுவிட்டு அவர்கள் இருந்த இடங்களில் கிடைத்த மறைவுகளில் நின்று மூச்சடக்கினர். படலின் சந்துகளில் கண்களை வைத்து என்ன நடக்குமென்று பயத்தில் கவாலிக்கிடந்தனர்.

வந்தவன் தனியே இல்லை; அவனோடு ஒரு பொண்றியும் இருந்தாள். அவளது உடல் சோர்ந்திருந்தது. அநேகமாக அது அவனது பொண்டாகவும் இருக்கலாம் என யூகித்துக்கொண்டனர். கையில் இருந்த குழந்தை நிற்காமல் வீறிக்கொண்டே இருந்தது.

அவர்கள் தொடுசியை எட்டிவிட்டிருந்தனர்.

''அம்மா.....'' அவனது குரல் மிகவும் உடைந்திருந்தது. மீண்டும் மீண்டும் கத்திய அவனுக்கு குரல் மெதுவாகக் கம்மத்தொடங்கியிருந்தது. குழந்தையின் சத்தம் இப்போது இல்லை. வாலை சுருட்டிய நாய் தூரமாய் போய் நின்றிருந்தது. இப்போது அவளது பொண்டு கத்தத் தொடங்கியிருந்தாள். அது அபயத்துக்கான குரலாய் தெரியவும் பூத மூப்பன் தைரியத்தை வரவழைத்துக்கொண்டு ''என்னாது'' என்று படலுக்குள் நின்றவாறே கேட்டுவிட்டு அடங்கினான்.

நீண்ட கெஞ்சலுக்குப் பிறகுவந்த இந்தக் குரல், வந்தவர்களுக்கு நம்பிக்கையைக் கொடுத்திருக்கவேண்டும்.

''கொஞ்சம் கீரைபொறி வேணும், பசியில குழந்தைக கெடக்குது'' என்று கேட்டாள். கேட்டதுதான் தாமதம் எல்லாக் கதவுகளும் திறந்துகொள்ளும் சத்தம் கரச் கரச்சென்று கேட்டது. இல்லையென்று சொல்லிப்பழக்கமில்லாத இருளர்கள். ஆளுக்கு ஒருபிடி பொறியோடு அவர்களை சூழ்ந்துகொண்டு நின்றனர். ஒருத்தி உள்ளங்கையில் ஆட்டுப் பாலை பீய்ச்சி எடுத்துவந்து குழந்தைக்கு ஊட்டினாள். ஒருத்தி தேனடையை எடுத்துவந்து குழந்தையின் கடைவாயில் இளுக்கிவிட்டுப் போனாள். குழந்தைக்கு தெம்புவந்த மாதிரி இருந்தது; அது கையை காலை ஆட்டத்தொடங்கியது.

பதியர்களுக்கு இப்போது நிம்மதிப்பெருமூச்சு வந்துவிட்டது.

ஒருத்தி ராகிபுட்டும் சீங்கே டாகும் மூஞ்சியில் வைத்து அவர்களுக்கு கொடுத்தாள்.

ஒருத்தி அண்டையில் தண்ணீரைக் கொண்டுவந்து கொடுத்தாள். அவன் தன் பெயர் தூரனென்றும் கீழே குப்பக்கோனாம்புதூரிலிருந்து பஞ்சம் பிழைக்க வந்ததானென்றும் சொன்னதைக்கேட்டு மனமிரங்கிய பூதமூப்பன் தனது கூரையிலேயே தங்க இடமும் கொடுத்து ''ஏங்கியும்

அலைகா வாணாம்... அச்சமே மொக்கக்காடு சும்மாதெ கெடக்கு போட்டுக்கோகு'' என்று நிலத்தையும் ஒதுக்கிக் கொடுத்தான்.

இதே போல் ஒரு நாள்தான் மன்னார்காட்டுக்கு மேற்கில் இருந்து ஜார்ஜும் வந்தான். அவன் சிலுவையோடு வரவில்லை, பைபிளோடும் வரவில்லை, விவசாயம் செய்யும் ஆசையிலும் வரவில்லை. அவனுக்கு வேறு ஏதோ நோக்கம் இருந்தது.

''இவிடா நானும் பாரியாலும் ஜீவிச்சிருகோ, கிரிஷி செய்யோனு'' ஜார்ஜுக்கும் நிலம் கொடுத்தார்கள்.

இப்போது அந்த இடம் மட்டுமல்ல எல்லா நிலங்களும் வந்தவர்கள் கட்டுப்பாட்டுக்குள் போய்விட்டது.

ஒரு கூட்டத்துக்கு ஜார்ஜும் ஒரு கூட்டத்துக்கு தூரனும் தலைவனாக இருந்தார்கள். இரண்டு கூட்டங்களும் ஒற்றுமையாய் போட்டி போட்டுக்கொண்டும், ஒப்பந்தம் போட்டுக் கொண்டும் அந்தப்பகுதி முழுக்க சுழன்றாடியது.

இருளர்களும் குறும்பர்களும் முடுகர்களும் தொடுசியைவிட்டு இன்னும் தள்ளி மொக்கைக்கு வந்து வேட்டையாடியும் காடுபடு பொருள்களைச் சேகரித்தும் போக மீதி நேரங்களில் பாறைப்பதியில் தங்களுக்குத் தெரிந்த வகையில் விவசாயம் செய்து பிழைத்தார்கள்.

●●●

மூப்பனின் பேத்தி சிவம்மாளும் மருதியும், கூடைகளோடு ஏரின் வருகைக்காக பாறைப்பதியில் காத்திருந்தார்கள். அவர்களின் பேச்சு முழுக்க விவசாயம் பற்றியதாகவே இருந்தது.

''நல்லா வெளந்ததுந்தா நான்கு மூட்டைகள் கிடைக்கும்''.

''ஹே... பந்தி வந்து உழுதால் ஒருமூட்டை கொறயூ''

''அச்சாந்தா மான் வந்து திந்தா ரெண்டு மூட்டே கெடாய்க்கு''

அவர்கள் பேசிக்கொண்டே இருக்கவும் ஏர் வந்துவிட்டது...

''காடெ, ஆனெ, கடம, செம்ம திந்தது போக எமாக்கூம் கொஞ்ச குடு கடாவுளே '' குனிந்து நிலத்திலிருந்து ஒரு விரல் மண்ணெடுத்து நெற்றியில் வைத்து மீதியை வனத்தை நோக்கி தூவி வணங்கிவிட்டு விதைபோடத் தொடங்கினாள் மருதி. அதுவரை சத்தமில்லாமல் வேலியில் ஆவரம்பூக்களை பறித்துக்கொண்டிருந்த நஞ்சிக்கிழவி ''அவே வந்து மண்ணெ புடிங்கீட்டு நம்மா தொரத்துகாக்கு போறே

இதுலெ சடங்கு வேறே'' சொல்லிவிட்டு கையைக்கொட்டி பொக்கைவாய் திறந்து உரக்கச்சிரித்தாள்.

''இந்த நெலத்த புடுங்கி வெளாய்க்க அவனுக்கு முடிகூங்கே'' மூப்பன் நம்பிக்கையோடு இருந்தான்.

குலங்கடவு போகும் வழியில் நின்றிருந்த தூரனும் ஜார்ஜும் கையை ஆட்டி ஆட்டி இவர்கள் காட்டைக்காட்டி ஏதோ பேசிக் கொண்டிருந்தனர். அவர்களைப் பார்த்ததும் கருக்கென்றது மூப்பனுக்கு. என்ன பேசிக்கொண்டிருக்கிறார்கள் என்று அறிய காதுகளை அவர்கள் இருந்த திசையில் தாழ்த்தினான். ஆனால் அவர்கள், கேட்கும் தூரத்திலில்லை.

●●●

''அங்கபோய் நெலத்த புடுங்கி வெதச்சா பாதிய பன்னியும் மானுமே தின்னுபோடும் அந்த பொழப்புகெட்ட வேல நமக்கெதுக்கு ஜார்ஜூ....''

''பட்சே நிண்ட பாரியாளோட சேட்டன் இன்னும் கிருசிக்கு நெலம் வேணுமின்னு பறஞ்சு... தூரனுக்கு ஓர்மையில்லே''

''அதுக்குன்னு ஒரு வழியிருக்கு, நாம நிலத்த புங்காம, நாம வேல செய்யாம, நாம ஒழவோட்டாம, வெளச்சல மட்டும் எடுத்துக்கலாம்''

''அதே.. எங்கனயானு இது சாத்தியம்'' ஜார்ஜ் வாயை பிளந்தான்.

சுற்றிலும் பார்த்துவிட்டு தலையைத் தாழ்த்தி, தூரன் சொல்ல ஆரம்பித்தான்.

கேட்டுக் கொண்டிருந்த ஜார்ஜ் சிரித்துக் கொண்டான்.

●●●

36. கூலிக்கடவு

லால்லெ லால்லெ லல்லாலெ லாலெ
லால்லெ லால்லெ லல்லாலெ லாலெ

ஓரே காசு வாரே வாங்கியவளெ
லால்லெ லால்லெ லல்லாலெ லாலெ
லால்லெ லால்லெ லல்லாலெ லாலெ
என்னாநாரெ கோபாநாரெ

லால்லெ லால்லெ லல்லாலெ லாலெ
லால்லெ லால்லெ லல்லாலெ லாலெ

ரெண்டு காசுக்கு நெலக்கட்லே வாங்கியவாளெ
லால்லெ லால்லெ லல்லாலெ லாலெ
லால்லெ லால்லெ லல்லாலெ லாலெ
என்னாநாரே கோபாநாரே

மூணுகாசு கொள்ளு வாங்கியவாளெ
லால்லெ லால்லெ லல்லாலெ லாலெ
லால்லெ லால்லெ லல்லாலெ லாலெ
என்னாநாரெ கோபாநாரெ

நாளுகாசுக்கு கம்பு வாங்கியவாளெ
லால்லெ லால்லெ லல்லாலெ லாலெ
லால்லெ லால்லெ லல்லாலெ லாலெ
என்னாநாரெ கோபாநாரெ

அஞ்சுகாசு சோளே வாங்கியாவாளெ
லால்லெ லால்லெ லல்லாலெ லாளெ
லால்லெ லால்லெ லல்லாலெ லாலெ
என்னாநாரெ கோபாநாரெ

ஆறுகாசுக்கு தென வாங்கியாவளெ
லால்லெ லால்லெ லல்லாலெ லாலெ
லால்லெ லால்லெ லல்லாலெ லாலெ
என்னாநாரெ கோபாநாரெ

ஏழு காசுக்கு ராகி வாங்கியவாளெ
லால்லெ லால்லெ லல்லாலெ லாலெ
லால்லெ லால்லெ லல்லாலெ லாலெ
என்னாநாரெ கோபாநாரெ

எட்டு காசுக்கு எள்ளு வாங்கியவாளெ
லால்லெ லால்லெ லல்லாலெ லாலெ
லால்லெ லால்லெ லல்லாலெ லாலெ
என்னாநாரெ கோபாநாரெ

ஒம்பது காசுக்கு வெரகெ வாங்கியவளெ
லால்லெ லால்லெ லல்லாலெ லாலெ
லால்லெ லால்லெ லல்லாலெ லாலெ
என்னாநாரெ கோபாநாரெ

பத்து காசுக்கு நெல்லு வாங்கியவாளெ
லால்லெ லால்லெ லல்லாலெ லாலெ
லால்லெ லால்லெ லல்லாலெ லாலெ
என்னாநாரெ கோபாநாரெ

ரமன், கொட்டமேடு

கொஞ்ச நேரம் உட்கார்ந்திருந்தால், உடல் சூட்டிலேயே அந்த இடம் பற்றிக்கொள்ளும்போல் இருந்தது. கண்ணுக்கு எட்டிய தூரம்வரை இளம் மஞ்சள் நிறத்தில் காய்ந்திருந்த புற்கள் ஆடின. பச்சை என்பதே மருந்துக்குமில்லை. அங்கொன்றும் இங்கொன்றுமாக சொரகுச் செடிகளில் மட்டும் உயிர் இருந்தது.

குலங்கடவை, பிலுக்குருவிகள் வட்டமிட்டன. மழை லேசாக பெய்ய ஆரம்பித்துவிட்டது. அது, விட்டு விட்டு பெய்துகொண்டே இருந்தது. நிலத்திலிருந்த சூடு ஆவியாகி வெளியேறிக்கொண்டிருந்தது. பஞ்சத்தில் தலைவிரிக்கோலமாய் கிடந்த காடுகள் கொஞ்சம் ஜீவனை பெற்றுவிடும் போல்தான் தோன்றியது. கூரையில் ஒன்றுமில்லை, மழை பொய்த்து கொத்துக்காட்டு விவசாயம் பட்டுப்போயிருந்ததால் விதைப்புக் கென்று வைத்திருந்ததைக்கூட புட்டுக்கு செலவாக்கியிருந்தார்கள். குலங்கடவுக்காரர்களுக்கு இப்போது வேறு வழியில்லை. விதைக்க அவரையையோ வரகையையோ எப்படியாவது தேடியாக வேண்டும்...

என்ன செய்வதென்று தெரியவில்லை. பொண்டுகளை பிறந்த ஊர்களுக்கு அனுப்பிவைத்தார்கள். சொந்தங்கள் இருக்கும் எல்லா மலைகளுக்கும் படை எடுத்தார்கள். வறட்சி யாருக்கும் ஓரவஞ்சனை செய்யவில்லை.

●●●

காளைகளின் கழுத்தில் கட்டியிருந்த மணிகளின் சத்தம் எங்கோ தூரத்திலிருந்து கேட்டது. மணியின் ஒலிப்பை வைத்தே அது தூரனின் வண்டியாகத்தான் இருக்கவேண்டுமென்று சின்னான் முடிவு செய்து கொண்டான். காய்ந்துகிடந்த தெகினா மரத்தின் கணுவில் கால்வைத்து மேலேறிப் பார்த்தான். மேற்கில் இருந்து கட்டைவண்டியொன்று கல்லின் மேலேறி, இறங்கி, ஆடி ஆடி வந்துகொண்டிருந்தது. அவனது ஊகம் சரியாகத்தான் இருந்தது. தூரன் உருமாலைக் கட்டோடு சாட்டைவாரை சுழற்றியபடி வண்டியை விரட்டிக்கொண்டிருந்தான்.

தூரன் கீழ் நாட்டுக்காரன்: அந்துவனின் மைத்துனன். தொடுசிக்கு பக்கத்தில் அவனுக்கென்று ஒரு தோட்டம் இருந்தது. அதில் அவன் பலபோக வெள்ளாமை செய்துவந்தான். அவ்வப்போது அவனே வலியக்கொண்டுபோய் மக்களுக்கு விதைகளைக் கொடுப்பான். உழவுக்கு கலப்பை கொடுப்பான், களையெடுக்க கூலிகொடுப்பான். அதற்கு எருவைப்போடவும் கூலிகொடுப்பான். கூலி, பெரும்பாலும் தானியமாகவே இருக்கும். பயிர் விளைந்து நிற்கும் போது அவனே வந்து நின்று அறுவடை செய்துகொண்டு கணக்கு பார்ப்பான். அதுவரைக்கும் அவன், எல்லோருக்கும் தர்ம மகராசா தான்.

தூரனின் வண்டி பதியை எட்டி இருந்தது. அவன் அங்கே எல்லோரையும் பேர் சொல்லியழைத்தான். குழந்தைகள் அவனது வண்டியைச் சுற்றி நின்று கூச்சலிட்டுக்கொண்டிருந்தனர். எப்போது பதிகளுக்கு வந்தாலும், அவன் வண்டியில் வெல்லத்துண்டுகளை வாங்கிப்போட்டுக் கொண்டு வந்து கொடுப்பான். வண்டியில் எப்போதும் ஒரு கவுளி வெற்றிலையும் புகையிலைத் துண்டுகளும் கிடைக்கும். கிழவிகளைப் பார்த்து எடுத்துக்கொடுப்பான். இப்படிக் கொடுத்துக் கொடுத்து அவனுக்கென்று ஒரு ரசிகர் பட்டாளத்தையே உருவாக்கி வைத்திருந்தான்.

இருகை கூப்பி தூரனை வணங்கினான் சின்னான்.

''என்ன சின்னா நல்லாருக்கியா? தோட்டத்துப்பக்கம் ஆளே காணமே?''

உரிமையோடு அவன் கேட்டது பெருமையாகத்தான் இருந்தது சின்னானுக்கு.

'' என்னா பண்ணுகாது மாடுகண்ணு பத்தோனுமே வேற இல்லே கவுண்டரே''

''ஏங் காட்ட.. சும்மா போட்டு வெச்சிருக்குற'' காட்டை பார்க்காமலே கேட்டான் தூரன்.

''ஆஆஆஆஆ வெதக்காக்கு வெத வேணுமே''. என்னா பண்ணுகாது'' சொல்லிவிட்டு வலதுகையை கழுத்துக்குக் கொண்டு போய் சொறிய ஆரம்பித்தான்.

''அதுக்கென்ன நான் தருகே போடு, வெளஞ்சா திருப்பிக்கொடு''

....

''வெளையலேன்னா''.... சின்னான் கேட்கவில்லை. ஆனால் தூரனே சொன்னான்.

''அடுத்த வருசம் வெளையும்போது இதையும் சேத்திக்கொடுத்தா போதும்''

போன வருடத்துக்கு முந்திய வருடம் வரை ஊரே அவனிடம் தான் வாங்கி விதைத்துக் கொண்டுதானிருந்தது. ஆனால் கணக்கில் ஏற்பட்ட மனக்கசப்பில் இப்போது அதைக் கைவிட்டிருந்தது. ஒருநாளும் தூரனிடம் சின்னான் விதை வாங்கியதில்லை. ஆனால், இந்த முறை அவன் தயாராகவே இருந்தான். ஊரில் உள்ளவர்கள் ஆளுக்கு ஒருவிதமாக சொன்னார்கள். எதையும் பொருட்படுத்தாமல் அவன் வாங்கியும் விட்டான்.

தூரனின் உதவியோடு நல்ல நாள் பார்த்து விதைத்தும் விட்டான். அதற்கு தகுந்த மாதிரி மழையும் விட்டுவிட்டு பெய்ய, காடே பூத்துக் கிடந்தது. பச்சையைப் பார்க்க பார்க்க அவன் மனது மகிழ்ச்சியில் துள்ளியது. அது அவன் மனைவி கத்தியின் முகத்திலும் தொற்றியிருந்தது.

ஆனால் நரியன், அவர்களைப் பார்த்து சிரித்துக்கொண்டே போனான். அது ஏனென்று அவனுக்கு விளங்கவில்லை. அதை அலட்சியம் செய்தபடி அவன் செவ்வனே கடமையாற்றி வந்தான்.

மத்திமரத்தின் மீது யானைக்கு எட்டாத கவட்டையாய்ப் பார்த்து பந்தா கட்டி நாள் தவறாமல் பாடி காவலிருந்தான். பந்தாவிலிருந்து பார்த்தால் காட்டுக்குள் சின்ன எலி நுழைந்தாலும் தெரிந்துவிடும். இருட்டியபின் அதன் மேல் ஏறினால் விடியும் வரைக்கும் இறங்கு வதில்லை. ஏறிப்போவதற்கு தோதாக கணுவுள்ள மூங்கிலைவெட்டி வைத்திருந்தான். ராகிப் புட்டோ புளியங்கொழம்போ கயிற்றின் மூலமாகவே வந்துவிடும். பந்தக்காவல் பலமாக இருந்ததால் பன்றிகளும் மான்களும் அண்டமுடியவில்லை. களையெடுக்கச் சொல்லி காசையும், ஆளையும் கொஞ்சம் சோளத்தையும் கொடுத்து தூர்ன் அனுப்பிவைத்திருந்தான். அதை வாங்கிக்கொண்ட சின்னான்

''தர்மேன்னா தர்மேந்தா'' தூரனை புகழ்ந்து நன்றி சொல்லிவிட்டு கொஞ்சம் தேனை கொங்கனிடம் சேர்க்கச்சொல்லி கொடுத்து அனுப்பினான்.

சோளத்தைக் கல்லில் போட்டு நெறித்து களிக்கிண்டி மூன்று நாட்களுக்கு வைத்துக்கொண்டு குடும்பமே களையெடுத்து காட்டை பளிச்சென்று வைத்தது.

நாட்கள் போய்க்கொண்டே இருந்தது.

எரு போடச் சொல்லி காசையும் கொஞ்சம் ராகியையும் கொடுத்து ஆளையும் அனுப்பிவைத்தான் தூரன். ராகியைக் கிளறிக்கிளறித் தின்றுவிட்டு மாட்டுச் சாணத்தைப் பொறுக்கிப் பொறுக்கி பொடித்து காட்டுக்குள் தூவி விட்டார்கள்.

தைமாதம் வந்துவிட்டது. கம்பு முற்றி கதிர்கள் தலைசாய்க்க ஆரம்பித்திருந்தன. அறுவடையை முடித்தபின் தான் அழைத்துவந்த ராமனையும் புர்ரானையும் களத்தில் விட்டுவிட்டு போய்விட்டான் தூரன். சின்னான் ஓடியாடி பரபரக்க வேலைகளைச் செய்து கொண்டிருந்தான். அடித்து, தூற்றிக் களத்தின் ஓரத்தில் குவித்து வைத்திருந்த கம்பு பழுப்பும் பொன்னும் கலந்த நிறத்தில் மின்னிக்கொண்டிருந்தது. அதை அளந்து, அளந்து ராமனும் புர்ரானும் சாக்கில் கட்டி மூட்டைகளாக்கிவிட்டு நிமிர்ந்தார்கள்.

கழுகுபோல் தூரன் வந்து நின்றான்.

''சின்னா, வெளச்சல் ஒன்னும் அவ்வளவு செரியில்ல போலிருக்கே''

''நல்லாத்தானெ வெளஞ்சிருக்கின'' அவன் குழப்பத்தில் ஆழ்ந்தான்.

'சரி குறைவாகத்தான் இருக்கும்போல' என சின்னான் நினைத்துக் கொண்டான்.

''ஆமாங்க கொஞ்ச கொறயாத்தா வெளஞ்சிருக்கினா'' என்று சொல்லிவிட்டு தலையைக் குத்திக்கொண்டான்.

கவுண்டன் கணக்கு சொல்ல ஆரம்பித்தான்.

'' வண்டிகட்டி வெத எடுத்து வந்த செலவு ருபா 10 ''

'' வெத கம்புக்கான வெலச்செலவு 50 ''

சொல்லிவிட்டு ஓரக்கண்ணால் சின்னானை பார்த்தான். அவன் எந்தவித சலனமுமில்லாமல் தூரனின் வாயையேப் பார்த்துக் கொண்டிருந்தான்.

தூரன் மேலும் தொடர்ந்தான்.

'' களையெடுக்கக் கொடுத்த பணம் ராகியோடு சேர்த்து ரூபாய் நாப்பத்தெட்டு''

'' எருவுபோடக் கொடுத்த பணம் சோளத்தோடு சேர்த்து இருபத்தி அஞ்சு''

''அய்யோ வெளஞ்சதவிட கூடுதலா வராம இருந்தா பரவாயில்லை'' என்று நீராடியம்மனை கத்தி வேண்டிக்கொண்டாள்.

ஆனால் கணக்கு அவள் பயந்தது மாதிரியேதான் வந்தது.

''ஆகமொத்தம் நூத்தி முப்பத்திமூனு ரூவா... ஒரு செலகக்கு நூறு ரூவா போக, நீ தரவேண்டிய பாக்கி முப்பத்திமூணி ரூவா''

எல்லா மூட்டைகளையும் ஏற்றிக்கொண்ட தூரன் புர்ரானை அழைத்து பதர் மூட்டையை எடுத்து கீழே போடச் சொன்னான்.

''இத சோத்துக்கு வெச்சுக்க சின்னா... முப்பத்தி மூணு ரூவாய அடுத்த வருச வெளச்சலுல கழிச்சுக்கறே''.

வார்த்தையை முடித்தும் முடிக்காமலும் மூட்டையைக் கீழே தள்ளிவிட்டு வண்டியை விரட்டினான்.

அது குழிகளில் இறங்கி மேடேறிப் போய்க்கொண்டிருந்தது.

கத்தியும் சின்னானும் சின்னானின் அப்பனும் குழந்தைகளும் தூரனின் வண்டியையே பார்த்துக்கொண்டு நின்றிருந்தனர்.

●●●

தெகினா - தென்னை

37. இருளஞ் சுவடி

லாலாலெ லாலேலலாலெ லல்லே லலலாலே லாலெலலாலெ
லாலாலெ லாலெலலாலெ லல்லெ லலலாலே லாலேலலாலெ

ஒரு மரத்தெ வெட்டினெனோ சாமி
நகமரத்தெ வெட்டினெனொ
ஊஞ்சலிலெ போறகிளியொ
ஆண்கிளியொ பெண்கிளியொ

(லாலாலெ)

ஒரு மரத்தெ வெட்டினெனொ சாமி
நகமரத்தெ ஊஞ்சால் கட்டி
ரெண்டு மரத்தெ வெட்டினேனொ சாமி
நகமரத்தெ ஊஞ்சல் கட்டி

(லாலாலெ)

மூணு மரத்தெ வெட்டினேனொ சாமி
நகமரத்தெ ஊஞ்சல் கட்டி
நாலு மரத்தெ வெட்டினேனொ சாமி
நகமரத்தெ ஊஞ்சல் கட்டி

(லாலாலெ)

அஞ்சு மரத்தெ வெட்டினேனொ சாமி
நகமரத்தே ஊஞ்சல் கட்டி
ஆறு மரத்தெ வெட்டினேனொ சாமி
நகமரத்தெ ஊஞ்சல் கட்டி

(லாலாலெ)

எழு மரத் தெ வெட்டினெனொ சாமி
நகமரத்டெ ஊஞ்சல் கட்டி
எட்டு மரத்தெ வெட்டினெனொ சாமி
நகமரத் தெ ஊஞ்சல் கட்டி

(லாலாலெ)

ஒம்பது மரத் தெ வெட்டினேன்னொ சாமி
நகமரத்தெ ஊஞ்சல் கட்டி
பத்து மரத் தெ வெட்டினேன்னொ சாமி
நகமரத் தெ ஊஞ்சல் கட்டி

கெரயோரரோ போகாதடா மகனெ
கெர பாம்பு தீண்டிடுமொ
வேலியொர போகாதட மகனெ
வேலிபாம்பு தீண்டிடுமொ

(லாலாலெ)

பித்தோர போகதடா மகனெ
பித்துபாம்பு தீண்டிடுமெ
மலையொர போகாதட மகனெ
மலைபாம்பு தீண்டிடிமோ

(லாலாலெ)

புதுக்காடு வெட்டயிலே மகனெ
பித்து பாம்பு தீண்டிடுமெ
பள்ளமரோ போகாதட சாமி
பள்ள பாம்பு தீண்டிட

(லாலாலெ)

தோதிமூப்பன், மூசிக்கடவு

வெளிச்சமோ வெள்ளையோ இருளர்களுக்குப் பிடிப்பதில்லை. கொக்கு பறந்தால்கூட புதருக்குள் ஓடினார்கள். அடர்ந்த அந்த வனத்தில் சூரியனின் வெளிச்சம்கூட ரொம்ப நெருக்கிக்கொண்டுதான் வரமுடியும். அப்படியான நேரங்களில் மரப்பொந்துக்குள்ளும் குகைகளுக்குள்ளும் ஒடுங்கிக்கொண்டு அதிகமாக தலைகாட்டாமல் இருந்தனர். அவர்களின் எல்லா நல்ல காரியங்களும் கெட்ட காரியங்களும் இருட்டிலேயே நடந்தது.

அவர்களுக்கு இருட்டு மிக உன்னதமானதாக இருந்தது. அதற்கு எத்தனையோ காரணங்கள் இருந்தன. அது முகங்களை மறைத்தது. தாட்சண்யம் இல்லாமல் நடந்துகொள்ளவும், கூட்டாக செயல்படவும் சமமாக பங்கித்தரவும்.... குறிப்பாக காமம் களிக்க வசதியாக இருந்தது. வனத்தை குளிரச்செய்தது.

இருள் அவர்களுக்கு தேவியாக இருந்தது. இதற்கும் கேடு வந்து சேர்ந்திருந்தது.

ஆயிரம் வருடங்களுக்கு மேலான வெள்ளை நாகன் ஒன்று, சாகாமல் அதே வனத்தில் இரைதேடி சுற்றிக்கொண்டிருந்தது. வரும்போதும் போகும்போதும் துணுக்குகளாய் அது வெளிச்சத்தைக் கக்கிக்கொண்டேயிருந்தது. கக்கிய துணுக்குகள் ஒன்றைத்தவிர மற்றவையெல்லாம் இருண்டு சிறு சிறுகற்களாக மாறின. ஒன்று மட்டும் வளர்ந்து வெளிச்சத்தை காய்களாகவும் மலர்களாகவும் பூக்கவைத்து காட்டைக் கலங்கடிப்பதும் அதை இருளர்கள் கூடி வெட்டிவிடுவதும், பிறகு கொஞ்ச நாள் கழித்து அது திரும்ப வருவதும்... துணுக்குகளை கக்குவதும், இவர்கள் அந்த வெளிச்சமரங்களை வெட்டுவதும்... தொடர்ந்துகொண்டிருந்தது. சலித்துப்போனார்கள் இருளர்கள்.

குருவன் சம்பன், தலைமையில் மேட்டுப்பாறையில் கூடியிருந் தார்கள். ஆளுக்கொரு முடிவை சொல்லிக்கொண்டேயிருக்க சலிப்புற்ற சம்பன் அவனே ஒரு முடிவைச்சொன்னான்.

முடிவு செய்தபடி, அது அடிக்கடி வரும் பாதையில் ஒரு இளிய மரக்கொம்பை வெள்ளகன் கொண்டு வந்து போட்டான். கரட்டிகள் கூட்டம் அதற்கான பொறுப்பெடுத்துக்கொண்டு காத்திருந்தது. கூகு பிடித்து பொந்தாகியிருந்த அதிலிருந்த ஊர்ந்த பூச்சிகளைக் காடையொன்று லபக்கென்று பிடிப்பதும் பறப்பதுமாக இருந்தது. மாதக்கணக்கில் காத்திருந்த அவர்களுக்கு அன்று இருண்டது. பாம்பு அருகிலிருந்த வனத்திலிருந்து மெல்ல வெளியே வந்தது. பிளந்த நாக்கை உள்ளிழுத்து வெளியேதள்ளி தலையை உயர்த்தி சுற்றும் முற்றும் பார்த்துவிட்டு, துணுக்குகளை கக்கியபடி வேகமாய் ஊர ஆரம்பித்தது.

கரட்டிகள் முகத்தை மறைத்துக்கொண்டு மண்ணில் குதித்து விதவிதமான அதிர்வுகளை எழுப்பினார்கள். அவர்களின் கூச்சலில் அது தடுமாறியது. ஏதோ கூட்டம் இருப்பதை உணர்ந்த நாகன் அவர்கள் போட்டுவைத்திருந்த இளிய பொந்துக்குள் போய் சுருண்டுகொண்டது. கரட்டிகள் அதன் இன்னொருபுறத்தை களிமண்ணால் அடைத்து பூசி, தூக்கிப்போய் நாளியில் போட்டார்கள் . கரையடித்த ஆற்றில் அது அங்குமிங்குமாக அலைந்தது. நீரின் போக்கில் நகர்ந்த மரம் எதிரில் இருந்த பெரிய பாறையில்மோதி சிதறியது. உடைந்த மரத்துக் குள்ளிருந்து பாம்பு வெளியே வந்து எட்டிப்பார்த்தது.

கரையில் இருளர்கள் நின்றிருந்தார்கள்.

வெள்ளைநாகன் மற்ற பாம்புகளுக்கும் தகவல் கொடுத்தது.

அன்றிலிருந்துதான் பாம்புகள் கொத்த ஆரம்பித்தன.

●●●

கூரையின் முன்மரத்திலிருந்த, மான்தோலாலான பை, காற்றில் ஆடியது. கருடன் கிழங்கும் அதன் வேர்களும் காய்ந்துபோன சிரியானும் அதை துருத்திக்கொண்டிருந்தது. புழுதிவாரிய காற்றின் தூற்றலில், கொன்றை மரம் பூக்களை உதிர்த்துக்கொண்டிருந்தது. குடிசையோரம் நகரமுடியாமல் படுத்திருந்த மலைப்பாம்புக் குட்டியோடு குழந்தைகள் விளையாடிக் களித்திருந்தனர். அது நெளிவதும் நகர்வதுமாக போக்குக்காட்டிக் கொண்டிருந்தது. கோவன்பதி இருளப்பெண்கள் கூரைவிட்டு கூரை போயும், ஒன்றாகக்கூடியும் ஏதேதோ பேசிக்கொண்டார்கள். அவர்களின் முகத்தில் கவலை படர்ந்திருந்தது. தலைக்குமேலே தெரிந்த மரச்சந்துகளில் கருமேகம் அடர்ந்து வருவது தெரிந்தது.

•••

இருளர்களும் மலசர்களும் காடர்களும் புலையர்களும் வேடர் களும் எத்தனையோ முறை ஒன்றாக நின்று எதிரிகளை சந்தித்திருக் கிறார்கள். அப்படி ஒன்றாக நின்றபோதெல்லாம் எளிதாக, மிக எளிதாக களங்களை வென்றிருக்கிறார்கள்.

குறிப்பிட்ட தூரம்வரை பின்வாங்கி, ஊதும்பிக் கூட்டை கலைத்துவிட்டு எதிரிகளைக் கலங்கடிக்கும் கடும்பிளிகள் வேடர் களுக்குள் இருந்தார்கள். பிப்புச்செடிகள் நிறைந்த பகுதிகளைக் கடந்து போய் நின்றுகொண்டு சேனைக்காரர்களை அந்தப் புதருக்குள் தந்திரமாக வரவழைத்து திணறடிக்கும் கொடுவேக்கள் இருளர்களுக்குள் நிறைந்திருந்தார்கள். மரங்களுக்கு மேல் தயாராக வைத்திருக்கும் கற்களை தள்ளிவிட்டும், திடீரென அம்பெய்தும் மாயவித்தைகளை நிகழ்த்தும் கொளப்பத்துகள் மலசர்களுக்குள் இருந்தார்கள்.

இப்படி, இதுவரை கேட்டும் பார்த்தும் இராத வித்தியாசமான போர் உத்திகளாலும் வியூகங்களாலும், பல அரசப் படைகள் செய்வதறியாது கலங்கிப்போய் திக்குமுக்காடி பின்வாங்கிப் போயிருக்கின்றன... மேலும் சொந்த மண்ணில் நிற்கும்போது எதிரிகளின் பலத்தைவிட தங்கள் பலம் பலமடங்கு அதிகமாவதை அனுபவத்தில் நன்கு உணர்ந்திருந்தார்கள்.

ஆனால் இப்போது நிலைமை தலைகீழாக இருந்தது. ஆக்கிர மிப்பாளர்களுடனான தொடர்ச்சியான போர்களில் சலிப்புற்ற மலசர்கள், எங்கு வெளியாட்களின் தலை தென்படுகிறதோ அங்கிருந்து கண்ணுக்கெட்டாத தூரத்துக்குப் போய், தனது குடியிருப்புகளை அமைக்க ஆரம்பித்தார்கள். காடர்களும் புலையர்களும் அவர்களைப் போலவே வனாந்தரங்களின் தெற்கு தூரங்களுக்குப் போய்விட்டார்கள்.

தோல்விகளிலிருந்து பாடம் கற்றுக்கொண்டு, உள்ளூர் ஆட்களைத் துணைக்கு வைத்துக்கொண்டு, திட்டமிட்டு நகரும் பெரும் படைகளுக்கு முன்னால் தொடர்ந்து நின்று வெற்றிபெறமுடியாது என்பதில் அவர்கள் தெளிவாகவும் உறுதியாகவும் கவலையாகவும் இருந்தார்கள். எவ்வளவோ முறை இருளர்கள், மலசர்களிடமும் காடர்களிடமும் புலையர்களிடமும் பேசிப்பார்த்தும்விட்டார்கள். ஆனால் அவர்கள் இருந்த இடத்தை விட்டுவிட்டு வெளியேறிப் போவதை தடுத்து நிறுத்திவிட முடியவில்லை.

இதைவிடவும் காலங்காலமாய் ஒன்றாக நடந்து, ஒன்றாக வளர்த்து காடுகளைப் பகிர்ந்துகொண்டு ரத்தமும் சதையுமாக இருந்த வேடர்களின் ஒரு பிரிவினர் நிலைதான், செவனனை அதிகக் கவலைக் குள்ளாக்கியது.

அவர்கள் பலசமயங்களில் மன்னனின் கட்டளையின் பேரில் காடுகளை வெட்டவும் அங்கே படைகளைக் கட்டவும் ஆரம்பித்தார்கள். வேட்டுவர்களுக்கும் இருளர்களுக்கும் ஆங்காங்கே சச்சரவுகள் ஆரம்பித்திருந்தன. அச்சச்சரவுகள் நாளடைவில் பெரும்சண்டையாக மாறின.

சின்ன சின்ன பதவிகளை வைத்துகொண்டு அதிகாரம் செய்த, மண்ணின் இண்டு இடுக்குகளை விரல் நுனியில் வைத்திருந்த வேடர்கள் வேறுவழியின்றி சோழர்களின் படைகளில் சேர்ந்துகொண்டு சேவகம் புரிய ஆரம்பித்தார்கள்.

வேடர்களின் தலைவர்களுக்கும் இருளர்களின் தலைவர்களுக்கும் இடையே நடந்த கூட்டங்கள் பயனில்லாமல் போய்விட்டன. பேரரசின் பிரமிப்பிலிருந்து விடுபடாத வேடர்கள், சோழர்களோடு நின்றார்கள். அவர்களின் தளபதிகளாக ஆனார்கள். அவர்களுக்காக ஆளவும் ஆரம்பித்தார்கள். வேடர்களின் பாம்பு சின்னம் பொறித்த மரங்களில் புலிக்கொடி பட்டொளிவீசி பறக்க ஆரம்பித்திருந்தது.

•••

காலம் பெரும் சுழற்சியை முடித்திருந்தது.

அன்று ஞாயிற்றுக்கிழமை. வாரக்கூலியை வாங்கிக் கொண்டு தொண்டாமுத்தூர் சந்தைக்கு மக்கள் சாரைசாரையாக போய்க்கொண்டிருந் தார்கள்.

செவனானின் கொள்ளுப்பேரன் பொத்தன் பெண்வீட்டுக்கு கொடுக்கவேண்டிய பரியப்பணத்தோடு கூரையிலிருந்து வெளியே வந்து, மலையை விட்டு இறங்கி மாவாம் பதியை நோக்கி நடந்தான்.

அவனது காலுக்கு கிழே சராலென்று ‘மட்டை’ ஒன்று ஊர்ந்துபோய் பாதையிலிருந்து தள்ளி இருந்த சுண்டைசெடிக்குள் நுழைந்தது.

மட்டையைப் பார்த்ததும் கூரைக்குத் திரும்பிப்போகத் தொடங்கினான்.

அவன் மனதில் கொண்டன்கூரை கஞ்சி சீரில் நடத்தவேண்டிய கூத்து ஓடத்தொடங்கியிருந்தது.

●●●

கூகு - உலுத்து பூச்சிபிடித்த, ஊதும்பி - மலைக்குளவி, கொடுவேக்கள் - இருளர்களின் ஒருகுலம், கொளப்பத்துகள் - மலசர்களின் ஒரு பிரிவு, கடும்பிளிகள் - வேடர்களின் அகமணக்குழு,

மட்டை - பாம்பு, பரியப்பணம் - மாப்பிள்ளைவீட்டார் மணமகள் வீட்டுக்கு கொடுக்கவேண்டிய மணஉறுதி பணம். பாம்புகளைக் காண்பது நல்ல சகுனமல்ல என்ற குறி இருளர்களிடத்தில் நிலவி வருகிறது.

38. பிறர்குறிப்பேற்றம்

சொசொ மயிலெ சோகெ மயிலெ தாயி
மானங்கெட்ட வீணாருக்கு சோகெ மயிலெ
சொசொ மயிலெ சோலெ மயிலெ
நமுத்தூரு வீணருக்கு சோகெ மயிலெ
ஆண்டீ வீட்டு வீணருக்கு சோகெ மயிலெ

மனந்தனொ இல்லயோ சோகெ மயிலெ
வெக்கந்தனொ இல்லியோ சோகெ மயிலெ
தங்கதி தேனெ கல்யாணொ சோகெ மயிலெ

சொசொ மயிலெ சோக மயிலெ
சாத்தவீட்டு வீணருக்கு சோகமயிலெ
வெக்கந்தானொ இல்லையொ சோகமயிலெ
கதிரவீட்டு வீணருக்கு சோக மயிலெ
மானந்தானொ இல்லியோ சோகமயிலெ

சோ சோ மயிலெ சோக மயிலெ
சோ சோ மயிலெ சொக மயிலெ

சாத்தி, கூக்கம்பாளையம்

பதியிலிருக்கிற வீணர்கள் ஆண்டிகூரையை ஒட்டியிருக்கிற ஆலமரத்திலேயே இருந்தார்கள். அவர்கள் சும்மாவொன்றும் இருக்கவில்லை; ஆண்டியின் மகள்களுக்கு தூண்டில் போட்டுக் கொண்டே இருந்தார்கள். நாளடைவில் இண்டனைத்தவிர எல்லா வீணர்களும் ஆளுக்கொரு 'பொன்றி'யை சரிக்கட்டியிருந்தார்கள். ஆட்டுக்குப் போவதும் பள்ளத்தில் ஒதுங்குவதும்.... எல்லை கடந்துதான் திரிந்தார்கள். ஆனால் பெரியவள் கொன்னி அப்படியில்லை. எதிலும் பட்டும் படாமல் நடந்துகொண்டாள். அவளுக்கும் இதிலெல்லாம் ஆர்வம் என்றாலும் கூட, ஏனோ வெறும் சீண்டல்களும் கேலிகளுமே போதுமென்று காலம் கடத்திக் கொண்டிருந்தாள். அப்படி ஒரு உறவு

வந்திருந்தால்கூட ஆண்டி ஒன்றும் கொடுவாளைத் தூக்கிக்கொண்டு ஆடக் கூடியவனுமல்ல. அது அவர்களின் பழக்கமும் இல்லை.

●●●

கொன்னியைத்தேடி மாப்பிளைகள் வந்துகொண்டிருந்தனர்.

●●●

இண்டன் மயங்கிப்போய்த்தான் கிடந்தான். ஆனால் அவன் மயங்குமளவுக்கு எந்த உத்தரவாதத்தையும் அவள் கொடுத்திருக்க வில்லை.. கொன்னி திரும்பிப் பார்ப்பதையும், 'பைய'க்கரைக்கு தண்ணீரெடுக்கப் போகும் போது இயல்பாய் பேசுவதையும் வைத்தே அவனாகவே ஒருமுடிவுக்கு வந்திருந்தான். அப்படி ஏதாவது அவளுக்கு நினைப்பிருக்கிறதாவென்று உறுதிப்படுத்திக்கொள்ள தீவிரமான முயற்சி எதையும் அவன் செய்யவும் இல்லை. அதற்குக் காரணம் இல்லாமலில்லை. இண்டனுக்கு முன் பல் நீண்டு லேசாய் உதடு பிளந்திருக்கும். பேசும்போது இன்னொரு பல்லும் துருத்திக்கொண்டு வெளியே வந்துவிடும். முயற்சி செய்யப்போய் ''பல்லையும் பாரு அவே ஆசையப் பாரு... நீ வாண்டாலா' என்றுசொல்லிவிட்டால்... அவனுக்கு தயக்கம் அதைவிட நீண்டுகிடந்தது.

●●●

இவள் மனதில் யாரையாவது 'வெத்திருக்கிறா'ளா என்று அறிய ஆண்டி படாத பாடுபட்டுப் பார்த்துவிட்டான். ஆனால் கொன்னி, மற்ற மகள்களைப்போல் எந்தவிதமான அறிகுறியும் காட்டாமல் இருந்ததைக் கண்டு குழம்பியிருந்தான். அதனால் அவளுக்கு தேடிவரும் எந்த வீணனுக்கும் அவளைக் கட்டிக்கொடுப்பதென்று முடிவு செய்திருந்தான். அப்படி வந்த குழிவெளாமுண்டியைச் சேர்ந்த கரியனின் அப்பன் கதிரானிடம் பரியப்பணத்தை வாங்கிவிட்டான். அதில் அவளுக்கும் பூரண சம்மதமாகத்தான் இருந்தது.

பரியப்பணம் வாங்கினானேயொழிய ஆண்டி மனதில் தேக்கமொக்கையை சேர்ந்த முருகன் ஓடிக்கொண்டிருந்தான். அந்த நினைப்பு அவனை படாதபாடு படுத்திக்கொண்டிருந்தது.

●●●

தேக்கமொக்கையில் மட்டுமல்ல அந்த பகுதியிலேயே முருகன்தான் கொஞ்சம் விவரமானவன். அவனுடைய ஓடிசலான தேகமும், முகத்தில் எப்பொழுதும் படர்ந்திருக்கும் அளவான தாடியும் கழுத்துவரை நீண்டுகிடக்கும் முடியும்... அப்படியொரு அழகன்..

போதாக்குறைக்கு அவனைத்தேடி வரும் ஆட்களின் பவிசும், நெட்டொடியன் போல் அனுசரணையாக நடந்து கொள்ளும் முறையும் எல்லோருக்கும் அவனைப் பிடித்திருந்தது. அப்படித்தான் செவினிக்கும் பிடித்திருந்தது......, உரிச்சிக்கும் பிடித்திருந்தது. ஆனால் முருகனுக்கு இதெல்லாம் பொருட்டே இல்லை. அவன் காடுகளுக்கும் மலைகளுக்குள்ளும் 'மினி' போல் அலைந்து கொண்டிருந்தான்.

''எத்தனை நாளேக்கி இச்சா அலைவே. ஒரு பொண்டக்கட்டி குடும்பத்த பெருக்காவாண்டியதுதானெ?. அப்பனும் ஆத்தாளும் நச்சத் தொடங்கியபின் அவன் உரிச்சி வீட்டுக்குப் போக ஆரம்பித்தான்.

உரிச்சிக்காக அவன் வெரையாட்டுக் கறியைக் கொண்டுவந்தான். அவள் கேட்ட நூரைக் கிழங்கைத் தோண்டிவந்து தந்தான். இவனுக்கு வேண்டிய எல்லாவற்றையும் உரிச்சியும் தந்தாள்.

'டாகுக்கு போகே' 'டாகுக்கு போகே' சாக்கில் அவர்கள் எல்லா காடுகளிலும் சுற்றினார்கள். மடுவில் குளித்தார்கள். ஒரு அடைமழை மாதத்தில் காடுகளுக்குள் போய்விட்டு வந்து குடித்தனமும் செய்ய ஆரம்பித்துவிட்டார்கள்.

அதுவரைக்கும் பொறுமையாக இருந்த செவினி, குமுற ஆரம்பித்தாள். அவன் இவளை வேண்டாமென்று சொன்னதுகூட பொறுத்துக்கொள்ள முடிந்தது. ஆனால் இவளுக்கு எல்லா விதத்திலும் குறைந்தவளான உரிச்சியை... அவளுக்கு நெஞ்சே வெடித்துவிடும் போல் இருந்தது. அழுது அழுது மூஞ்கி வீங்கி கொஞ்சம் கோரமாகவே மாறியிருந்தாள்.

'' என்னாதுக்குவே இச்சா லாறிகெடக்கெ''

''இல்லேண்ணா, உரிச்சி அவனெ மைய வெச்சு மயக்கி கூட்டிகிட்டா... அவனுக்குந்து நா என்னவெல்லாம் செஞ்சிருக்கேன்னு நிமுக்கு தெரிகாது''

''விடு லாமி நம்த்து இருளங்கள்லே வீணரா இல்லே''

வழக்கமான இருளத்தியாக இருந்தால் ஒரு நாள் பார்ப்பாள் இரண்டு நாள் பார்ப்பாள்... ரொம்பவும் முறுக்கிக்கொண்டால் 'போலா நீமூ நித்து பொழாப்பூம்' என்று விட்டுவிடுவாள்.

ஆனால் செவினி விடவில்லை... தாயனூரில் இருக்கிற எல்லா குடியானவர்கள் குடும்பத்திலும் இவளுக்கு பழக்கமிருந்தது,அவள் தன்னை ஒரு கொங்கத்தியாகவே பாவித்து வளர்ந்தவள்; அவளுக்கு ஈடானவர்கள் யாரும் இருள சனத்தில் கிடையாது என்ற மதப்பில்

இருந்தவள்; மனதுக்குள் நிறைய திட்டங்களைப் போட்டுப் போட்டு அழித்து முருகனை ஒரு வழி பண்ணுவதென்று முடிவுக்கு வந்திருந்தாள். வேறுவழியில்லாமல் அவன் அண்ணனும் அதற்கு ஒத்துழைக்க ஆரம்பித்தான். அப்படி முடிவெடுத்த பிறகு, அவர்கள் முருகனோடு சமாதானமாகப் பழக ஆரம்பித்தனர்.

●●●

கொரைக்காட்டில் கடம கண்ணி நிறைந்திருந்தது. செம்ம, தன் கொம்புகளை இழுக்கமுடியாதபடி வகையாகச் சிக்கியிருந்தது. கால்கள் தடுமாறி குப்புறவிழுந்து எழ முயற்சி செய்து தோல்வியுற்றிருந்தது. அன்று இரவு மணக்க... மணக்க, செவினியின் வீட்டில் அது வேகவேண்டுமென்ற விதி இருந்தது... வெந்துகொண்டிருந்தது.

''முருகா நினக்குன்னுதா, செம்ம அடிச்சு கொழம்பு வெத்திருக்கெ பொண்டு சேந்ததுக்கு விருந்து வாண்டாமா?''

''ஆமா... ஆமா'' சிரித்துக்கொண்ட முருகனுக்கு எதுவும் மனதில் இல்லை. எப்போதும் போலவே வந்தான். எப்போதும் போலவே செவினியிடம் பேசினான்.

''உரிச்சி நீமு இந்துக்கு அழகா கெடாக்கெ...... பூச்சி புடித்துருக்கா'' அவள் வயித்தை தொட்டுக்காட்டி பேசிய செவினிக்கு..

''ம்க்கூ ... இல்லேக்கா'' சொல்லிவிட்டு நிற்காமல் விருந்தில் ஓடியாடி வேலை செய்யத் தொடங்கிவிட்டாள்.

சிரித்துக்கொண்டே செவினி மேகாட்டுக்குள் போனாள்.

அவர்கள் 'வேண்டாம் வேண்டாம்' என்கிற அளவுக்கு செவினி விழுந்து எழுந்து உபசரித்தாள். ஊட்டி கூடவிட்டாள்.

விருந்து முடிந்து வீட்டுக்கு வந்த அடுத்த நாளிலிருந்து முருகன் கால்போன போக்கில் நடப்பதும், மனம்போன போக்கில் பேசுவதுமாய் பைத்தியமாகவே ஆகிவிட்டான்.

முற்றிய ஊமத்தங்காய் விதையும், பொரிசன் வேரும் அரைத்து மானின் ஈரலுக்குள் வைத்துக் கொடுக்கப்பட்ட மருந்து வேலை செய்யத் தொடங்கியிருந்ததை எண்ணி செவினியும் அவள் அண்ணனும் சிரித்துக் கொண்டார்கள்.

முருகனைப் போலவே உரிச்சியும் கொஞ்சநாளில் மாறிப் போயிருந்தாள்.

●●●

இன்னும் ஆலமரத்தில் வீணர்கள் தொங்குவது நின்றபாடில்லை. மற்றவர்கள் எல்லோரும் காணமல் போயிருந்தார்கள். அவர்கள் பக்கம் எல்லாமும் சரியாகி இருந்தது. ஆனால் இண்டன் நிலைமை இப்படியாகிவிட்டது. அவனும் இன்னும் முயற்சியைக் கைவிடாமல் ஆலமரத்தில் விழுதுகளில் தொங்கிக்கொண்டிருந்தான். இன்னும் அவன் சாடைகளைக் கைவிட்டவனில்லை. இன்னும் அவளை பின்தொடர்வதைக்கூட நிறுத்தவில்லை.

ஆண்டியும் அவனிடம் இதைச்சொல்லி புரியவைக்கவேண்டு மென்று முயன்றுகொண்டே இருந்தான். ஆண்டியை எதிரில் பார்த்தால் இண்டன் குறுக்கு வழியில் புகுந்து போய்விடுகிறான்... ஆண்டி பேசப்போனால்... ''மாடு லெக்கி... நேம் போகே'' னென்று தப்பித்து விடுகிறான். அவனும் யார் யார்கிட்டவெல்லாமோ சொல்லிப்பார்த்து விட்டான். இண்டன் யாருக்குமே பிடிகொடுத்தவனில்லை. இண்டனைப் பற்றிய கவலையை கொன்னியிடம் பகிர்ந்துகொண்டான் ஆண்டி. நேராய் மரத்துக்குப் போன கொன்னி ''இச்சா வாயி இண்டா'' என்று சத்தமில்லாமல் பாசமாகத்தான் அழைத்தாள்.

சரசரவென இறங்கிவந்து தலையைக் குத்திக்கொண்டு நின்றான் இண்டன்.

''எமக்கு கல்யாணம் ஆகாப்போகுது. ஆடுமாடு பத்தாம இச்சாமே குக்கி கெடாந்து பாழாகே. எத்து மனகூ கணத்துக் கெடக்கு, எந்திக்காவது நே நின்னெ தொட்டு சொல்லிருக்கேனா.. இல்லேலா இண்டா?''

....

''இல்லே நீவீரா என்னெ கேட்டிருப்பினா? அத்தும் இல்லே, நின்னா மாரி ஒரு வீணங் கெடாக்காக்கு வீணிக கொடுத்து வெத்திருப்பா. அடுத்த ஜென்மாத்துல நீதே எத்து கூரேக்காரன்.''

சடசடவென பேசி முடித்துவிட்டு அவனையே பார்த்தாள்.

இண்டன் கண்ணீரோடு நடந்து போய்க் கொண்டிருந்தான்.

''லே இண்டா... இண்டா பாருலா .....லா''

கனத்துப்போன மனசுடன் அவள் பின்னால் கத்திக்கொண்டே போனாள்.

மரத்திலிருந்த லாறிக்குருவி சட்டென பறந்துபோனது.

●●●

கொன்னிக்கு பெண் குழந்தை பிறந்திருந்தது.

உள்ளே வந்த ஆண்டி, இண்டனைப் பார்த்து சிரித்துவிட்டு தான் பிடித்துவந்த ராமன்னங்குன்னியை குழந்தையின் தொப்பிளில் வைத்து நான்கைந்து முறை தேய்த்துவிட்டு

"இனி தொத்துமல்லு மல்ல மாட்டா நித்து மகா"

"அச்சாமே இண்டனுக்கும் தேச்சுவிடுவி கொஞ்சம் தெகிரியமா வருவின" சொல்லி சிரித்த கொன்னியின் கண்களில் எதையோ வென்றுவிட்ட மின்னல் தெரிந்தது.

"நித்து அப்பேனெ பாருவி" என்று இண்டன் தன் மகளை கொஞ்சிக் கொண்டிருந்தான்.

●●●

ராமன்னங்குண்ணி - குள்ளான் பூச்சி

39. கோவன் பூர்வப்பட்டயம்

லாலாலிலிலோ லாலாலிலி லொ
லாலாலோ லால்லேலொ

கோவழூப்ப நாடுலயா தில்லேலேலொ
கொள்ளு வெளஞ்ச காடு தில்லேலேலேலொ
கொள்ளுவெளஞ்ச காடுலயா தில்லேலேலொ
ரயிலு வண்டி பறக்குதுங்கோ தில்லேல்லொ

ராகி வெளஞ்ச காடுலயா தில்லேலேலொ
ரயிலு வண்டி பறக்குதுங்கோ தில்லேல்லெ

கணுவா நாடுலய்யா தில்லேலேலொ
கடுகு வெலந்த காடுலயா தில்லேலேலொ
கடுகு வெலந்த நாடுலய்யா தில்லேலேலொ
காரு பஸ்சு போகுதய்யா தில்லேலேலொ

லாலாலிலிலோ லாலாலிலி லொ
லாலாலோ லால்லேலொ

தடாக நாடுலயா தில்லேலேலொ
தனங்கனி வலந்த நாடுலயா தில்லேல்லேலொ
தனங்கணி வெலந்த நாடுலயா தில்லேலேலொ
தாடுமுட்டி நடக்குதைய்ய தில்லேலேலொ

மாங்கரே நாடுலயா தில்லேலேலொ
மானு நடந்தகாடுலயா தில்லேலேலொ
மானு நடந்த காடுலயா தில்லேலேலொ
மணிப்பொரட்டு பண்ணுகாரு தில்லேல்லேலொ

லாலாலிலிலோ லாலாலிலி லொ
லாலாலோ லால்லேலொ

கலுவீர நாடுலய்யா தில்லேலேலொ
கம்பு வெளஞ்ச நாடுலயா தில்லேலேலொ

கம்பு வெளஞ்ச நாடுலயா தில்லேலேலோ இப்போ
காரு வண்டி பறக்குதய்யா தில்லேலேலெலா

லாலாலிலிலோ லாலாலிலி லொ
லாலாலோ லால்லேலெலா

வேடபட்டி நாடுலயா தில்லேலேலெலா
வெரே வெளஞ்ச நாடுலயா தில்லேலேலெலா
வெரே வெளஞ்ச நாடுலய்யா தில்லேலேலேலெலா
வெட்டையா கெடக்குதய்யா தில்லேலேல்லெலா

ஆனகட்டி நாடுலய தில்லேலேலேல்லெலா
ஆன நடந்த காடு தில்லேலேல்லெலா
ஆனநடந்த காடுலயா தில்லேலேல்லெலா
இப்போ அக்கிரமோ நடக்குது தில்லேலேலெலா

லாலாலிலிலோ லாலாலிலி லொ
லாலாலோ லால்லேலெலா

நரியன், ஆகேகண்டி

செவனனை, நடுவனை வீழ்த்திய பிறகு, படைகள் மேற்கு நோக்கி நகர ஆரம்பித்திருந்தன.

அந்தரங்க சேவகர்கள் அவர்களுக்கே உரிய முறையில், பல்லனின் மகன் அவினனை அழைத்துப்போனார்கள். அவர்களுக்கு யானைகள் தேவையாக இருந்தது. அதைப் பிடிப்பது தெய்வ குத்தமென்றிருந்த பல்லனுக்கு அரசகுத்தம் பெரிதாக தோன்றியது.

வேறுவழி தெரியவில்லை. அவனது பதிக்காரர்கள் ஆனைக் கொப்பத்தை தோண்டத்தொடங்கியிருந்தார்கள். நாளெல்லாம் தோண்டித் தோண்டி தேவையான அளவுக்கு ஆழப்படுத்திவிட்டார்கள். சரிவை தட்டித் தட்டி முழுமைப்படுத்திவிட்டு தள்ளி நின்று பார்த்தார்கள். காலைவைத்து அது ஏறிவிடமுடியாதபடி குழி செங்குத்தாகத்தான் இருந்தது. தோண்டையும் பூரடனும் அதன் மேல். தயாராக இருந்த மூங்கிலை குறுக்காகவைத்து சரிபார்த்துவிட்டு அந்த மூங்கிலின் மேல் படலைப்போட்டார்கள். மீதியிருந்த ஆட்கள் ஓரத்தில் மலைபோல் குவித்துவைக்கப்பட்டிருந்த மண்ணைக் கொண்டு வந்து கொட்டினார்கள். இப்போது கீழே குழியிருக்குகிறதா? என்ற சந்தேகம் இவர்களுக்கே வந்துவிட்டது. யானைக்கு வந்துவிடுமா என்ன! கொட்டனும் பலகனும் ராகியை விதைத்துவிட்டு அவினனுக்கு தகவல் கொடுத்தார்கள்.

வந்து பார்த்த அவினன் சில ஆலோசனைகளை சொன்னான். அவனுக்குத்தெரியும், யானை என்பது வெறும் விலங்கு அல்லவென்று. அது, சந்தேகப்படும்படி ஏதாவது தடயம் இருந்தாலே, ஒன்று விலகிப்போய்விடும், இல்லையென்றால் கோபம் தலைக்கேறி அந்த இடத்தை துவம்சம் செய்துவிடும். அப்படி ஏதும் இருப்பதாக அவனுக்கு தெரியவில்லை. அவன் கண்ணசைக்க, எல்லோரும் கிளம்பிப்போய் பதியில் காத்திருந்தார்கள். கொந்தனும் சாத்தனும் மட்டும் அருகிலிருக்கும் உயரமான மத்தி மரத்தில் ஏறி பொறையோடு காத்திருந்தார்கள்.

ஒரு நாளல்ல இரண்டு நாளல்ல மாதக்கணக்கில் காத்திருந்தார்கள். ராகி விளைந்து வந்து கொண்டிருந்தது.

•••

அம்மாவாசை இருட்டு வெளுக்கத் தொடங்கியது. இன்னும் கொஞ்ச நேரத்தில் விடிந்துவிடும் போலிருந்தது. தூரத்தில் அங்கொன்றும் இங்கொன்றுமாக காட்டுக்கோழிகள் கத்திக் கொண்டிருந்தன. புலியின் உறுமல் மிக அருகாமையில் கேட்டது. ஆனால் கொந்தனும் சாத்தனும் மரத்திலிருந்த பந்தாவில் நன்றாக உறங்கிப் போயிருந்தார்கள்.

படல் முறிந்து சடாரென விழும் சத்தம் கேட்டது. அதைத் தொடர்ந்து வந்த யானையின் பிளிறல், மரங்களை உலுக்கியது. கூட்டமாக நின்றிருந்த பன்றிகள் தலைதெறிக்க ஓடின. திடுக்கிட்டு விழித்த அவர்கள் கண்களை கசக்கி காதுகளை கரகரவென்று தேய்த்துக் கொண்டு பொறையை அடித்து முழக்கினார்கள்.

பதிக்காரர்கள் கூட்டமாக ஓடிவந்துகொண்டிருந்தனர். குழிக்குள் விழுந்திருந்த அந்தப் பெண்யானை பிளிறிக்கொண்டே இருந்தது. மற்ற யானைகள் அதை வெளியே எடுக்கும் முயற்சியில் இருந்தன. ஊர்க்காரர்கள் கையிலிருந்த தவிலின் சத்தம் அதிகமாக இருந்ததால் முயற்சியைக் கைவிட்டுவிட்டு கொஞ்சதூரம் ஓடிப்போய் திரும்பி நின்று பார்த்துக்கொண்டிருந்தது.

யானை விழுந்த செய்தி எப்படியோ அரண்மனையை எட்டியிருந்தது. அதைக்காண அரசனும் அவனது படையாட்களும் அவினன் பதியை நோக்கி புழுதி கிளப்பியபடி வந்துகொண்டிருந்தார்கள்.

•••

குழிக்குள்ளிருந்த யானையின் கண்களில் கண்ணீரும் பீளையும் வழிந்துகொண்டிருந்தது. அவ்வப்போது மேலே வருவதற்கு அதனால்

ஆன முயற்சியை செய்துபார்த்துவிட்டு, தும்பியை கீழே போட்டுவிட்டு உர்ர்ரியது. குழியைச் சுற்றி வந்து அதன் வயிற்றையும், பொண்டிய யையும் பார்த்த அவினன் ''மாசமாக் கெடாக்குல'' என்று சொல்லி விட்டு உட்கார்ந்துவிட்டான். சோர்ந்து போயிருந்த அது அவனை சோகத்துடன் பார்த்து கெஞ்சியது.

''ராஜா வர்க்காக்குள்ளே இதெ வெளியே டுக்கனுமே'' அவினனின் சொல்லுக்கு கட்டுப்பட்ட பதியர்கள் நாளெல்லாம் தோண்டி, குழியைத்தட்டி மேடுறுத்தி அதன் ஆழத்தை குறைத்தார்கள்.

முன்னங்கால்களை தூக்கி மேட்டின் மேல்வைத்து தும்பிக்கையால் மண்ணை அழுத்திப்பிடித்துக்கொண்டு உடலை மேலே இழுத்தது. தயங்கி தயங்கிப் பின் வேகம்கூட்டி ஒரே உந்தில் மேடேறியது. மக்கள் ஒதுங்கி, வணங்கி நின்றனர். கூட்டத்தை ஒருமுறை பார்த்துவிட்டு மிதமாக பிளிறி நன்றிப் பெருக்கோடு தும்பிக்கையை தாழ்த்தி வணக்கம் வைத்தது. பின் திரும்பித் திரும்பி பார்த்துக்கொண்டே நடக்கத் தொடங்கி காடுகளுக்குள் மறைந்துபோனது.

●●●

அரசன் காட்டை எட்டியிருந்தான். யானைக்கொப்பம் காலியாக இருந்தது. அதிர்ச்சியடைந்த மன்னன் படைகளுக்கு கட்டளை யிட்டான். படைகள் மூப்பனைத் தேடியது.

அவினன்பதியே காலியாக இருந்தது.

பதியர்கள் மேற்கு நோக்கி போய்க்கொண்டிருந்தனர்.

●●●

சூரனை வீழ்த்திவிட்ட சோழர் படைகள் மேற்கு நோக்கி பரிவாரங்களை கிளப்பிக்கொண்டிருந்தனர்.

●●●

அவ்வளவு எளிதாக அவர்களால் கோவனின் பதிக்குள் கால்வைத்துவிட முடியவில்லை. மற்ற இடங்களில் சந்திக்காத இடர்களையெல்லாம் இங்கே அவர்கள் சந்திக்க வேண்டியிருந்தது.

செந்நாய்களுக்கும் சிறுத்தைகளுக்கும் யானைகளுக்கும் புலி களுக்கும், எங்கிருந்து வருகிறது என்று தெரியாமல் திடீர் திடீரென்று மழைபோல பொழியும் அம்புகளுக்கும் பதில் சொல்லவேண்டி யிருந்தது.

வண்டிக்கோட்டை நகர் கடந்து சமயமுதலி சொன்னபடி அந்த வனத்துக்கு அருகில் வந்த படைகள், அதன் தலைவன் கோவனுக்கு ஆள் அனுப்பியது.

''நாங்க இந்தக் காட்ட வெட்டி வெள்ளாமை செய்யப்போறோம். நீங்க ஒதுங்கி நின்னா உங்களுக்கு நல்லது, இது அரச கட்டளை''

காலங்காலமாக சோறூட்டிக்கொண்டிருக்கும் வனத்தை அழித்து அதை வயல்காடாக்கவும், ஊர் கட்டிக்கொள்ளவும் கோவன் சம்மதிக்கவில்லை. மேலும் காடும் கடவுளும் வேறுவேறல்ல என்பது அவனது அசைக்கமுடியாத நம்பிக்கை.

''நே தெனிகா முடுவெடுக்காக்கு முடிகாதூ எம்த்த்து சனாங்கலெ கேட்டுகொணு நிம்த்த்தாலுக்கூ முடிவா சொல்லுகெ'' திக்கித் திணறி மன்னனுக்கு புரிகிற மொழியில் சொன்னான். அப்போதைக்கு அங்கிருந்து கிளம்பினால் போதுமென்றாகிவிட்டது அவனுக்கு.

காலக்கெடுவை வாங்கிக் கொண்டு பதிக்கு வந்தவன் ஊரைக் கூட்டினான். அச்சம் கலந்த அவர்கள், ஊரைக் காலிசெய்துவிட்டு மேற்குப்புறமாக போய்விடுவதுதான் நல்லது என முடிவு செய்துவிட்டார்கள். ஆனால் கோவன் பலத்தயோசனையில் தாடியைத் தடவிவிட்டபடி பாறைமேல் உட்கார்ந்தான்.

துர்கையை துணைக்கழைப்பது எல்லாவற்றிற்கும் ஒரு முடிவாய் இருக்கும் என அவன் நம்பினான். அதை ஊருக்கும் சொல்லிவிட்டான். ஆனால்... ஆனால் இதை எப்படி ஈவிரக்கமில்லாமல் கொலை செய்யும் படைகளிடம் சொல்வது? இதற்கு தெய்வ நியாயம் கற்பிக்கும் சோழனிடம் எப்படிச் சொல்வது? இப்படி சொல்லித்தானே நடுவன் உட்பட எத்தனையோ மூப்பன்களுக்கு தலைவேறு முண்டம் வேறாய் விழுந்தது. பழைய நினைவுகள் அவனை அச்சம் கொள்ளவைத்தது.

எதையும் பொருட்படுத்தாமல் மன பலத்தை நம்பி படைகளின் கூடாரத்துக்கு போயேவிட்டான்.

''இந்த வனம் எனக்கு மட்டும் சொந்தமானதில்லை, அது கோணமாகாளிக்கு சொந்தமானது. இங்கிருக்கும் நரிகளும் உடும்பு களும், மான்களும் சிறுத்தைகளும், பாம்புகளும் புலிகளும், ஏன் நாங்களும்கூட அவளுடைய குழந்தைகள்தான். எங்கள் அத்தனை பேருக்கும் படியளக்கும் அவள் சம்மதம் இல்லாமல் இதை செய்ய முடியாது. அப்படிச் செய்தால் நானும் வாழமுடியாது; நீங்களும் ஆபத்தில்லாமல் இருக்கமுடியாது.'' மூச்சுவிடாமல் கோவன்

சொன்னதை இப்படி தமிழில் மொழிபெயர்த்தான் அரசவையாள். உண்மையில் கோவன் இன்னும் கூட்டித்தான் சொல்லியிருந்தான்.

ஆனால் அந்தப் படைகள் அதைக் கேட்கத் தயாராக இல்லை. வேடர்களுக்கு கட்டளை போனது. அவர்கள் செடிகளை வெட்டத் தொடங்கினார்கள். நாகமொன்று புதருக்குள்ளிருந்து நழுவிப் போனது. மரங்கள் விழுந்தன. புதருக்குள் குடியிருந்த பறவைகள் அலறின. நரிகள் ஊளையிட்டன. காடைகள் அடைகாத்த முட்டைகள் நசுங்கி அதற்குள்ளிருந்த முதிராத குஞ்சுகளின் பிண்டங்கள் பிதுங்கியது. வரகுக்கோழிகள் சிறகைப் படபடவென அடித்தன. சிவிங்கிப்புலிகள் அழுதன. கழுதைப்புலிகள் முட்டிகள் தேய ஓடின. கோவனுக்கு கோபம் சுர்ரென்று ஏறியது. கண்கள் சிவந்து கழண்டு விழுவதுபோல் வீங்கியது. உடல் கிடுகிடுவென நடுங்கியது.. தனக்குள் ஏதோ ஒரு சக்தி இறங்குவதை உணர்ந்தான். அது கோணமாகாளிதான் என அவன் திடமாக நம்பினான்.

தன்னையறியாமல் ஓலமிட்டு எழுந்த கோவன், தனக்குண்டான மொழியில் ஆடவும் ஆரம்பித்துவிட்டான். அந்த ஆட்டம் வெறியாகியது. வெறி... வேகம்பிடித்தது. கையில் கிடைத்த சோரையை விட்டெறிந்தான்; அது தளபதிமேல் போய் விழுந்தது.

இந்த திடீர் நிகழ்வை எதிர்பாராத படைத்தளபதியும் சமயமுதலியும் அதிர்ந்துபோய் நின்றார்கள்.

சமய முதலி திருநீரை தெளித்து இருபுறமும் பிடித்து அமுக்கி 'எல்லாப் பலியும் கொடுக்கறோம்' சமாதானமாகச் சொல்லி புரட்டியெடுத்தார்கள். ஆனால் கோவன் திமிறலை அடக்கமுடியவில்லை. அவன் ஆலாய்ப்பறந்தான். அங்குமிங்கும் புரண்டான் எகிறிக்குதித்தான். செடிவெட்டும் வேடர்களை நோக்கி ஆவேசத்துடன் நாக்கை துருத்திக்கொண்டு ஓட ஆரம்பித்தான். செடிகள் தடுக்கி விழுந்து அரை மயக்கமுற்று அத்தி மரத்தினடியில் விழுந்தான். பக்கத்திலிருந்த சுனையிலிருந்து தண்ணீரைக் கொண்டுவந்து படைகள் அவன்மேல் ஊற்றி ஊற்றி அமுக்கு அமுக்கென்று அமுக்கியது.

எங்கிருந்தோ வந்த மூப்பத்தி, கைகளில் வெத்துக்கோலை நிறுத்தி எம்பிக் குதித்து பாறையில் ஏறி நின்று ஆவேசமாக பேசத்தொடங்கினாள். அவளது முடி பறந்து காற்றில் ஆடியது. சராலென சத்தத்தோடு துர்க்கை, வானத்து உயரத்துக்கு எழுந்து நிற்பதைப் போலவே இருந்தது. கண்கள் தெறிக்க அவள் ஆகாயத்தைப் பார்த்துகொண்டு பிரசங்கம் செய்தாள்.

இப்போது ஓலையாள் எழுத ஆரம்பித்திருந்தான்.

"... அந்த வனத்திலிருந்த துர்க்கை சோழனிடமிருந்து பலிகேட்டது. அதுகேட்டபடி சோழன் சமையமுதலியை அழைத்து துர்க்கைக்கு ஒப்புக்கொள்ளச் சொன்னார். அவர்சொன்னபடி சமையமுதலியும் கரிகாற்சோழனாகிறவர் நகரமும் கட்டிவைத்து அதிலுண்டாகிறவர் ஆலயமும் கட்டிவைத்து உன்னையும் நிலைநிறுத்திவைத்து முப்பலியும் கொடுக்கிறேன் துர்க்கையம்மா'' என்று சொல்ல....

கொங்கர்கள் பதியிலிருந்த காடுகளை வெட்டி விதைக்கத் தொடங்கினார்கள்.

குப்பர்கள் படி நாட்டுக்கும், கல்கட்டிகள் புறமலை நாட்டுக்கும் போனார்கள்.

●●●

ஆறு மூப்புகள் மேற்கு நோக்கி நகர்ந்தார்கள்.

அவர்களுடைய கோணமாகாளி கோணியம்மன் ஆகியிருந்தாள். அவர்கள் அந்த இடத்தை விட்டுவிட்டு வெகுதூரம் மேற்கே வந்துவிட்டார்கள்.

அரசவைப் புலவன் செவ்விக்கரையன், கோவன் என்ற பெயரை மூலை முடுக்கிலிருந்து எடுத்து கோசர்களையும் கோவையையும் சம்பந்தப்படுத்திக் கொண்டிருந்தான்.

●●●

இப்போது இடியனின் மகன் கொண்டனும் துடியனின் மகன் சேம்பனும், மலைகளில் இருந்தார்கள்.

தூர தேசத்திலிருந்து வந்த சுக்கான், ஆசிரமம் அமைத்து தன் பெயரை சுக்காசாமிகள் என்று மாற்றியிருந்தான். அவனிடம் சிஷ்யர்களாக கொஞ்சம் பேர் சேர்ந்திருந்தனர். அவனைத்தேடி நாளுக்குநாள் கூட்டம் வரத் தொடங்கியது. அவன் காட்டின் ஓரத்தில் குடிலை அமைத்தான். அதுவளர்ந்து கட்டடமானது. சாமிக்கு இன்னும் இடம் வேண்டியிருந்தது. மற்றவர்களைப் போலல்லாமல் சாமியார் பணம் கொடுத்தே நிலத்தை வாங்கினான். வாங்கிக்கொண்டே இருந்தான். அதற்கான தெய்வ கடாச்சம் அவனுக்குள் நிறைந்திருந்தது.

மன்னார்காட்டிலிருந்து ஜார்ஜின் மகன் தாமஸ் ஒரு நாள் தடபுடலாக வெள்ளை காரில் வந்து இறங்கினான். அவனோடு

வந்திருந்த தடிமனான ஆட்கள் நிலத்தை அளந்தார்கள். பணம் கைமாறிய அடுத்த நிமிடமே அடிக்கல் நாட்டினார்கள்.

''என்னாதுக்கு இது'' என்று கேட்ட இருளனுக்கு ''எல்லாம் ஏசு சாமிக்கு'' என்று சமாதானப்படுத்தினார்கள். இருளர் மொழியில் பைபிளை அச்சடித்து எல்லோருக்கும் விநியோகம் செய்தான்.

தேவாலயத்தைக் கட்டினான்...

பள்ளியைக் கட்டினான்...

கல்லூரியைக் கட்டினான்...

ஆராதனைப் பாடல்களும் புனித நீராடல்களும் நடந்துகொண்டே இருந்தன. பெரிய கூட்டமொன்று குடிபெயர்ந்து இங்கே வந்தது. அதற்கான ரட்சிப்பு தாமஸிடமிருந்தது.

இப்போது நக்குபதியைவிட வந்தவர்களின் பகுதி பெரிதாக வளர்ந்திருந்தது.

கொண்டனின் மகன் தோண்டையும் சேமனின் மகன் கூடனும் குடிகளைக் கூட்டிக்கொண்டு இன்னும் மேற்கு நோக்கி நகர்ந்தார்கள்.

நிலம் இன்னும் கொஞ்சம் இருந்தது.

மணியகாரன் பட்டாவை ரத்து செய்திருந்தான். அந்த நிலம் மாதையனுக்குப்போய் வெகுகாலமாகிவிட்டிருந்தது ஆனால் தோண்டைதான் ஓட்டிக்கொண்டிருந்தான். திடுதிப்பென்று வந்த மணியகாரன், ''வரியொன்றும் கட்டவில்லை. அதனால் பட்டாவை ரத்து செய்கிறேன்'' என்று ஏதோ அப்போதுதான் ரத்து செய்வதுபோல் அறிவித்தான்.

'என்னாதுக்குலா வரி கட்டுகோனு' யாரும் கேட்கவுமில்லை.

தோண்டையின் மகன் உரியனும் கூடனின் மகன் சாத்தனும் ஆட்களைக் கூட்டிக்கொண்டு இன்னும் மேற்கு நோக்கி நடந்தார்கள்.

•••

நகரத்தின் குளங்களையும் மண்ணையும் தங்களது கம்பனிகளின் அமில நீரால் கெடுத்திருந்த லாக்கஸ் கம்பனி, தன் பெயரைக் காப்பாற்ற பல சித்துவேலைகளை செய்துகொண்டிருந்தது. கம்பனியோடு வியாபாரத்தொடர்பில் இருந்த சிட்டாக் கம்பனியின் நிர்வாக மேலாளர் சுகந்தன் சேர்ந்தபோது... அதன் எல்லையும் நோக்கமும் இன்னும் விரிவடைந்தது.

ஆற்றையும் காட்டையும் கெடுத்ததால் கீழிருக்கும் மக்கள் கொதிக்க ஆரம்பித்தார்கள். கம்பனியின் சேவைப்பிரிவு தொடங்கப்

பட்டது. அவர்களுக்கு ஆடுகளும் மாடுகளும், விவசாயத்துக்குக் கடனும் வழங்கினார்கள். கோபம் தணிந்த மக்கள் இப்போது கம்பனியைக் கும்பிட ஆரம்பித்தனர்.

சுகந்தன் எல்லாவற்றையும் முன்னின்று நடத்திக் காட்டினான்.

சுகந்தன் பல்வேறு திட்டங்களுடன் இருந்தான். அவன் உலகத்தையே பச்சை பசேலென்று மாற்ற கங்கணம் கட்டிக்கொண்டு பல்வேறு சூழல் அமைப்புகளுடன் கைகோர்த்திருந்தான். ஆராய்ச்சி செய்ய கட்டடங்களை கட்டவேண்டும் என சொல்லி தாசங்கரைக்கு பக்கத்தில் இருந்த நிலத்தை வாங்கினான். அதற்கு முன்பணமாக பத்து லிட்டர் சாராயமும் கொஞ்சம் மிரட்டலுமே ஆரம்பத்தில் போதுமானதாக இருந்தது.

மணியகாரன் ராஜப்பன் கூடவே இருந்தான்.

இன்னும் நிலம் தேவைப்பட்டபோது சில அதிகாரிகளைத் தேர்ந்தெடுத்தார்கள். அவர்களை கவனிக்க வேண்டாத விதத்தி லெல்லாம் கவனித்தார்கள். கூடுதலாக நிலம் அவர்களுக்குப் பெரிய செலவில்லாமல் வந்து சேர்ந்தது. அவர்கள் பக்கத்தில் இருந்த பதியர்களின் நிலத்தையும் சேர்த்தே வேலிபோட்டுக் கொண்டனர்.

பதியர்கள் பீமாவைக் காட்டினார்கள். முதலாளிகள் அவர்களைத் துச்சமாக மதித்தனர்.

'பீமாதான வெச்சிருக்கீங்க. அது புறம்போக்கு மாதிரிதான். பட்டா இல்லாத காட்டை யார் எடுத்தா என்ன?''

''அதைத்தான் நேமு சொல்லுகேமு., எத்து பாட்டே பூட்டே எல்லாரும் இச்சாமேதான் ராகி வெளத்தோ, கம்பு வெளத்தோ, பட்டாந்தே வாங்குகாக்கு எம்க்குதெ தெரிகாலெ, காட்டுக்குள்ள கெடக்கோம், எம்மே நீதேனா ஆண்டுகொண்டிருக்கினா, பட்டா கொடுக்காக்கு நீவிரு என்னாத்தே செஞ்சீரு?''

அந்த இரவு ஏதுமில்லாமல் கடந்து போனது.

விடிவதற்காக வானம் கொஞ்சம் வெளிச்சத்தை விட்டிருந்தது. பத்துப் பனிரெண்டு ஜீப்புகள் ஹாரன்களை ஒலித்தபடி பதிக்குள் புகுந்தது. அதிலிருந்து சவுக்குக்கட்டைகளோடும் கத்திகளோடும் குண்டர் படை உள்ளே இறங்கியது. படார் படார் என்று கதவுகள் உடைந்தன. என்னவென்று எழுந்து பார்த்தவர்கள் அதிர்ச்சியில் உறைந்தார்கள். பெண்கள், குழந்தைகளை இழுத்துக்கொண்டு

மொக்கைக்கு ஓடினார்கள். கிண்டன்கள் வீணர்கள் என கையில் கிடைத்தவர்களையெல்லாம் தராதரமில்லாமல் பின்னி எடுத்தனர். அழுகுரல்களால் பதியே அல்லோகலப்பட்டது.

களேபரங்கள் தொடர்ந்து நடந்தன.

சாத்தனும் உரியனும் கொதித்தெழுந்தார்கள்.

நகரத்திலிருந்து சில உரிமைக்குரல்கள் ஆறுதலளித்தது.

இப்போது இருளர்கள் கிழக்கு நோக்கி நடக்க ஆரம்பித்தார்கள்.

●●●

செவனன் - சேவூர் என்ற இன்றைய ஊரை செவனன் என்ற இருளர் தலைவன் ஆண்டதாக சோழன் பூர்வ பட்டயம் தெரிவிக்கிறது. சூரன் - சூலூர், சூரன் என்ற மூப்பன் பெயரில் அமைந்ததாகப் பட்டயம் தெரிவிக்கிறது. இது போலவே பல்லன் - பல்லடம், அவினன் - அவிநாசி சோழன் பூர்வப் பட்டயம் பல்லன் அவினன். மன்னி - அன்னூர், கீரன் - கீரனூர் நடுவன் - நடுவன்பதி. கோவை - கோவன், துடியலூர் - துடியன், என்று பட்டயம் தெரிவிக்கிறது

40. சின்னமாரிக்காடை

காடேந்த காடலாமி சின்னாமாரிகாடெ
காடேலாந்தே பாகினமொ சின்னா மாரிகாடெ

வெளிங்க மூக்கேவெளிங்க கடே சின்னாமாரிக்காடெ
காடலோட்டம் பாக்கிலமோ சின்னாமாரிக்காடெ

அட்டேபாடிகொட்டே வெதே சின்னாமாரிக்காடெ
காடலோட்டம்பாக்கிலமோ சின்னா மாரிக்காடெ
வீணி வீண மனசெல்லாமே சின்னா மாரிக்காடெ
வேலிகாலில் சுத்தாலாமோ சின்னாமாரிக்காடெ

காடேந்தா காடலாமி சின்னாமாரிக்காடெ
காடலோட்டம் பாக்கினமொ சின்னாமாரிக்காடெ

கேரகெராய சுத்தாறாமெ சின்னா மாரிக்காடெ
காடலோட்டம் பாக்கிலாமொ சின்னாமாரிக்காடெ
வெளி வெளியா சுத்துறாங்க சின்னாமாரிக்காடெ
வேட்டாக்காக சுத்தாறாங்க சின்னா மாரிக்காடெ

பச்சேபுள்ளெ தாயிலாமெ சின்னாமாரிக்காடெ
காடலோட்டம் பாக்கிலாமொ சின்னாமாரிக்காடெ
காடேந்தே காடுலகே சின்னா மாரிக்காடெ
பொழிபொழியா சுத்துறாங்கா சின்னாமாரிக்காடெ
மடுவு மடுப்வா முங்குறாங்க சின்னா மாரிக்காடெ

ஒப்பே சோலே போனலகே சின்னமாரிகாடெ
ஓடியாடி போறலகே சின்னமாரிகாடெ
வெள்ளையன்காடு சுத்தறாங்க சின்னமாரிகாடெ
வேலிதாண்டி போகலமெ சின்னமாரிகாடெ

வெள்ளி, நீலனூர். காடன், கே ஆகேகண்டி

கோஞ்சைப் பதியின் மேற்கே இருந்தது சீங்கசோலை. சீங்கைச் சோலை மழைக்கும் பேர்போனது. எப்போதும் சொத் சொத்தென்று

மழைத்துளிகள் மண்ணை ஈரமாக்கிக்கொண்டேயிருக்கும் சோலையில் இப்போது குளிர்ந்த காற்று வீசியது. ஆலமரத்தின் விழுதுகள் லேசாக அசைந்து நின்றன. உய்யென்று தெற்கிலிருந்து வந்த சூறாவளி அதன் கிளைகளை ஆட்டிவிட்டுப்போனது. இரண்டு யானை அளவுக்கு வளர்ந்து நின்ற பால் கள்ளியில், சிட்டுகள் சத்தமிட்டுக்கொண்டிருந்தன.

வெள்ளைப் புள்ளிகளையும் கறுப்புக்கோடுகளையும் உடைய காப்பி நிற சிறகுகளைக் கோதியபடி ஆண்காடை, 'குட்டுருக்' 'குட்டுருக்' என்று குறுமிக் கொண்டிருந்தது. அதன் வாயில் கொஞ்சம் கோரைப்புல் இருந்தது. அது நிற்பதும் நடப்பதுமாக இருந்தது.

சப்பாத்திக் கள்ளிகள் வளர்ந்த புதரிலிருந்து அதன் பொண்டு கத்தும் சத்தம் கேட்டது. அந்தக் கத்தல் வழக்கமானதுபோல் இல்லை, கொஞ்சம் சுரத்துக் குறைந்திருந்தது. இப்போது அந்தக் கத்தலும் நின்றுவிட்டது... அப்புறம் ஏதோ காணாததைக் கண்டதுமாதிரி திடீரென்று மீண்டும் கத்தத் தொடங்கியது. அது இப்போதைக்கு நிறுத்துவது மாதிரி தெரியவில்லை.

தரையோடு பறந்துவந்த ஆண்காடை, குழியை நெருங்கிவந்து பெட்டையின் முகத்தைத் தனது அலகால் கோதிவிட்டு எழுப்பியது. அது சிறகை படபடத்துவிட்டு எழுந்தது. முட்டைகள் இரண்டும் ஒவ்வொரு திசையில் பிரிந்து கிடந்தன. இப்போது ஆண் காடையும் கத்தத்தொடங்கியது.

வெளியே எழுந்துவந்த பொண்டு, சுற்றும் முற்றும் பார்த்து பூச்சியைப் பொறுக்கியது.

அதன் முகத்தில் கடமை முடிந்துவிட்ட பெருமை இருந்தது.

ஆண், குழிக்குள் இறங்கியது. அருகில் போட்டிருந்த புல்லை இழுத்து அதை முட்டைக்குக் கீழே போட்டு அடிப்பரப்பை இன்னும் மெதுமெதுப்பாக்கி உட்கார்ந்து அடைகாக்க ஆரம்பித்தது.

கொஞ்சம் நேரம் அங்கேயே சுத்திக்கிடந்த பெட்டை மெல்ல நடந்து, பின் குடுகுடுவென ஓடி... பறந்து.... ஓடி.... புளியமரத்துக்குக் கீழே இருந்த வேறு ஒரு ஆண்காடையோடு நடக்க ஆரம்பித்தது.

●●●

சின்னமாரி.

அவள் பதியின் மூத்த பழுத்த இருளச்சி. அவள் தொட்டது தொடாதது நூறானாலும் விளங்கும் என்ற நம்பிக்கை அங்கு

எல்லோரிடத்திலும் இருந்தது. அவளுக்கு இரண்டு மகள்கள். ஒருத்தி நீலி. இன்னொருத்தி ராசி.

நீலிக்குக் கல்யாணம் நடந்துவிட்டது. அவள் கூடன் கொடுத்த கீரைப்பாசியைக் கட்டிக்கொண்டு 5 மைல் தொலைவில் இருக்கும் அட்டப்பாடியில் கொல்லங்கடவில் தங்கிவிட்டாள்.

சின்னவள் ராசியை, மாங்குழியில் சின்னமாரியின் அண்ணன் மகன், பர்மனிடம் பரியப்பணத்தை வாங்கிக்கொண்டு அனுப்பி வைத்தார்கள். ஆனால், அவள் மனசு பர்மனிடம் இல்லை. பர்மன் இந்த உலகத்தில் இல்லை.

●●●

ராசிக்கு வீட்டியனைப் பிடிக்கும்.

''ஏன், என்னதுன்னு சொல்லுகாக்கில்லெ, பிடிக்குந்தா... பிடிக்கும் அச்சாதெ''

''ஓ அச்சாமே கெடக்கு பொழாப்பு'' தோழிகள் விளையாட்டுக் காட்டினார்கள்.

வீட்டியன் அதே பதிக்கு பக்கத்திலிருக்கும் பசுமணியை சேர்ந்தவன். அவனுக்கு நிறைய மாடுகளும் கொஞ்சம் பட்டா இல்லாத நிலமும் இருந்தது. வண்டாரி மாக்கொலை குடும்பத்தின் கடைசிப்பையன். பாலமலை தேருக்கு போகும்போது பார்த்திருக் கிறார்கள். அதோடு இவர்கள் இருவரும் சேர்ந்து தேரை எல்லா பக்கமும் இழுத்துத் திரிந்திருக்கிறார்கள்.

திடீரென ஒரு நாள் ராசியின் அப்பன், ''என் அக்கா பையன் நிமுக்கு ஆசைப்படுகா, நீ அச்சமே போறதுதான் நல்லா கெடாக்கும்'' என்று விடாப்பிடியாக ஒத்தைக்காலில் நின்று அவளை அழைத்துப்போய் அங்கேயே விட்டுவிட்டு வந்துவிட்டான்.

பர்மனோடு குடும்பம் நடத்தியவள், ஒரு குழந்தைக்கும் தாயாகிவிட்டாள். ஆனால், வீட்டியன், எந்தப் பெண்ணையும், கண்டுகொள்ளாமால் ராசியை நினைத்தே வாழ்க்கையை ஓட்டிக் கொண்டிருந்தான். ஏன் என்று கேட்டவர்களுக்கு 'ஆமா அச்சாதே' என்று ஒற்றைவரியில் பதில் சொல்லிவிட்டுப் போய்விடுவான்.

மாக்கொலை எவ்வளவோ எடுத்துச்சொல்லியும், அவன் தன் நிலையை மாற்றிக் கொள்ளவில்லை. ஏனோ ராசியும் அவள் கூரேக்காரனிடம் கோபித்துக்கொண்டு ஊருக்கு வந்துவிட்டாள். ஏனோ

என்றெல்லாம் இல்லை, அவள் வீட்டியனைப் பற்றி ஏற்கனவே அவனிடம் சொல்லியிருந்தாள். ஆனால் அவன், வாலிப முறுக்கில் எதையும் கேட்க மனமில்லாமலிருந்தான். இப்போது வெட்டிக் கொண்டு ஊருக்கே வந்துவிட்டாள்.

இப்போது இருவரும், பழையபடி இல்லாவிட்டாலும் புதியபடியாக எல்லா பக்கமும் சுற்றித்திரிய ஆரம்பித்தார்கள்.

●●●

பர்மன், பரியப்பணத்தோடு கட்டாஞ்சி மலையில் இருந்த வேலன் வீட்டில் இருந்தான்.

●●●

41. கோங்க மாடு

லாலால்லே லாலால்லே லல்லே லாலே
லாலால்லே லல்லே லாலே
தில்லேலே லேலெ லேலெ லேலே
தில்லேலே லேலெ லேலெ லேலே

ம்கூந்தே இமாத்துமெ காணெ
அதே பாக்காபோன அம்மாத்துமெ காணெ

தில்லேலே லேல்லே லேல்லோ லேல்லொ
தில்லேலே லேல்லே லேல்லோ லேல்லொ

வடக்கே போனோ காரிமாடே காணொ
பாக்கேபோனே அண்ணாந்தே காணொ
தண்ணிக்குபோனே அத்திகெதே காணொ
அத பாக்கபோன அண்ணயுந்தெ காணொ

டூலாலால்லெ ல ல லல்லே லாலெ
டூலாலால்லெ லல்லெ லாலெ

கெழாக்கெ போனெ கொம்பாமாடெகாணொ அத
பாக்கே போன தம்மாமெ காணொ
பாக்க போன தம்மாமே காணொ அத
பாக்கா போன தம்மாமிய காணொ

தில்லெலே லேல்லே லேல்லோ லேல்லொ
தில்லேலே லேல்லே லேல்லோ லேல்லொ

ம்கூந்த அமாயமாடெ காணொ
பாக்கபோன அம்மிதெ காணொ
தெக்கபோன காரிமாடெ காணொ
பாக்கபோன எம்மத்தாயுகாணொ

லல்லாலெ லாலெ லாலெ லாலெ
லல்லாலெ லாலெ லாலெ லாலெ

மேக்கே போன காரி மாடே காணொ அத
பாக்கபோன அக்கானெ காணொ
தெக்கே போன காரி மாடே காணொ
அதா பாக்கபோந்த அம்மாந்தே காணொ

தில்லேலே லேல்லே லேல்லோ லேல்லோ
தில்லேலே லேல்லே லேல்லோ லேல்லோ

இச்சாந்தா கொக்கரி மாடெ காணொ
பாக்கபோனே அச்சாந்தே காணொ
வடக்கபோன கொக்கிரி மாடெ காணொ
பாக்கபோன கொங்கனொட போன

லல்லாலெ லாலெ லாலெ லாலெ
லல்லாலெ லாலெ லாலெ லாலெ
தில்லேலே லேல்லே லேல்லோ லேல்லொ
தில்லேலே லேல்லே லேல்லோ லேல்லொ

ஜெடியன், கொரக்கண்டி

கள்ளாம்பதியில் இன்னும் பிலுக்குருவிகள் வட்டமிட்டுக் கொண்டிருந்தன.

மழை பச்சென்று விட்டுவிட்டது. கூர்வன், படலை நகர்த்தி அவிழ்த்து வைத்தான். மாடுகள் எந்தவிதமான ஒழுங்கும் இல்லாமல் பட்டிக்குள் போய் நின்றன. தொய்யாடாகின் தண்டுகளை ஆடுகள் மேய்ந்து கொண்டிருந்தன. கூர்வனின் அம்மா தொடுக்கி, குடத்தை எடுத்துக்கொண்டு ஓடைக்குப் போனாள். ஓடைக்குப் போனவள் போனவள்தான். வெகுநேரமாகியும் திரும்பக்காணோம். தொடுக்கியை தேடி கண்டியன், கரைக்குப் போனான்.

நனைந்திருந்த கூரையின் வழியே புகை முக்கி முக்கி வெளியேறிக் கொண்டிருந்தது.

●●●

மாட்டுப்பட்டியின் கதவு திறந்திருந்தது. அதை இழுத்து மூடிக் கட்டும்போதுதான் கண்டியன் கவனித்தான். அதில் காரிமாட்டை காணவில்லை.

‘‘ஏ கூர்வா, காரிமாடு ஏங்க போச்சுந்து பாத்து ஓட்டிவருகா வாண்டியதுதென’’

''நீ என்னாத்துக்கு இச்சா பெனாங்குவே பின்னுக்கு வந்து கொண்டிருப்பினா'' கண்டியனின் சத்ததுக்கு பதிலாய் கூர்வன் எரிந்தான். அவனுக்குக் கரையில் வேறு வேலை இருந்தது.

''நின்னா தொட்டு பொழக்காக்கில்லே. போலா'' தொடுக்கி விசனப்பட்டுக்கொண்டாள்.

அந்த நேரம் பார்த்து கோசன் வரவே அவனை தொடுக்கியும் கண்டியனும் கெஞ்ச ஆரம்பித்தனர். கோசன் வேறு யாருமில்லை; தொடுக்கியின் அண்ணன் மகன்தான். அவன் இதற்காகவே காத்திருந்ததைப் போல தலைக்குச் சாக்கை எடுத்துப்போட்டுக் கொண்டு,

''நேம் பாக்கே'' என்று சொல்லிவிட்டு காரி மாட்டை தேடிக் கொண்டு காட்டுவழியில் நடந்தான்.

மழை மீண்டும் சோவெனக் கொட்டியது.

●●●

மாடுகள் காணாமல் போவது கள்ளாம் பதிக்கு புதிதொன்றும் அல்ல. இப்படிக் காணாமல் போன மாடுகள் கொஞ்ச நேரத்தில் பட்டியைத் தேடி வந்துவிடும். சில சமயம் வேறோர் பட்டிக்குப் போய் விடும்; அவர்கள் தகவல் அனுப்பினால் மாட்டுக்காரர்கள் போய் பிடித்துகொண்டு வருவார்கள். எப்போதாவது பெருநரியோ, செந்நாயோ அடித்துத் தின்றுவிட்டு மீதியை அப்படியே போட்டுவிட்டு போய்விடும். இது அரிதாகவே நடக்கும். வழக்கமாக மாடு தேடப் போகிறவர்கள் மனதில் இது மூன்றும்தான் இருக்கும். அதை யொட்டியே அவர்களின் தேடல் இருக்கும். ஆனால் கோசனுக்கு மனதில் நான்காவதாய் கூர்வனின் தங்கை ரேயும் இருந்தாள்.

கோசனும் ரேயிடம், எத்தனையோ முறை 'கட்டிகேகு' என்று கெஞ்சிப்பார்த்துவிட்டான். ஆனால், அவள் ஆட்டை மதித்தாள்; ஆட்டு புழுக்கையைக்கூட மதித்தாள்; கோசனை அந்தளவுக்குகூட மதிக்கவில்லை. ரேயை மயக்க எல்லா வழிகளையும் கையாண்டு பார்த்தான். கொன்னானிடம் சொல்லி வசிய மருந்து வாங்கி வைத்தும் பார்த்துவிட்டான். ஒன்றும் உருப்படியாகவில்லை. அந்த வருத்தம் கோசனுக்கு இல்லாமலில்லை. இப்போது காரிமாடு அவனுக்காகவே காணாமல் போயிருப்பதாகவே பட்டது. இந்த சந்தர்ப்பத்தைச் சரியாகப் பயன்படுத்திக் கொள்ளவேண்டும் என்று நினைத்துக் கொண்டே நடக்க ஆரம்பித்தான்.

அவன் செடிகளை விலக்கி பாறைகளின் மேல் தாவி குச்சியைச் சுழற்றியபடி போய்கொண்டே இருந்தான்.

வழியில் மாடோட்டி வருபவர்களைக் கேட்டுப்பார்த்தான். விறகுக்கட்டை சுமந்து வருபவர்களிடம் கேட்டுப்பார்த்தான். ஆனால் ஒருவருக்கும் காரி மாட்டைப் பற்றிய எந்தத் துப்பும் கிடைக்கவில்லை. போனால் காரியோடு போவது, இல்லையென்றால்...

அவன் ஒரு முடிவுக்கு வந்திருந்தான்.

திடீரென குறுக்கே போன திம்மன், அவன் நினைவைக் கலைத்துப் போட்டான்.

''கொங்கா இச்சா ஏங்கெ போகெ''

''எருவு கொஞ்சம் வேணூ.. சுண்டயன் பட்டியில இருக்குதான்னு பாக்கப்போறேன் ''

திம்மன், கரட்டிமலையைத் தாண்டி ஏழு மைல் தொலைவில் இருந்த கண்ணார்பாளையத்துக்காரன். வாலிப முறுக்கில இருப்பவன். இந்நேரம் கல்யாணம் நடந்திருந்தால் நாலைந்தைப் பெற்றுப் போட்டிருப்பான். என்ன செய்ய முடியும், திம்மனின் அண்ணனுக்கே இன்னும் முடியவில்லை. அதனால் கொஞ்சம் லட்சணமாக இருளச்சிகள் தெரிந்தால், பல்லைக் கிஞ்சிகொள்வான்; அவர்களும் கிஞ்சினால் தூண்டிலை வீசிவிடுவான்.

இதுவரை யாரும் கிஞ்சவில்லை. அவனுடைய சுத்துவேலைகள் எதுவும் அவர்களிடம் பலித்ததில்லை. அவனுக்கு ரேயி மேல் ஒரு கண் எப்பவும் இருந்தது. ரேயிக்காக அடிக்கடி அவன் கள்ளாம்பதிக்கு வந்துபோவதுண்டு.

மாட்டு எருவுகளை வாங்கவும், காடுபொருட்களை வாங்கவும் என்று சொல்லி அடிக்கடி இங்கே வருவான். வந்தால் கிண்டன் கிழவிகளுக்கு வெத்தலையும் சொப்பும் கொடுப்பான். பதிலுக்கு அவர்கள் அவனுக்கு தர்மன் பட்டம் கொடுத்திருந்தார்கள்.

திம்மனைப்போல் கோசனால் ஏதும் செய்யமுடியாது. அவன் அனுபவித்துவிட்டு எங்கேயோ போய் எவளையோ கட்டிக்கொள்ளப் போகிறவன். 'அவனை நம்பி ரேயி ஏமாறக்கூடாது' என்று பதட்டத்திலிருந்தான். கோசனால் அவனோடு போட்டியா போட முடியும், ஏழு தலைகட்டுக்கு எல்லாம் வைத்திருக்கும் அவனோட தோட்டமென்ன! தொரவென்ன!

கோசனிடம் 'ம்க்கூ' என்று சிலிர்த்துப்போனாலும் ரேயி, திம்மனிடம் முகங்கொடுக்காமல் மௌனமாக இருந்தது நிம்மதி

தந்தது. கோசன் அவளை நினைத்துக்கொண்டே நடைபோட்டான். பந்திகுய்யி தக்கை எட்டியபோது கீரியொன்று குறுக்கே வந்தது. இவனைப்பார்த்ததும் அடித்துப்பிடித்துக்கொண்டுத் திரும்பி ஓடியது.

அருகில் இருந்த புதரிலிருந்து சராலென சத்தம்...

மெதுவாய் அடியெடுத்து உள்ளே தலையை நுழைத்தான். அங்கே ஒரு உருவம் அசைந்தது, கத்தாழையை விலக்கி லேசாக எட்டிப் பார்த்தான். அது திம்மையந்தான் என உறுதிப்படுத்த முடிந்தது. பக்கத்தில் ஒரு பெண்... அவள் கட்டியிருந்த பச்சைத் துணி விலகிக் கிடந்தது. அவள் யாரென்று அவனால் அடையாளம் காணமுடியவில்லை. அவர்கள் பின்னிக்கிடந்தார்கள். சட்டெனெ வெளியே வந்து யோசித்தான். மழை பெய்து கொண்டே இருந்தது. நிற்கவும் மனமில்லை; சத்தமில்லாமல் திரும்பி கூரைக்கு வந்துவிட்டான்.

''தம்மாமி..., மாட்ட காங்கலெ''

தம்மாமி சிரித்தாள்.

''நீ அச்சா போனேந்து தெரிஞ்சகுலலாமெ, காரி ஈங்கே வந்துட்டா!'' மறுபடியும் எதற்கோ சிரித்துக்கொண்டாள்

அது மௌனமாக இவனைப்பார்த்தபடி பட்டியில் நின்று அசைபோட்டுக் கொண்டிருந்தது.

எப்படியாவது ரேயிக்குத் தான் மாட்டைத் தேடிப்போனதையாவது காட்டிவிடவேண்டும் என்று கூரைக்குள் நோட்டமிட்டான். அவன் துழாவுவதைப் பார்த்த தம்மாமி,

''பந்திகுய்யி தக்குக்குல காரி நிக்கினாந்து ரேயிதா போனா அவேதா முடுக்கி உட்டிருப்பினா வந்துருவா குக்கிக்கோகு''

அவள் சொல்லவும் ரேயி வரவும் சரியாக இருந்தது.

அவள் இவனைக் கண்டும் காணாதது போல், பின்னாலிருந்தப் பட்டிக்குப் போனாள். அவள் கட்டியிருந்த பச்சை சேலை காற்றில் ஆடி சரசரத்தது.

•••

அக்க - அம்மா, அம்ம - அப்பன், தெரிந்தகுலலாமெ - தெரிந்தவுடனேயே
பிலுக்குருவி - மழைக்குருவி

42. கொக்கன்

சோதோ தோ தோ மாமாதெ
சோதோ தோ தோ லாமிதோ
இதுக்குவேண்டி லயா லாயாதெ
அஞ்சாலே வேண்டாதே லாமிதெ
சோதோ தோ தோ மாமாத
மாமனோட மனசு லாயாதெ
பாழாப்போன மனசு லாயாதா
பாழாபோனா மனசுதான் லயாலயா
படபடா அடிக்குது லயாதா

சோதோ தோ தோ மாமாதெ
சோதோ தோ தோ லாமிதொ

கொகலுகாரா புள்ளேதே லாயாதெ
கெரே சுத்தி ஓடுதே லாயாதெ
பொரே காரே பொன்னுதா லயாதெ
பெதி சுத்தி ஓடுகே லயாலயா

சோதோ தோ தோ மாமாதெ
கூடுதுறை தண்ணிலயா லாயாதெ
கூட்டியோடுதா லாயாதே
கோட்டாத்துறை கொட்டேக்கு லாயாதெ
மாடோட்டி போகாலே லாயாதெ
மாடோட்டிபோனாக்க லயாலயா
மாடுக்கோரு கண்ணுலேதா லாயாதா
நமக்கோரு கண்ணுலதா லாயாதெ
சோதோ தோ தோ மாமாதெ

சோதோ சோதோ அம்மிதெ
சோதோ சோதோலாயாதெ
மாமனோட மனசு லாயாதெ

படாபடா அடிக்குது லாயாதெ
படபடா மன்சு லாயாதெ
பாழாபோன மனசு லாயாதெ
சோதோ தோ தோ மாமாதெ
சோதோ தோ தோ லாமிதொ

பெரியாக்கரே தண்ணிலதா லாயாதெ
தாறுதாறா அடிக்குது லாயாதெ
சோளாக்காரே தண்ணிலயா லாயாதெ
சொப்பஞ்சொப்பஞ்ச் அடிக்குது லாயாதெ

சோதோ தோ தோ மாமாதெ
சோதோ தோ தோ லாமிதோ

நாடுக்கொரு வாயிதான் லயாலயா
ஊருக்கொரு வாயிதான் லயலயா
அஞ்சலாலே வாண்டா லாயாதெ
அதிரலலே வாண்டா லாயாதெ
இதுக்குன்னு வேண்டி லயாதா
அஞ்சாலே வேண்டா லாயாதெ

கத்தி, சுண்டைகொளம்

கொக்கனின் நடவடிக்கைகள் பூதிக்கு எரிச்சலை ஏற்படுத்தியது.

43. கொக்கன் 2

ஊக்கைய மரக்கடவுக்கு லொந்து கெடாந்த பீடிக்கு
நீ வருகாலோ மாமா நான் வருகாலோ
குஞ்சா மர சோலெக்கு கூட்டுபுளிய காட்டுக்கெ
நீ வருகாலொ மாமொ நா வருகாலொ

மேட்டுபால ரோட்டுக்கெ மேக்கு மலெ காட்டுக்கெ
நீ வருகாலோ மாமா நான் வருகாலோ

நெல்லிதொரே கோட்டுக்கெ
நீலாம்பதி மெட்டுக்கெ
நீ வருகாலோ மாமா நா வருகாலொ
மாமே வந்த ஜகலுக்கெ
மாமி வந்தே ஜகலுக்கெ

நீ வருகாலோ மாமா நா வருகாலொ

நீலானூரு ரோட்டுகெ
தோலாம்பள கண்டிக்கெ
நீ வருகாலோ மாமா நா வருகாலோ

காரமடெ ரோட்டுக்கெ
மேட்டு பளா ரோட்டுக்கெ
நீ வருகாலோ மாமா நா வருகாலொ

நிக்கே வத்த நீலனூரு
சீகு குத்தின சீங்குழி
சுகத்தி குத்துன ஆனா கட்டி
நீ வருகாலோ மாமா நா வருகாலொ

கடத்தியுட்ட கண்டியூர்
நிக்கே வெத்த நீலனூரு
தாட்டியுட்ட தாசனூரு
நீ வருகாலோ மாமா நா வருகாலோ

ஊகய மர துண்டுக்கே
லெந்து கெடந்த பீடிக்கு
நீ வருகாலோ மாமா நா வருகாலோ

வெள்ளிங்கிரி, மடக்காடு

நீலாம்பதி மூப்பன் இறந்து போனான்... இறக்கிற வயதுதான். கூட்டம் கூட்டமாய் மக்கள் வந்து போய்க்கொண்டிருந்தனர். பள்ளத்தில் சாராயப்பங்கீடு நடந்துகொண்டிருந்தது. இரண்டு பொறையும் இரண்டு தவிலும்... கொகாலும்... மலை கிடுகிடுத்துக் கொண்டிருந்தது.

நீலனூர் கொகல்காரன் கேட்டுக்கொண்டதால், கவையன் கொகாலை எடுத்தான். பொறைக்காரனுக்கும் தவில்காரனுக்கும் கொஞ்சம் திடுக்கென்றுதானிருந்தது. கவையன் எளந்தாரி, புதுக்காட்டுக்காரன்; இன்னும் இருபதைக்கூட தொடவில்லை. கொகலில் அவனை அடித்துக்கொள்ள ஆளே கிடையாது. அவன் ஊதத்தொடங்கிவிட்டால்... சமாளிப்பது கடினம். 'பத்தாக்குறைக்கு இப்போ தழையவேறு கசாக்கி' இழுத்திருந்தான்; கேட்கவா வேண்டும். அள்ளை ஒருவிரலால் நகர்த்தி, புதிய புல்லை எடுத்து சொருகி சுரம் சேர்த்துவிட்டு உள்ளே வந்து ஊதத்தொடங்கிவிட்டான். உட்கார்ந்தும் நின்றும் நகர்ந்தும் லயத்தோடு ஏறி இறங்கி அவன் இழுத்த இழுப்புக்கு அடிக்கமுடியாமல் பொறையும் தவிலும் தடுமாறியது. பொண்ரீகளும் கிண்டன்களும் ஆட்டத்துக்கு வந்துவிட்டனர்.

ஆட்டம் போய்க்கொண்டிருந்தது.

சீரகன் பட்டியோரம் கொஞ்சம் வீணிகள் நின்று இதை வேடிக்கை பார்த்துக்கொண்டிருந்தனர். படலுக்குள் இருந்த பூதி கவையனையே பார்த்தபடி நின்றாள். அவள் திரும்பவும் இல்லை, யாருடனும் பேசவும் இல்லை. கண்ணை சிமிட்டினாளா, என்றுகூடத்தெரியவில்லை. இதைக் கவனித்துவிட்ட தவில்காரன் அடியை மாற்றினான். பூதியை இதற்கு முன் ஓரிரு முறை ஊக்கப்பட்டிக்கு வந்தபோது பார்த்திருக் கிறான். ஆனால் அதெல்லாம் கவையன் மனதில் இல்லை. ஆனால் பூதி மனதில் இல்லாமலில்லை.

''ஒழுங்கா அடிக்காக்கு தெரிகாது நிமுக்கு'' கவையன், பொறைக்காரன் பக்கம் திரும்பி சைகையாய் ஊதினான். கொகலின் ராகத்துக்கு தகுந்தபடி அவன் அடியை இன்னும் மாற்றவில்லை. மீண்டும் மீண்டும் தாறுமாறாகவே அடித்துக்கொண்டிருந்தான்.

புரியாமல் அவனைப்பார்த்த கவையனுக்கு படல் பக்கமாகப் பொறையைத் திருப்பி அடித்து சமிக்ஞையை காட்டினான் சின்னான்.

இப்போதுதான் உறைத்தது கவையனுக்கு.

அப்புறம் இவன் கொகல் அவளுக்காகவே ஊதியது. அவளும் சிரிப்பதும், நகத்தைக் கடித்தபடி இவனைப் பார்ப்பதும் தோழிகளைக் கூட்டிவந்து கூடநிறுத்திகொண்டு சாடை செய்வதும்... இப்படியாக போய்க்கொண்டேயிருந்தது. இழவு முடிந்து நீலனை அடக்கம் செய்யும் வரை, அவர்கள் வேறு ஒரு உலகத்தில் இருந்தார்கள். எல்லாம் முடிந்த பிறகும் ஊர் திரும்பாமல் இருப்பதற்கு ஏதவாது ஒரு காரணத்தைச் சொல்லிக்கொண்டே இருந்த கவையன், அங்கேயே தங்கிவிட்டு இரண்டு நாட்கள் கழித்தே புறப்பட்டான்.

அதற்குப் பிறகு கவையனின் மாடுகள், பூதி சுள்ளி பொறுக்கும் இடங்களிலெல்லாம் மேய்ந்தன. பூதி வருகிறாளா? என்று பார்த்த பிறகே மாடுகள்கூட மேய ஆரம்பித்தன.

●●●

சுள்ளென்று மாலை வெயில் வீசிக்கொண்டிருந்தது. சுண்டைப் பட்டி மொக்கையில் இருந்தான் கவையன். அவனது ஆடுகள் காலை சுத்திக்கிடந்தன. கன்றுகள் வடக்கே ஆலமரத்தடியில் மேய்ந்தன. அவன் சல்லையை விட்டு சீங்கையை இழுத்துப்போட்டுகொண்டிருந் தான்.

''லா கவையா'' சத்தம் கேட்டுத் திரும்பிய இடத்தில் ஊகையனூர் கள்ளாம் பையன் கொக்கன் நின்றிருந்தான், கொக்கனை கவையனுக்கு அவ்வளவாக பழக்கமில்லை. ஆனால் அவனது அப்பன் கள்ளானோடு நல்ல நெருக்கம்; அவனும் கொகால்காரன்தான். கொக்கனின் முகம் வாடி இருந்தது. கண்களில் நீர் கோர்த்திருந்தது.

''நேனு நித்து கூட கொஞ்சம் பேசுகோனு'' என்றான். ''ரொம்ப நாளா பூதி மேல ஆசே வெச்சு கெடக்கே, அவாளு எத்து மேல ஆசையாதெ கெடந்தா,. இப்போ கண்டா பெசுகாதில்லெ, சிரிச்ச சிரிக்காதில்லெ. கிறுக்கு புடிச்சாப்பில திரிக.. என்ன ஆச்சுந்து தெரிகாலே. கவையா, நின்னேதே கட்டிப்பேந்து சொல்லுகா. எமுக்கு என்னா பன்னுகாதுந்து தெரிகாலெ.'' முகத்தைப் பார்க்காமல் கொக்கன் பேசிமுடித்துவிட்டு வேறுபக்கம் திரும்பிக்கொண்டான்.

கவையனுக்கு என்ன செய்வதென்று தெரியவில்லை, மனதுக்குள் பாரத்தை உணர்ந்தான். ஏதோ தவறிழைத்துவிட்டதாக மனது

உறுத்தியது. அவன் கண்கள் பனித்தது. ஆனால் பூதியை கைவிட அவனுக்கு மனதில்லை... கட்டிக்கவும் மனதில்லை. இடையில் கிடந்து ஒகேய்ந்தான்.

கொக்கனுக்கும் பூதியை கைவிடவோ கட்டிக்கவோ மனதில்லை, அவனும் தவித்தான். அதற்கு பிறகு கொக்கனும் ஏதும் பேசவில்லை, கவையனும் பேசவில்லை.

இருவரும் ஆளுக்கொரு திசையில் நடந்தார்கள்.

அதற்குப் பிறகு பூதியின் மாடுகளும் கவையனின் மாடுகளும் சந்தித்துக்கொள்ளவில்லை.

•••

ஏழு சில்லு நாளி சலசலத்து ஓடிக்கொண்டிருந்தது. இரண்டு புறங்களிலும் வானளவு உயர்ந்து குகைபோலிருந்த மரங்களின் சந்துகளில், மத்தியான வெயில் வழிந்து அலையில் பட்டு மின்னியது. நீர்க்காகம் முக்குளித்து எழுந்து பாறைக்கு வந்தது.

கவையன் காலடியில் இருந்த மண்ணைத்தோண்டி ஒரு புழுவை எடுத்து தூண்டிலில் சிக்கவைத்து வடுமரத்தின் அடியில் கொஞ்சம் தேங்கினாற்போல் இருந்த நீரில் போட்டான். நீர் அலைந்து அடங்கியது.

வைத்தியர் மேட்டிலிருந்து பூதி இறங்கி வந்துகொண்டிருந்தாள்.

பூதியைப்பார்த்ததும் கவையனுக்கு கால் உதற ஆரம்பித்தது. குப்பென்று உடம்பு சூடாகிக் குளிர்ந்தது. பிறகு என்ன நினைத்தானோ தெரியவில்லை; பரிசலில் துடுப்பைப் போட்டு வளித்தான். அது அங்கிருந்து கிழக்காகச் சென்று, நீரைத் தாண்டி... மாவ மரத்துக்கு பக்கத்தில் போய் நின்றது. சடாரென இறங்கி அடிப்பகுதியை மண்ணில் இழுத்துவிட்டு சுற்றும் முற்றும் பார்த்தான். யாருமில்லை.. பூதியைப்பார்த்தான்... அவள் கோபத்திலிருப்பதாக முகம் சொல்லியது.

'' என்னத்துக்கு ஆளே வருகாலே கொஞ்ச நாளா''.

கவையன் ஏதும் பேசவில்லை, மௌனமாக ஆற்றைப்பார்த்துக் கொண்டு நின்றிருந்தான்.

'' எத்து அம்ம எனக்கு ஊகையனூர் கொக்கன கட்டி வெக்கேந்து சொல்லீட்டு கெடக்கா, நேமு போகிறலாலா நீ வருகாலா இல்லியா?''

கோபத்தில், முகம் தாழ்த்திக்கொண்டான் கவையன். நிமிர்ந்து

"என்னாக்கு நீ இச்சா பறக்கெ?" என்று பொறிந்தான். முகம் சினந்து சுருங்கியது. சமாளித்து இயல்புநிலைக்கு வந்துவிட்டான்.

"லா நீ வருகாலா இல்லியா?" அவள் விடாப்பிடியாக இருந்தாள்.

"சொன்னா கேக்கோந்து" குரல் உடைய ஆரம்பித்தது. ஆனால் அடக்கிக்கொண்டு அவள் அறியாமல் துடைத்துவிட்டு திரும்பினான்.

"நீ சப்புந்தே ருக்கின, நேந்தா துடிக்கெ, நீ வருகாலா இல்லியா?.. இல்லேந்த சொல்லீரு"

கவையனின் மௌனம் அவளுக்கு மேலும் எரிச்சலூட்டியது. கையிலிருந்த மீனை அவன் மேல் எறிந்துவிட்டு கண்களில் நீர் வழிய மேடேறிப்போனாள் பூதி.

நீர்க்காகம் மறுபடியும் முக்குளிபோட்டு எழுந்து பறந்தது.

•••

நீலனூரில் எல்லோரும் பூதியைத் தேடிக் கொண்டிருந்தார்கள். அவள் கவையனோடு போய்விட்டதாகவும், மேல்பாவியில் சிலர் தாட்டி விட்டதாகவும் பேசிக்கொண்டார்கள். சிலர் கொக்கனோடு போய்விட்டதாகவும், காளியூரில் பார்த்ததாகவும் சொன்னார்கள். இல்லை... அவள் கவையனோடுதான் போனாள். நீலனூர் பிரிவில் கொக்கன் கூட்டாளிகள் தடுத்து வைத்திருப்பதாகவும்... ஊருக்குள் மறுக்கு குறுக்காக பேச்சுகள் கிளம்பி வலம் வந்துகொண்டிருந்தன.

சுருட்டையும், பூதியின் அப்பன் உம்மத்தனும் கவையனின் அப்பனை நேரில் பார்க்க புதுக்காட்டுக்குக் கிளம்பினார்கள்.

•••

எங்கும் நிற்கவில்லை. புதுக்காட்டுக்கு வெள்ளியங்காடு வழியாகப்போனால் நல்லதுதான். ஆனால் சுத்து. காளியூர் வழியாக ஏறினால் அரக்கடவுக்குப்போய் அங்கிருந்து அப்படியே கொரவன் கண்டியில் இறங்கி புதுக்காட்டை நெருங்கிவிடலாம், குறுக்கு வழி; என்ன, செந்நாயை தாண்டிப் போகவேண்டும்... போயே விட்டார்கள். நேராக மூப்பனின் வீட்டுக்குப் போய்நின்றார்கள்.

"அவெனுக்கு நே கொடுகமாட்டேந்தா சொன்னே, என்னாக்கு இச்சா மூத்து வந்தா?"

"........................".

"பூதியா".

"..................."

" ஓ... நீலனூர்க்காரியா"

"...................."

"இச்சா வந்துட்டாளா"

"............................"

"கவையங் கூடயா?"

சோரை மூப்பன் மீசையை முறுக்கிவிட்டு சிரித்துக்கொண்டான். வெற்றிலையின் எச்சில் தெரித்து எல்லாப்பக்கமும் விழுந்தது. கடைவாயை துடைத்துவிட்டு மறுபடியும் சிரித்தான். அவன் சிரிப்பு உம்மத்தனுக்கும் கோபமூட்டியது. சுருட்டைக்கு அப்படி எதுவும் மூளவில்லை. கவையனை விசாரித்தார்கள்.

"கவையனா! அவே ஈங்குதா கெடக்கா, படுத்த கெடைய உட்டு எழுகாலெ"

கூரைக்குள் எட்டிப்பார்த்தார்கள். மூப்பன் சொன்னபடியே உள்ளே கவையன் படுத்துகிடந்தான். தலைவரைக்கும் இழுத்திப் போர்த்த அவன் உடல் நடுங்கிக் கொண்டிருந்தது. சோறைக்கும் உம்மத்தனுக்கும் இடையே நடந்த வாக்குவாதங்களை கேட்டுவிட்டு வெளியே வந்த கவையன் பதறினான்.

"அய்யோ நே லெத்து வருகாலே, நே இச்சாமே கடாக்கே என்னானானு பாத்துவாலா தொடம்மெ." "எட்டிக்காயை அரைத்து திந்தாலும் திந்திருப்பாலோ?"

"மொக்கையிலிருந்து குதித்திருப்பாளோ?" சொறியனிடம் கெஞ்சினான். அவன் பதட்டமெல்லாம் பூதிக்கு என்னவாகியிருக்கும் என்பதிலேயே இருந்தது.

" அவா ஏங்கலா போயிருப்பின? " உம்மத்தனும் சுருட்டையும் குழப்பத்தோடு நீலனூருக்கு திரும்பிப்போனார்கள். அவர்களுக்கு, சந்தேகம் இப்போது கொக்கனின் மேல் திரும்பியிருந்தது.

●●●

கொக்கன் பூதியைக் கொண்டு வந்து கவையன் கூரைக்கு முன்னால் விட்டுவிட்டு ஒத்தையடிப்பாதையில் ஊக்கையனூரை நோக்கிப் புறப்பட்டான்.

●●●

ஜகாலு - சண்டை, ஜகால்- திண்ணை, ருக்கினே - இருக்கிறாய்

ஊகயமரக்கடவு - ஊக்கையன் மூப்பனாக இருந்த ஊர், லெந்து - உடைந்து, ஓகேய்ந்தான் - அலைந்தான்.

பாவியூர் - கிணற்றுக்குப் பெயர் பெற்ற ஊர், சீங்குழி - சீங்கை கீரை அதிகமாக விளையும் பதி

44. பீமந் தேனீ

என்னான்ன புழுவிலெ தென்மேரேகுது நாக

லலே லாலே லாலே லாலே லாலே
லலே லாலே லாலே லாலே லாலே

என்னான்ன புழுவிலெ தென்மேரேகுது நாக
லலே லாலே லாலெ லாலே லாலே

ஆவிர புழுவிலெ தெனமெரேகுது நாக

என்னான்ன புழுவிலெ தென்மேரேகுது நாக
லலே லாலே லாலே லாலே லாலே
கள்ளி புழுவிலெ தேன்மேகுது நாக

என்னான்ன புழுவிலெ தென்மேரேகுது நாக
லலே லாலே லாலே லாலே லாலே

அரச புழுவிலெ தென்மேகுது

என்னான்ன புழுவிலெ தென்மேரேகுது நாக
லலே லாலே லாலே லாலே லாலே

வேங்கே புழுவிலெ தேன்மெராகுது நாக
என்னான்ன புழுவிலெ தென்மேரேகுது நாக
லலே லாலே லாலே லாலே லாலே
வேப்பே பூவிலே தென்மரேகுது

என்னான்ன புழுவிலெ தென்மேரேகுது நாக
பலகம்பூவிலே தேன்மொராகுது

அவரகாட்டுக்குள்லெ சரசரங்குது ஆரலெ
அம்பிள்ளையா பொம்பளையா பாத்துவாலெ துத்திகா
லாலா லே லாலாலே

பாக்கபோன துத்திகா துடுப்பெ எடுத்து வாராலே

என்னான்ன புழுவிலெ தென்மேரேகுது நாக
லலே லாலே லாலே லாலே லாலே
லலே லாலே லாலே லாலே லாலே

சந்திரன், ஜல்லிப்பாறை

''நெ நேத்து ஒந்து கனாவு கெண்டே'' துத்திக்கிழவி பீமனை நிறுத்தினாள்.

''ம்க்கூம் என்னாது?'' அவனுக்கு அதில் அவ்வளவு அக்கறை யில்லைபோல் தெரிந்தது.

''தொடுதி எடுக்காக்கு நீ மல்லாம் பாறைக்கு போகே, ஆங்கெ ஆத்திக்கயிறெ புடித்துக்கெடாந்த ஓலையன ஒரு ரூவம் அடித்து கயிற அறுத்து உடுத்து... நே வந்து பாக்கே... நிமு காலு ஒடாஞ்சு மத்து கிழிஞ்சு பள்ளாத்துல பொளாந்து கெடக்கெ''

காற்றை இழுத்துக்கொண்டு சிரித்த பீமன், ''தொடகே அச்சா வந்தாது ஆம்பிளையா? பொம்பிளயா?'' நக்கலித்தான்.

''அது தெரிகாலே பீமா, நீவிரு இந்தக் கொன்னானையும் கரட்டியனையும் கூட லெத்து போகாவாண்டா''

பீமன், 'ம்' மட்டுமே கொட்டினான்.

''நீவீரு பள்ளாத்துல...... பொளாந்து கெடக்கெ... ஓலையன நம்புகாக்கில்லே பீமா''

துத்தி எப்போதுமே இப்படித்தான் ஏதாவது ஒன்றை சொல்லத் தொடங்கினால் நிறுத்தவே மாட்டாள். அவள், அப்படிச்சொன்னது ஒன்றிரண்டுவேறு உண்மையாகவே நடந்திருந்தது. அவள் சொல்வதை அடிக்கடி கேட்டால் மனசு கிடந்து ஒகேய்க்கூம் என்று பீமன் ஓடத்தொடங்கியிருந்தான்.

●●●

மேகத்தின் இடைவெளியில் விழுந்த சூரிய ஒளியில் மலை மரகதப்பச்சை நிறத்தில் மிளிர்ந்து மிளிர்ந்துகொண்டிருந்தது.

செம்மம்பதியின் எல்லாப் பூக்களிலும், ஈக்களின் ரீங்காரம் உர்ரென்று ஓயாமல் கேட்டுக்கொண்டிருந்தது. மிக அருகாமையில் எங்கோ தேன்கூடு இருப்பதற்கான அடையாளமாக, பக்கத்திலிருக்கும் பலகுப் பூக்களில் ஈக்கள் மொய்த்துக்கிடந்தன. நாகி 'உறுக் உறுக்'கென்று அவைகளையே பார்த்துக் கொண்டிருந்தாள். அது

தொடுதியா கோலனா என்று அவ்வளவு சீக்கிரமாய் அவளால் கணிக்கமுடியவில்லை. எல்லோருக்கும் அந்தக் கலை கைவந்தும் விடாது. ஏதோ பீமனின் மனைவியாய் இருக்கப்போய் அவள் இதெல்லாம் கொஞ்சம் தெரிந்துவைத்திருந்தாள்.

''இச்சா வாயீ, தொடுதி பறந்துகொண்டிருக்கினா... என்னாது ஏங்கே போகுந்து பாரு'' பீமனை அழைத்தாள்.

பீமன் அனுபவஸ்தன். அவனுக்கு இருபத்தியெட்டு வயது தானிருக்கும். அவன் தாத்தாவும் அப்பாவும் காலங்காலமாக தேன் எடுத்துக்கொண்டிருந்தவர்கள். ஈக்கள் உட்காரும் பூவை வைத்தே இது தொடுதியா, கோலனா, வெரயனா என்று அவனால் சொல்லிவிட முடியும். சின்னவயதிலிருந்து, அவர்கள் கூடவே தேன் வேட்டைக்குச் சென்று கொண்டிருப்பதால் எல்லாமும் அவனுக்கு கைவந்திருந்தது.

''தொடுதி இல்லேலா,. இத்து வெரையெ.., எச்சாவோ ஈங்குதெ கட்டிக்கெடாக்கா... நேம்பாக்கே''

பீமன் தேனீக்களை பின்தொடர்ந்தான். அவைகள் பாறைகளை நோக்கிப் பறந்தபடியே இருந்தன. இப்போது அவனுக்குத் திசை தெரிந்துவிட்டது. அந்தத் திசையில் மல்லம் பாறைதான் இருக்கிறது. மல்லம் பாறையில் கட்டினால்...அது எழுச்சிவழியை சேர்ந்த கக்கி குடும்பத்துக்கு சேர்ந்துவிடும். ஆனால் கூடுகட்டுவதற்கானத் தகுதியை அந்தப்பாறை இழந்து நாளாகிறது என்பது அவனுக்குத் தெரியும்.

இடுப்பில் இருந்த சுருட்டின் முனையைக் கசக்கி வாயில் வைத்து பற்றவைத்து, கண்ணம் குழியகுழியப் புகையை உள்ளே இழுத்துக் கொண்டே மல்லன் பாறையை நோக்கி நடந்தான்.

ஒரு வெரயன் உய்யென்று தலைக்கு மேலே பறந்துபோனான். அவன் உயர எழும்புவது மாதிரி தெரியவில்லை. உயரத்தை இறக்காமலும் ஏற்றாமலும் தாழவே பறந்து போய்க் கொண்டிருந்தான். அது மறைந்த இடத்தை மனதில் குறித்துக் கொண்டான்.

அவனுக்கு பின்னாலும் இன்னும் வெரயன்கள் வந்துகொண்டே இருந்தார்கள்.

கால்களில் நெருஞ்சியும் நாயுருவியும் கொத்தாக இழுத்தது. அதையெல்லாம் கண்டுகொள்ளாமல் நடந்து நடந்து இழுப்பமரத்துக்கு வந்து சேர்ந்தான். கண்களை இடுக்கி அண்ணாந்து பார்த்தான். இன்னும் வெரயன்கள் வந்துகொண்டே இருந்தார்கள். ஊயென முறைச்சல்... அவனைக்கடந்து போயேவிட்டார்கள்.

வாயில் இருந்த சுருட்டை மரத்தில் அழுத்தி அணைத்து கீழேபோட்டுவிட்டு அது போன இடத்தை பார்த்தான்.

அவன் கணக்கு தப்பவில்லை..

அவைகள் மல்லன் பாறையை கடந்துவிட்டன. அநேகமாக மல்லன் பாறையை ஒட்டியிருந்த கிழக்குப்பாறையில் ராட்டை கட்டியிருக்கவேண்டும். மீண்டும் நடந்தான். மல்லன் பாறைக்கு கீழே நின்றுகொண்டு அண்ணாந்தான். ஒன்றல்ல... இரண்டல்ல... நான்கு ராட்டுகள் அருகருகே இருந்தன. மனதுக்குள் குப்பென, உற்சாகம் பற்றிப் பரவியது.

வேறு ஊர்க்காரர்கள் யாராவது முதலில் பார்த்திருந்தால்... பார்த்திருக்கக் கூடாதென மனதில் வேண்டிக்கொண்டான். பார்த்திருந்தால், அடையாளமாக செடியை வெட்டிப்போட்டிருப்பார்கள். அடையாளமாக செடியை வெட்டிப்போட்டிருந்தால்... போட்டிருந்தால் அந்தக் கூட்டுக்கு பீமன் உரிமை கொண்டாடமுடியாது.

மனது லேசாக படபடத்தது, பாறைக்குக் கீழே போய் நாலாப்புறமும் தேடிப்பார்த்தான். ஒன்றும் தட்டுப்படவில்லை. அப்படி யாரும் செடியை வெட்டிப்போடவில்லைபோல்தான் தெரிந்தது. எருக்கனை உடைத்து பாறைக்கு கீழே பரப்பிவிட்டான். இனி பீமனைத் தவிர வேறு யாரும் அதற்கு உரிமை கொண்டாட முடியாது.

மாசி, பங்குனியில் தேன் கிடைப்பது அவ்வளவு எளிதானதல்ல. பெரும்பாலும் ஒப்பப் பூவிலிருந்தோ, பயிரப் பூக்களிலிருந்தோதான் வெரயன்கள் எடுத்து வைத்திருக்கும்; நல்ல கெட்டியாக வேறு இருக்கும் என்ற நினைப்பு அவனை இன்னும் உற்சாகப்படுத்தியது. மறுபடியும் சுருட்டை பற்றவைத்து இழுத்துக்கொண்டான்.

மாசி வெயில் மண்டையைப் பிளந்துகொண்டிருந்தது. அதெல்லாம் அவன் மனதில் இல்லை. 'இன்னைக்கே எடுத்துரு கோனு' கூரையை நோக்கி வேக வேகமாக நடந்தான்.

•••

பெசாதுகளை கும்பிட்ட பீமன் வெளியே எட்டிப்பார்த்தான். மலையில் சூரியன் இறங்கிவிட்டான். இருட்ட இன்னும் நேரம் இருந்தது.

'' நாகி நே கௌம்புகெ.. ஆட்ட, பட்டியில போட்டுகோகு..''

'' ம்...''

ராகிப்புட்டை றாக்கி வைத்துவிட்டு அவள் டாகை கடையத் தொடங்கினாள்.

தயாராக இருந்த ஓலைக்காரனையும் கொடுக்கனையும் மற்ற நால்வரையும் அழைத்துக்கொண்டு கிளம்பினான்.

காட்டின் எல்லையைத் தொட்டதும் பீமன் முதலில் இரண்டு கைகளையும் தலைக்குமேல் எவ்வளவு முடியுமோ அவ்வளவு உயர்த்தி வணங்கினான். மற்றவர்களும் அதே போல் வணங்கினார்கள்.. மேலே பறந்த கிளி, கத்திவிட்டு பால் கள்ளியில் உட்கார்ந்தது. அவர்கள் காட்டுவழியில் செடிகளை விலக்கி விலக்கி நடந்தார்கள்.

மாடோட்டிப் போனவர்கள் திரும்பிக்கொண்டிருந்தனர். ஆங்காங்கே முயல்கள் தத்தி தத்தி தாவிப்போய்கொண்டிருந்தன... கூகன், தண்ணீருக்காக கத்திக்கொண்டிருந்தான். ஒண்டி யானை மரத்தை வளைத்து புளியங்காயை பிடுங்கித் தின்றுகொண்டிருந்தது. அதுபோடும் சாணியிலிருந்த புளியங்கொட்டைகளை பொறுக்கித்திங்க காட்டுப்பன்றியொன்று, அதன் வாலுக்கு பின்னால் நின்று 'உறுக்கி'க் கொண்டிருந்தது.

ஆத்தியால் பின்னப்பட்ட கயிறு கனத்திருக்கவேண்டும் . சுமக்க முடியாமல் கொடுக்னும் சின்னானும் தடுமாறினார்கள். நின்று எக்கி அதை இடது தோளுக்கு மாற்றிக்கொண்டு மீண்டும் நடந்தார்கள். அதோ மலையடி வந்தேவிட்டது, அப்பாடா என்றிருந்தது பீமனுக்கு; உட்கார்ந்து கொஞ்சம் ஓய்வெடுத்தார்கள். பின் ஒரே தம்மில் மலை ஏறினார்கள். நினைத்தநேரத்துக்கு முன்பாகவே உச்சியில் இருந்தார்கள்.

கண்ணுக்கெட்டிய தூரம் வரை காடு, கடல்போல இருந்தது. அவ்வப்போது வீசும்காற்றில் அது அலையடித்துக் கிடந்தது. இடது பக்கம் திரும்பினான். செம்மம்பதி ஒரு புள்ளி போல் தெரிந்தது. பாறையில் உட்கார்ந்திருந்த கூமைப்பாறு, சிறகை விரித்து பாதாளத்தில் விழுந்தது. குழியில் இருந்த நீரை அள்ளி முகத்தைக் கழுவி ஆசுவாசப் படுத்திக்கொண்டு சடையனை கசக்கி இலையில் சுருட்டிப்பற்றவைத்து ஆளுக்கொரு இழு இழுத்தார்கள்.

பதிநியாயம், உலகநியாயம் என்னவெல்லாம் இருக்குமோ அத்தனையும் பேசிக்கொண்டு தகுந்த நேரத்துக்காகக் காத்திருந்தார்கள்.

மெல்ல மெல்ல வெளிச்சம் மங்கிக்கொண்டே வந்தது. மினிக்கிகள் பறப்பது தெளிவாகத் தெரியத் தொடங்கியது.

●●●

இருட்டு கும்மென்று ஆகி இருந்தது. அவர்கள் உட்கார்ந்திருந்த இடத்துக்கு மேலே நின்றிருந்த மரங்களின் பலத்தை விருகன், சோதித்துப் பார்த்தான். வேம்புதான் அவனுக்கு சரியெனப்பட்டது. கயிற்றின் ஒரு முனையை அதில் கட்டி இறுக்கி இழுத்துஇழுத்து, அது இரண்டு ஆட்களைத் தாங்கும் என்பதை உறுதி செய்துகொண்டு கீழே வந்தான்.

கயிறு இறங்குகிற இடத்தில் இருந்த பெரிய செடியை வெட்டித் தூர எறிந்தான். உருளும் என நினைத்த அத்தனை கற்களையும் நகர்த்தி ஓரமாக தள்ளிவிட்டான்.

இப்போது எல்லோரும் மீண்டும் கண்களை மூடி வழிபட்டுக் கொண்டார்கள்.

பீமன் இறங்கத் தயாரானான்.

இடுப்பில் வைத்திருந்த ஆனைத் துளசியைப் பிடுங்கிப் பிழிந்து சாற்றை தன் இரண்டு கைகளிலும், உடம்பிலும் பூசிக்கொண்டான். விருகன், மீதி இருந்த கசங்கலை வாங்கி பீமனின் முதுகில் பூசிவிட்டு கண்களையும் புருவத்தையும் அதன் சாற்றால் தொட்டுத் தொட்டு ஈரமாக்கினான். இடுப்புக் கயிறை இறுக்கிப் பார்த்த பீமன் கூட்டையை எடுத்துக்கொண்டு 'விடுலா' என்றான்.

இந்த சொல்லுக்காகவே காத்திருந்த கொடுக்கனும் மெழுகனும் குவித்திருந்த கயிறை நகர்த்தினார்கள்.

இப்போது கயிறு இறங்கத்தொடங்கியது. பாறையின் இடுக்கில் குடியிருந்த பிருக்கிகள் கிரீச்சென்று கத்திக்கொண்டு பறந்துபோனது.. மண் சரிந்து பள்ளத்தில் போய் விழுந்தது.

கொஞ்சம் கொஞ்சமாக கயிறு கீழே இறங்கிக்கொண்டிருந்தது.

கைக்கெட்டும் தூரத்தில் இரண்டு பெரிய ராட்டும் அதையொட்டி சிறிது சிறிதாய் கொஞ்சம் கூடுகளும் இருந்தன.

'ஹோய்........... ஆ'

பீமனிடமிருந்து சத்தம் வந்ததும், இறங்கிக்கொண்டிருந்த கயிறு நின்றுவிட்டது.

பாறையில் காலை வைத்து எக்கி உதைத்தான். கயிறு அதற்கும் இதற்கும் அந்தரத்தில் ஆடியது. மறுபடியும் எக்கி உதைத்தான் இப்போது அவனால் கூட்டுக்கு அருகில் இருந்த வேரை பிடிக்க முடிந்தது. ஒரு காலை எடுத்து பாறைச்சந்தில் வைத்துக்கொண்டு

கூட்டைப் பார்த்தான். மனித வாசனை, ஈக்களை எரிச்சலூட்டியிருக்க வேண்டும். மேலிருந்த ஒன்றிண்டு ஈக்கள் பறக்கத்தொடங்கின. இன்னொரு கயிற்றில் மேலிருந்து வந்த கூடை, கைக்கு எட்டியிருந்தது.

சலசலவென்று காற்று, இலைகளை ஆட்டியபடி போனது.

செடிக்காரர்களின் அலுவலைக்காணோம், ராட்டை எடுப்பதற்கு அவர்களின் சம்மதமும் வேண்டும். இல்லாவிட்டால் காற்றைக்கூட எதிராக திருப்பி, கூட்டைக் கலைத்து அறுந்துவிழச் செய்துவிடுவார்கள். அவர்கள் சம்மதம் இருப்பது பீமனுக்கு நிம்மதியாக இருந்தது.

எம்த்து புழுவே நீவீரு திந்தெ!

நித்து தேனெ நேனும் திந்தெ!

அடுத்த வர்சாமு இச்சாமே கெட்டுக!

கண்களை மூடித் திறந்தான். கூடு நெளியத்தொடங்கியது. பந்தத்தை கொளுத்தினான். எரிய காணோம். மாகடலை எரியவும் எரியாது, புகைமட்டும்தான் கக்கும். அந்தப் பிரதேசம் பனிமூட்டம் போலாகியது. தட்டித் தடுமாறிய ஈக்கள் கூட்டம்கூட்டமாய் வெளியேறிப்போவதும் திரும்பிவருவதுமாக இருந்தன. கொஞ்சம் ஈக்கள் பீமன்மேல் அமர்வதும் கீழே விழுவதுமாய் இருந்தன. கயிறேணியின் ஒரு பக்கத்தில் செருகப்பட்ட குச்சியின் மறுமுனையை பாறையில் முட்டுகொடுத்து நிறுத்திவிட்டு, கூடையை ராட்டை நோக்கி தள்ளினான். அது ராட்டையும் பாறையையும் ஒட்டி நின்றது. மூங்கிலை விட்டு கிண்டினான். ராட்டுகள் பிய்ந்து பிய்ந்து ஒவ்வொன்றாக கூடையில் விழுந்தன. தேன், சொட்டு சொட்டாய் வழிந்து அதளபாதாளத்தில் விழுந்து கொண்டிருந்தது..

மீதியை ஈக்களுகென்று விட்டுவிட்டு ''க்கூகோய்...,'' எனக் கத்தினான்.

கூடையின் கயிறு மேலே ஏறத்தொடங்கியது..

நிலா நடுவானுக்கு வந்து பொழிந்து கொண்டிருந்தது.

●●●

கோலன் - கொம்புத்தேன், வெறையன் - மலைத்தேன், தொடுதி - அடுக்குத்தேன்.

குசுன - கொசுத்தேன், மா கடலைபந்தம் - தீப்பற்றினால் புகைமட்டுமே வரும் ஒருவகை வனச்செடி, சூட்டை - பந்தம்

45. பரிபாட்டு

வெள்ளிங்கிரி சாமியோ முத்து மாரியம்மெ
ஓஹோஹோ ..... ஆஹாஹா
ஒய்யாரசிங்கார மாடோ பேடோ
முத்துமாரியம்மெ

பண்ணாரி சாமியோ முத்து மாரியம்மெ
ஓஹோஹோ ..... ஆஹாஹா
ஒயரசிங்கார மாடோ பேடோ
முத்துமாரியம்மா

தொண்டாமுத்தூர் சாமியோ முத்துமாரியம்மா
ஓஹோஹோ ..... ஆஹாஹா
ஒயரசிங்கார மாடோ பேடோ
முத்துமாரியம்மெ

கோவம்புதூர் சாமியோ முத்து மாரியம்மே
ஓஹோஹோ ..... ஆஹாஹா
ஒயரசிங்கார மாடோ பேடோ
முத்துமாரியம்மெ

கரட்டி சாமியோ முத்து மாரியம்மே
ஓஹோஹோ ..... ஆஹாஹா
ஒயரசிங்கார மாடோ பேடோ
முத்துமாரியம்மெ

வீரக்கம்ம சாமியோ முத்து மாரியம்மெ
ஓஹோஹோ ..... ஆஹாஹா
ஒயரசிங்கார மாடோ பேடோ
முத்துமாரியம்மெ

மல்லேச்சுவர சாமியோ முத்து மாரியம்மெ
ஓஹோஹோ ..... ஆஹாஹா
ஒயரசிங்கார மாடோ பேடோ
முத்துமாரியம்மா

செவனோ சாமியோ முத்து மாரியம்மெ
ஓஹோஹோ ..... ஆஹாஹா
ஒயரசிங்கார மாடோ பேடோ
முத்துமாரியம்மெ

வேட்டகார சாமியோ முத்தூ மாரியம்மெ
மருதமலே சாமியோ முத்து மாரியம்மெ
ஓஹோஹோ ..... ஆஹாஹா
ஒயரசிங்கார மாடோ பேடோ
முத்துமாரியம்மெ

பெருமாள் சாமியோ முத்துமாரியம்மெ
ஓஹோஹோ ..... ஆஹாஹா
ஒயரசிங்கார மாடோ பேடோ
முத்துமாரியம்மெ

முருகன், மூசிக்கடவு

பெரு நெருப்பு பொழிந்துகொண்டிருந்தது. சூறைக்காற்று, சிறுபாறைகளை எங்கோ உருட்டிப்போனது. தரையோடு தரையாக இழுத்து கிடந்தது மரங்கள். எங்கு திரும்பினாலும் ஓலமும் அழுகுரலும், சகிக்க முடியாதவையாக இருந்தது

வானம் கருத்து பூமி இருண்டு வர ஆரம்பித்தது. அந்த இருட்டு மெல்ல மெல்ல எல்லாவற்றையும் விழுங்கத்தொடங்கியது. இடியும் மின்னலும் தொடர்ச்சியாக ஒலித்தும் ஒளித்தும் யாரையோ அச்சுறுத்திக்கொண்டிருந்தது. சிறிது நேரத்தில் திடுதிப்பென்று கொட்டத்தொடங்கியது மழை; அது நிற்பதாக இல்லை. கொஞ்சம் கொஞ்சமாக உயர்ந்த வெள்ளம், கிட்டத்தட்ட மலையை மூடிவிட்டது. செத்தும் கருகியும், சகலமும் மிதந்து போய்கொண்டிருந்தன..பாறையின் இடுக்குகளில் பிணங்கள் கைவேறு தலைவேறாய் பிய்ந்து மிதங்கியது.

இயல்புநிலை திரும்ப வெகுகாலம் காத்திருக்கவேண்டியிருந்தது... கணுக்காலளவுக்கு நீர் வடிந்தும்விட்டது.

மல்லன், மல்லியும் உலகத்தைச் சுற்றிப்பார்க்க கிளம்பினார்கள். எங்கும் கருகல் நாற்றம். மூக்கை பொத்திகொண்டு நடக்க ஆரம்பித்த அவர்கள் கண்ணுக்கு, எட்டிய, எட்டாத தூரம் வரைக்கும், மனித நடமாட்டம் இருப்பதற்கான அறிகுறிகள் இல்லை.

சட்டென முகம் மலர்ந்த மல்லியின் பார்வையை கவனித்த மல்லன், அவள் பார்வை நிலைகுத்திய திசையில் மெல்லத் திரும்பினான், ஒருவர் முகத்தை ஒருவர் பார்த்துக்கொண்டனர்.

தூரத்தில் கிழவி மலை தெரிந்தது. அதன் உச்சியில் புகை மேலெழும்புவதும், பிறகு அடங்குவதுமாக இருந்தது. நிச்சயமாக அது பிரளயத்தீயின் புகையல்ல, மல்லனும் மல்லியும் தங்களுடைய நடையை வேகப்படுத்தினார்கள். கண்ணிமைக்கும் நேரத்தில் உச்சியில் இருந்தார்கள். புகை, குகையின் இடுக்குகளிலிருந்து கசிந்து ஓரங்களில் பரவி மணந்துகொண்டிருந்தது. பாதி எரிந்த நிலையில் விறகுகளும், சக்கிமுக்கி கற்களும் கிடந்தன..

அருகில் போன இருவரும் குகையை எட்டிப்பார்த்தார்கள். யாரோ உள்ளே இருப்பது மாதிரிதான் தெரிந்தது.

''ஆருவே கூரேக்குள்ளெ.... மல்லனும் மல்லியும் வந்திருக்கெமு''

....

''லெக்கோமல்லெ, ஆருவே கூரேக்குள்ளெ ருக்காது''

....

''லெக்கோமல்ல வர்கா வாண்டியதுதானே''

''கடவுளே...., நே வருகாக்கில்லெ அம்மணம கெடாக்கெ'' நடுங்கிய வயதான குரல் மட்டும் கேட்டது.

உடனே மல்லன் தன் உடலிலிருந்து கிழித்த தோலை, ஆடையாக்கி உள்ளே வீசினான். அதை உடுத்திக்கொண்டு வெளியே வந்த கொடுவன், மல்லனைப் பார்த்து தொழுது நின்றான்.

''கூரேக்குள்ளெ கெடக்கும் நித்து மகள லெத்து வா'' மல்லி கட்டளையிட்டாள்.

''அவே வருகாக்கில்லெ அவெளூ அம்மெணமாத்தா கெடக்கா'' கொடுவன் தலைதாழ்த்தினான்.

மல்லி தன் ஆடையிலிருந்து ஒரு பகுதியை கிழித்து குடிசைக்குள் வீசினாள்.

வெளியே வந்து நின்ற பெண் வயதில் மிகவும் சிறியவளாக இருந்தாள்.

''நித்து பேரு என்னாது'' மல்லிதான் கேட்டாள்

'' சம்பி'' நடுங்கிக் கொண்டே சொன்னாள்.

மல்லியும் மல்லனும் கண்களை மூடி வானத்தை அண்ணாந்து பார்த்து கைகளை விரித்து நின்றார்கள். கொடுவனும் சம்பியும் இப்போது இளமையாக இருந்தார்கள்.

''இனி நீமு ரெண்டாளூ புருசா பொண்டு, செரியா ?.தெனியா ருக்காக்காது'' ,மேலும் பல இருளர் ஜோடிகளை உருவாக்கி உலவவிட்டுவிட்டு கண்ணிமைக்காத நேரத்தில் மறைந்துபோனார்கள்.

உருவான ஜோடிகள் காடுகளெங்கும் சுற்றித்திரிந்து சந்ததியை பெருக்கியன.

ஜோடிகள், கூட்டங்களாயின.

கூட்டங்களில் குழப்பம் நிலவியது.

குலங்கள் பிரிக்க, மறுபடியும் மல்லியும் மலலனும் வந்தார்கள்.

நிலத்தில் விதைக்க குறுநகனும், துவைத்துப்போட தேவனநகனும், பொருட்களைக் காட்டுக்குள்ளிருந்து சம்பாதிக்க சம்பர்களையும், தங்கள் வனத்துக்குள் ஏதாவது பொருட்கள் கிடைக்காமல் போனால் அதை வெளியில் போய் வாங்கிக்கொள்ள குப்பிலிகனையும்...... இப்படியாக பனிரெண்டு குலங்களையும் பிரித்து எந்தெந்தக்குலம் எந்தெந்த குலத்துக்கு அண்ணந்தம்பிகளென்றும் சொல்லிவிட்டு, மறுபடியும் மறைந்துபோனார்கள்..

●●●

காரையனும் மெருகனும் அண்ணனும் தம்பியும்தான். ஆனாலும் எப்போதும் ஆக்ரோசமாக சண்டையிட்டுக் கொண்டிருந்தனர்.. அப்பன் கோணையனும், அம்மாள் கோவம்மாளும், எவ்வளவோ சொல்லிப் பார்த்துவிட்டார்கள்..ஆனால் இருவரும் எதையும் காது கொடுத்து கேட்பவர்களாகத் தெரியவில்லை. எலந்திக்காயில் தொடங்கிய சண்டை, களாக்காய் வரைக்கும் போயிருந்தது.

முறைத்துக்கொண்டதும் அடித்துக்கொண்டதும் போய், இப்போது பிரம்புகள் விளையாட ஆரம்பித்திருந்தன.

''என்னாதுக்கு இச்சா பந்தியும் குத்தனும் கணக்கா சண்டே போட்டுக்கொண்டிருக்கினா... சப்புந்திருவெ. இல்லாந்தா கூரேக்கு வர்காக்காகாது'' கோவம்மாள் கண்டித்துவிட்டு, ஆளுக்கு ஒரு சாத்தும் கொடுத்துவிட்டு வேலையாகப் போய்விட்டாள்.

கோபத்தில் காரையனும் மெருகனும் ஆளுக்கொரு திசையில் பிரிந்து மண்ணாத்துத்துக் காடுகளுக்குள் போய்விட்டனர். எவ்வளவோ தேடியும் கிடைத்தபாடில்லை. கோவம்மாள் சோர்ந்துபோனாள்.

''ரெந்தாலூ வந்தா வரட்டூ இல்லேந்தே சாகாட்டு'' தேடுவதையும் நிறுத்திவிட்டாள்.

●●●

வருடங்கள் உருண்டோடின.

பஞ்ச மாதம்.. மாவண்டூர் காடுகள் காய்ந்திருந்தன. தண்ணிக்கு வந்த காரையனும் மெருகனும் அங்கே எதிர்பாராத விதமாக சந்தித்துக்கொண்டனர். அவர்களுக்கு சண்டைபோட ஏதாவது வேண்டியிருந்தது; தொடங்கிவிட்டார்கள்.

"காரையா காரையா, இச்சா நீமு காட்டுக்குள்ள கெடந்தாபோது என்னென்னாது திந்தே?"

மெருகன் முகத்தை திருப்பிக்கொண்டு கேட்டான்.

"மெருகா மெருகா, நீவிரு என்னாத திந்தே" பதிலே சொல்லாத காரையன் திருப்பி அவனிடம் அதே கேள்வியைக் கேட்டுவிட்டு பூரித்தான்.

"நீ என்னாத திந்தியோ, அதேயேதான் நேனும் திந்தே" மெருகன் சலிக்கவில்லை.

"இல்லே நீமு பொய்யாசொல்லுகெ." காரையன் விடவில்லை.

"இல்லேல நே தணக்கபம்மு, கள்ளிபம்மு, தொடுதி உளித்தண்ணி இச்சாசவே திந்து கால கடத்தினேமு" மெருகன் முறுவலித்தான்.

காரையன் நம்பவில்லை "அச்சாந்தா நீ திந்ததே வாந்தி எடு"

"ம் நானு எடுக்கெ, நீவீரு எடுப்பினா?" மெருகனும் விடவில்லை.

போட்டிபோட்டுக்கொண்டு வாந்தியெடுத்தனர்.

விரலை தொண்டக்குழிக்குள் விட்டு மெருகன் 'உவ்வே'வைத் தொடங்கினான்.

அத்திப்பழம் முதலில் வந்து விழுந்தது. அதைத்தொடர்ந்து அவனின் ஒவ்வொரு உவ்வேவுக்கும் ஒவ்வொரு பழமாய் வந்து விழுந்துகொண்டே இருந்தது.

வாயைக்கழுவிய மெருகன் சிரித்துவிட்டு காரையனை பார்த்தான்.

காரையன் உவ்வேவை தொடங்கினான். முதலில் முயல் வந்து விழுந்தது. அதைத் தொடர்ந்து வெரையாடு, உடும்பு இப்படி காட்டில் உள்ள எல்லா பிராணிகளும் வந்து விழுந்துகொண்டே இருந்தன.

காரையனுக்கே அதிர்ச்சியாக இருந்தது. மெருகனிடம் சண்டை போட ஆரம்பித்தான்.

"நீவிரு ஏதோ பாடம் கட்டி, இச்சா மாத்தி உட்டுட்டேமு"

''நே என்னாது பாடம் கட்டினே? நீ என்னாதெ திந்தியோ அதானே வருகூ''

சண்டை முற்றிப்போய் ஒருவன் கரிமடைக்கும் இன்னொருவன் மலைக்கும் போய்விட்டனர்.

●●●

கழுதைப்புலிகளின் சத்தம் அச்சமுட்டியது. முள்ளாம் பதியைச் சேர்ந்த மெருகனும் அவன் கூட்டமும் வேட்டைக்குக் கிளம்பிக் கொண்டிருந்தார்கள். நாய்கள் மூன்றும் வாலைக் குழைத்துக்கொண்டு நின்றுகொண்டிருந்தன. ''காரையன், எச்சா போனான்னு தெரிகாலே வர்கெந்து சொன்னானே'' சின்னதாய் அங்கலாய்த்தான் மெருகன். ''ஏய்ய்ய் அவெ அச்சா கரட்டியம்மன் கொகேலே நிந்துகொண்டிருந்தா'' விருகிதான் சொன்னாள். எல்லோரும் மேற்கு பக்கமுள்ள குகையை நோக்கி நடந்தார்கள்.

கரட்டிகாளி குகை, மத்திமரத்துக்கு வடக்குபக்கமாக இருந்தது. வேட்டைக்குப்போவதற்கு முன்னால் அவளுக்கு முன்னால் வில்லையும் வலையையும் வைத்து வணங்கிவிட்டுத்தான் வேட்டைக்குப் போவார்கள். இன்றுவரை கரட்டியம்மனும் அவர்களை ஏமாற்றியதில்லை. மானோ முயலோ கரட்டிக்கும் பங்குண்டு. இந்தக் காளியை வண்டாரி ஒரு காலத்துல செவனூரிலிருந்து முட்டத்துக்குக் கொண்டு வந்ததாகவும், பிறகு அங்கிருந்து இங்கு கொண்டுவந்து வைத்ததாகவும் ஒரு பேச்சு எல்லாப் பதிகளிலும் இருந்தது.

குறிப்பிட்ட இடத்துக்கு போனதும் நாய்கள், நிமிர்ந்திருந்த தன் வாலைக் கொஞ்சம் மடக்கிக் கொண்டன. குரைப்பில் சற்று இறக்கமும் அச்சமும் கலந்திருந்தது. மெருகன் முதலில் புதரை விலக்கிவிட்டு உள்ளே போனான். மற்றவர்கள் அவனை பின்தொடர்ந்தார்கள். அங்கே அவன் கண்ட காட்சி எப்போதும் பார்த்திராதது.

வெளுத்திருந்த அவர்களின் பேச்சு, வேறு மொழியில் இருந்தது. வந்திருந்த இருபத்தி நான்கு பேர் கைகளிலும் கொடூரமான ஆயுதங்கள்; நெற்றி நிறைய குக்கை; சலசலத்துக்கொண்டிருந்த சுனைக்கு ஓரமாய் நின்றிருந்த கரட்டியைப் பெயர்த்து மலைக்கு மேலே ஒரு கல் தொலைவில் நட்டார்கள். அந்த இடத்தில் புதிய சாமியை வைத்தார்கள். அது நீத்தெக் கல்லில் செய்யப்பட்டிருந்தது. அச்சு அசலாய் உயிரோடு இருக்கிற மனுசனை பார்ப்பதுபோலவே இருந்தது. வாழைப்பழம் வைத்து பூசை செய்து ஒரு வேலை நட்டுவிட்டுப் போயே விட்டார்கள்.

அன்றிலிருந்து இருளர்கள் அந்த சுனைக்குப் போவதில்லை.

வழக்கத்தை மாற்றிக்கொள்ளமுடியாமல் மெருகன் மட்டும், முன்னால் இருந்த இடத்தையும் சேர்த்தே வணங்க ஆரம்பித்தான்.

●●●

சீங்க்னின் மகன் காரை மூப்பன் மாடுகளை மேய்த்துக் கொண்டிருந்தான். கட்டளையின் பேரில் காலையும் மாலையும் பாலைக்கறந்து கீழேகொண்டு போய்கொடுப்பது அவனது வழக்கம். பட்டியில் இருந்த எல்லா மாடுகளும், அவன் 'நில்' என்றால் நின்றன. 'கற' என்றால் கறந்தன. ஆனால், செவலை மாடு மட்டும் எதற்கும் அடங்கவில்லை. கறக்கப்போனால் கால்களை உதறிக்கொண்டு மூத்திரம் பெய்தது. ஒரு நாளல்ல, இரண்டு நாளல்ல இது வருடக்கணக்கில் தொடர்ந்தது.. பக்டா மரத்தின் பட்டைகளைப் பட்டியின் வாயிலில் புதைத்துவைத்தும் பார்த்துவிட்டான். ஆனால் எந்தப்பலனும் இல்லை. ''பாலே கறக்கலீந்தா காம்பூ வழித்து கத்துகுகுமே மடி வீங்கூமே ஒந்துமே நடக்கலயே'' செவலை என்னதான் செய்கிறது என்று பார்க்க ஆவல் மேலிட்டது காரையனுக்கு.

செவலை, புல்லை பொறுக்கி தின்றபடி நகர்ந்துகொண்டிருந்தது. அதைப் பின்தொடர்ந்துபோன அவன் புதர் மறைவில் நின்று கொண்டான். அது பள்ளத்தைத் தாண்டிப்போய் காரைச்செடிக்குப் பக்கத்தில் இருந்த புற்றுக்கு மடியை காட்டியபடி நின்றுவிட்டது. லேசாக எட்டிப்பார்த்தான். பால் தானாகபொழிந்து கொண்டிருந்தது. அவன் அந்தப் புதரை விலக்கிக்கொண்டு உள்ளே போனான். மாடு மிரண்டு ஓடியது. வானளவு எழுந்த பெருமாள்..... காட்சியளித்தார்.

மயங்கி நின்ற அவனை ஒரு அசரீரி கெஞ்சியது ''பசிக்கிறது; பால்வேண்டும்'' என்று திரும்பத் திரும்பக் கேட்டது. பிறகு அந்த அசரீரி கட்டளையுமிட்டது. தயங்கிய காரையனுக்கு முதுகில் பிரம்படி விழுந்தது. கீழ்நாட்டில் இது தீயாகப்பரவியது. கேள்விப்பட்ட பதிமக்களும் கூட்டம் கூட்டமாக வந்து பெருமாளை வணங்க ஆரம்பித்தனர். காரையன் செவலை மாட்டைக் கறப்பதை அன்றோடு நிறுத்திவிட்டான்.

●●●

இப்போது கரிமடையை ஒட்டியிருந்த எல்லா மலைகளிலும் மாடுகள் புற்றுகளில் பால் வார்க்கத் தொடங்கியிருந்தன..

●●●

கரிமடைக்கு போன காரையன் காரமடையாகியிருந்தான். காரமடை கடவுளாகவும் ஆகிவிட்டான். ஏற்கனவே கல்யாணம் ஆகியிருந்த கடவுளுக்கும் சபலம் இருந்தது.

ஊக்கப்பட்டியோரம் மலைக்கு மேலே குஞ்சூர் பதி இருந்தது. துளசிலாம்பா அந்த ஊர்க்காரி. சின்ன வயதுதான். பெரியவளாகி விடுவதற்கான எல்லா அறிகுறிகளும் அவளிடம் தெரிய ஆரம்பித்திருந்தது. அம்மெ, அக்க மொத்த குடும்பமும் கிழங்கு தோண்டிக் கொண்டிருந்தது. துளசிலாம்பா மட்டும் அடிவயிற்றை பிடித்தபடி குழி மேட்டிலிருந்தாள்.

உலாவந்த கடவுள் துளசிலாம்பாவைப் பார்த்தார். அவள் அழகு ஆசையைக் கிளறியது. சின்ன வயது என்றுகூடப் பாராமல் இறங்கிவந்து துளசிலாம்பாவைத் தூக்கிக்கொண்டு காடுகளுக்குள் மறைந்தார்.

துளசிலாம்பா வலி தாளாது துடித்தாள். இறக்கிவிட சொல்லி கெஞ்சினாள். கடவுளுக்குக் கொஞ்சம் காது மந்தம்போல. மறுத்து இன்னும் வேகமாக நடந்தார். கட்டாஞ்சி மலையை அடைந்தபோது அவர் முகத்தில் ஏதோ ஈரம் பட்டமாதிரி இருந்தது. துளசிலாம்பாவை இறக்கிவிட்டுவிட்டார். அவள் சோர்ந்து அப்படியே மரத்தடியில் உட்கார்ந்துகொண்டாள். நெற்றியை கைகளால் தொட்டு எடுத்துப் பார்த்தார் ரத்தம்.... அப்போதுதான் அவருக்கு புரிந்தது.

'பின்னே ராமத்துக்கு நடுவுல செகாப்பு எச்சாதிருந்து வந்துது.. இச்சாதிருந்துதே' மீண்டும் துளசியை தூக்கி தோளில் போட்டுக் கொண்டார். பூனைபோல வீட்டுக்குள் நுழைந்து, அவளை அட்டாலியில் ஒளித்துவைத்துக் கொண்டார். திட்டுத்திட்டாய் தரையில் படிந்திருந்த ரத்தக்கறைகளைப் பார்த்த கடவுளின் மனைவி நாச்சியாருக்கு சந்தேகம் வர ஆரம்பித்துவிட்டது.

"என்னது சுவாமி ரத்தமாயிருக்கிறது" என்று கேட்டாள்.

"காயத்திலிருந்து வடிந்திருக்குமென்று" சாக்கு சொன்னார் கடவுள். ஆனால் நாச்சியார் அதைக் கண்டே பிடித்துவிட்டாள். முகம் வெளிறி சண்டைக்கு நின்றவள், கடைசியில் கோபித்துகொண்டு "அவளையே கட்டிக்கோ நான் எதுக்கு உனக்கு" என்று பெட்டதா மலைக்கு வந்துவிட்டாள்.

அவரும் துளசிலாம்பாவை கட்டிக்கொண்டு நாச்சியாரையும் சமாதனப்படுத்திவிட்டார்.

''அதுக்கு முன்னால இந்தக் கடவுளையெல்லாம் நம்த்தாளுக சீந்தியதே இல்லை. அவர் துளசிலாம்பாவை கல்யாணம் செய்து, நம்க்கு மச்சான் ஒறவு வந்த பிந்துக்குதா, அவருக்குந்து ஒரு கிராக்கியே வந்ததுலா'' வைத்தியக் கிழவன் பூரடனின் சொல் மீண்டும் மீண்டும் சீங்கனின் காதுகளில் ஒலித்துக்கொண்டிருந்தது.

பெசாது கூரை அநாதையாய் இருந்தது.

•••

நரைத்த புருவத்தைச் சுருக்கியபடி இடுங்கிய கண்களோடு இதையெல்லாம் பார்த்துக்கொண்டிருந்த சீங்கன், பிலிக்கட்டு பாடம் போட வேரைத் தேடிக்கொண்டிருந்தான்.

•••

மல்லன் மல்லி - இருளர்கள் உருவாக்கம் பற்றிய இருளர்கள் தொன்மம்.

நாச்சியார் - காரமடை ரங்கநாதரின் மனைவி குறித்து இருளர்களிடையே புழங்கிவரும் தொன்மம்.

பிலிக்கட்டு : விசம் தொட்டுவிட்டால் விசம்தொட்ட இடத்திலிருந்து ஒரு சாண் தள்ளி சுண்ணாம்பைக் குழைத்து வட்டம் போட்டு, எருக்கலை இலையால் பாடம் அடித்து சிரியான் வேரை தின்னக் கொடுத்து, விசம் முறிக்கும் இருளர் களின் மருத்துவ மந்திரம்.

கரட்டிகாளி குகை : இருளர்களால் வழிபடப்பட்டுவந்த சிறுதெய்வமும் அதன் குகையும். படிப்படியாக கொங்கர்களின் தெய்வமாக மாற்றப்பட்டதாக கோவை மாவட்ட தொல்லியல் கையேடு தெரிவிக்கிறது.

காரைமூப்பன் மூப்பன்கதை - கோவையில் இருளர்கள் நெருக்கமாக வாழும் பகுதியிலிருக்கும் ஒரு வைணவக்கோவிலின் தலவரலாறு. மாடுகளிடம் பாலைக் கறக்கும் வழக்கம் இருளர்களிடத்தில் இப்போதுமில்லை.

☆☆☆

பின் இணைப்பு

பொறையோடு....

உங்க பேரு ஊரு எல்லாம் சொல்லுங்க?

எத்து பேரு ராஜேந்திர, கீழூரு

என்ன வேலைக்கு போறீங்க?

என்ன வேலை கெடய்க்குதோ அதுக்கு போறேன். ஆமா நீவீரு எதுக்கு இதெல்லா கேக்கறே?

இல்ல நான் எப்படி இதையெல்லாம் அடிக்கறீங்கறத பத்தி படிக்கவந்திருக்கேன். சொல்லுங்க!

ஹேய்.. கேளுவி

இருள சனங்க என்னென்ன இசைக்கருவிகளை வாசிக்கறாங்க?

ஒந்து தவிலு; இன்னொந்து பொறே; அப்புறம் சால்ரா, கொகாலு, மிருதங்கம். மிருதங்கம் எப்பவாவது பஜனையில மட்டும் வாசிப்போம். இப்போ எங்காளுக ஜமாப்புகூட அடிக்கறாங்க.

இதுக்கு தவிலுன்னு பேரு?

இதுக்குந்தே செய்யற பானைய கீழிருந்து வாங்கிட்டு வருவோம். வந்து மான்தோல பதம் பண்ணி காயவெத்து கட்டிவெக்கோம். ஆட்டுத் தோலுலயும் வெறையாட்டு தோலுலயும் கட்டிக்குவோம்.

இப்போ அப்படியில்லை மாட்டுத் தோலவெச்சு கட்டிக்கறோம்.

இத எப்படி குச்சி வெச்சு அடிச்சு வாசிப்பீங்களா?

ம்க்கூம்..... குச்சியெல்லாம் இல்லெ, கழுத்துல கட்டி தொங்க போட்டுக்குவோம். வயித்துல நிக்கும். ஒரட்டாங்கை பக்கமா நெஞ்சோட சேத்து இறுக்கி அப்படியே ரெண்டு பக்கமும் அடிப்போம். சோத்தாங்கை பக்கம்தான் பலமா ஓங்கி அடிக்கமுடியும். ஒரட்டாங்கை பக்கம் அப்படி பலமா அடிக்க முடியாது. சுதி சேக்கறதுக்காக

குப்பைகளைப் போட்டு சூடு செஞ்சு அடிச்சு பாப்போம். சுதி சேரலைன்னா மறுபடியும் கொஞ்சம் சூடு செய்வோம். இப்படி நல்லா சுதி ஏறறவரைக்கும் சூடு செஞ்சு அடிப்போம். ஒரு முறை சூடு செஞ்சாலெ அது பாட்டுக்கு கும்கும்க்கு கும் கும்க்குன்னு, எசச்சு கெடக்கும்; ஒரு நாள் முழுக்க வெரப்பா இருக்கும். பிரச்சனையிருக்காது.

மிருதங்கம் மாதிரியே இருக்கே இது?

இதுக்கு பொறேன்னு பேரு. இத மொதல்ல மரத்துல ஒரல் மாதிரி குழியில்லாம இருந்துச்சா, இத தட்டி தட்டிதான் பந்தி மானை யெல்லாம் தொரத்துவாங்களாம். அடிச்சு அடிச்சு ஒரு பக்கம் குழியா ஆயிருச்சம். அப்புறமா அத திருப்பிப் போட்டு இன்னொரு பக்கமும் அடிச்சாங்களாமா. அந்தப் பக்கமும் குழியாரிச்சாம். அப்புறந்தா தோல வெச்சு ரெண்டுபக்கமும் கட்டி அடித்தாங்களாமா.

இதுவும் வெளியில் இருந்துதான் வாங்கி வருவீங்களா?

ம்க்கூ... நேமே செஞ்சுக்குவோ. கிளிய மரம் இசுவே மரம் , தாளிமரம் இந்த மூன்று மரத்துல இருந்து தோதான வாத கொண்டுவந்து ரெண்டு பக்கமும் கொடஞ்சு கொடஞ்சு குழியாக்கி நெழல்ல காயவெச்சு அப்பப்ப தண்ணிய உட்டு பதமாக்குவோம். கொஞ்ச நாள் கழிச்சு மான் தோல கட்டி அடிச்சா இப்படி குமு குமுகுமுக்குன்னு அடிச்சு கடக்கும்.

இந்த ஒன்ன மட்டும் தனியா அடிச்சுட்டு ஆடுவீங்களா?

ஹஹஹா இல்லே முடிகாது. இது தவிலுக்கு தம்பி மாதிரி, இது கூட இருந்தா அடிக்காக்கு நல்லா கெடாக்கு. தவிலு மண்ணுல செய்குவோ; பொறைய மரத்துல செய்குவோ. மண்ணு சத்தத்த உள்ள இழுக்கூ, மரம் அச்சா இல்லெ; சத்தத்த வெளிய தள்ளும். அதுனால ஒந்துக் கொந்து ஒத்தாசையா இருந்து ஆட்டத்தே எடுத்துக்குடுப்பின.

கொகாலோடு...

உங்க ஊர், பேரு?

எத்து பேரு ரெங்கன்; ஊரு ஆனைகட்டி; நான் எட்டாவது படித்திருக்கேமு.

உங்கள எல்லாரும் கோகல் ரங்கன்னு சொல்லறாங்களே?

நே, கோகால் நல்லா ஊதுவே. கொகால புடித்தாக்கா ஊதிகிட்டே இருப்பே. அதுனாலதான் சொல்லுகின.

எப்படி இதை கத்துகிட்டீங்க? எப்போயிருந்து கொகால வாசிக்கறீங்க?

ஒரு 15 வயசிலிருந்து ஊதுகே. எத்து அப்பெ ஊதுவா, எங்க தாத்தாவும் ஊதுவா அவுங்ககூட ஆட்டத்துக்கு போவே. அப்பாவுக்கும் தாத்தாவுக்கும் இதுல நல்ல பேரு. அவுங்க கொகல் புடித்தாங்கன்னா ஆனேகூட மயங்கி நிக்கூம்பா!.

கொகால உடனே பழக முடிகாது....

காத்த இழுத்து உள்ளவெத்து மூச்சே கெட்டி ஊதுகோனு.. கஸ்டமாத்தான் கெடக்கும், கொஞ்சம் ஏமாந்த புல்லு போயி தொண்டக்குழியில சிக்கிக்கு.

திருளின்னு ஒந்து கெடாக்கு, மொதல்ல அத ஊதி பழகோனும். அப்புறம் மங்கேன்னு ஒந்து கெடக்கு. அதையும் ஊதி பழகோனும். இது ரெண்டையும் யாரு ஊதறாங்களோ அவுங்கதா இந்த கொகால ஊத முடிகூ.

திருளி, ஆயகுழல்தான்; ஆறு கண்ணு இருக்கு. அத புல்லாங்குழல் மாதிரி இச்சா மத்தோரமா வெச்சு... இங்க பாருங்க இப்படி வெத்து வெத்து ஊதறது. துருளி, மூங்கல்ல செய்யறது. மங்கேங்கறது

ஒந்திருக்கு. அது நேரா வெச்சு ஊதறது; இதுலயும் ஆறு கண்ணுதான் இருக்கும். அதுவும் மூங்கல்ல செய்யறதுதான்.

அப்புறம் கொகாலு... இதுலயும் ஆறு ஓட்டைகதான் இருக்கும். இதுல புல்லு, கோழி ரக்கையெல்லாம் வெச்சு சத்தம் செரி செய்கோனூ.

இந்த கொகால வெலகொடுத்து வாங்கீட்டி வருவீங்களா?

(சிரிக்கிறார்.)

நேமேதே செஞ்சுக்குவோம். இப்பவும் கொகால் செய்யறதுக்குந்தே ஆளுக இருக்கின.

இது நீளமா இருக்கே, ஒரே மரத்துல செய்யறதா?

இல்லெ, இத தனித்தனியா கழட்டி வெத்துக்கலாம். ஊதாத போது அப்படித்தான் வெத்துக்குவோம். ஊதறபோதும் இதெல்லாம் எடுத்து ஒந்தொந்தா மாட்டிக்குவோம்.

இதோ இப்படி

தண்டு

தொப்பி

ஆனைக்கல்

கயிறு

கோழி ரெக்கே

புல்

இப்படி பல பாகமா இருக்கும்

இத ஒந்தா சேத்தாதான் கொகாலு.

இது தொப்பின்னு பேரு, இத நாகலிங்க மரத்துல செய்வோம். கிளியமரத்துலயும் செய்வோம். கிளியமரத்தவெட்டி கத்தியில கொடஞ்சு தண்ணியில ஊறவெச்சு எடுப்போம்.

தண்டையும் ஆனைக்கால்ன்னு சொல்லற இதயும் புழுத மரத்துல செய்துக்குவோம். ஆனைக்காலெ கூமலமரத்துலயும் செய்வோம்.

இது தகடு,

இத கிளியமரத்துல வெட்டிச் செதுக்கி வட்டமா பண்ணி ஓட்டையப் போட்டு கொகல்ல மாட்டிக்குவோம். இப்பதான் இதெல்லா தகடுல இருக்கு. அப்பவெல்லாம் மரத்துல தான் இருக்கும்.

அப்புறம் இது கோழி றக்க;

ஒரு கோழில ஒன்னோ ரெண்டோ எறக்க தான் இப்படி ஊதறத்துக்கு வசதியா நல்லா இருக்கும். அதப் பாத்து எடுத்துக்குவோம்.

இது புல்லு.

இது கதிரம்பள்ளியில இருக்கு. அந்த ஊருல நெறைய வெளஞ்சு கெடக்கும்.

ஒரு அஞ்சு புல்லு இருந்தா வாழக்கைபூராம் ஊதிக் கெடக்கலாம்.

இந்த கட்டுக்கயிற எருக்கலாம் செடியிலிருந்து பிரிச்சு நாராக்கி கட்டிக்குவோம்.

இதுல ஆட்டத்துக்கு தகுந்த மாதிரி வாசிக்கணுமா? இல்லை ஒரே மூச்ச வாசிப்பீங்களா? வகைன்னு ஏதாவது இருக்கா?

ஆமாங்கே .. ஊட்டாட்டம் கூட்டாட்டம்ன்னு ஆட்டத்துலயே ரெண்டு வகை கெடாக்கு. ஊட்டாட்டம்ங்கறது, பொண்றீக மட்டும் ஆடறது. கூட்டாட்டம்ங்கறது ஆம்பளைகளும் ஆடறது. இதுக்கு தகுந்த மாதிரி ஆட்டகொகாலு ஊட்டகொகாலுன்னு ரெண்டு வகையா மாத்தி மாத்தி ஊதுவோம். அப்புறம் டெல்லியாட்டம்ன்னு ஒந்து இருக்கு. அது வெளியாளுக கூட்டீட்டுபோனா ஆடறது. அதுக்கு ஒரு தினுசா ஊதுவோம்.

கொகல் இல்லாம ஆட்டமே இல்லையா?

கொகால் புடித்தாதான் பொறேயும் அடிக்கமுடியும்; தவிலும் தட்டமுடியும்; ஆட்டமோ பாட்டோ வரும். கொகால் இல்லேந்தா ஒந்தும்மில்லே, எல்லத்தையும் ஆட்டிவெக்கறது இந்த கொகாலுதா. ஆட்டம் சரியில்லைந்தாலு, பொரே தப்பா அடித்தாலும், பாட்டு தப்பா போனாலும், சரி செய்து எடுத்துக்குடுக்கறது... கொகால்காரந்தான். மத்தவங்களுக்கு தெரியாத மாதிரி கொகால்யும் பொறையுலும் நாங்க பேசிக்குவோம். ஆனா பாக்குற அது உங்களுக்கு தெரியாது. எங்காவது ஆடப்போகும்போது, ஆட்டம் போதும் முடிச்சக்கலாம், சாப்பாடு ரெடியாயிருத்து; சாராயம் வந்திருத்து. அப்படீங்கறது வரைக்கும் நேமு கொகல்யே பேசீக்குவோம். இப்பகூட, சீரங்கன், புல்ல எடுக்கதான் போயிருக்கின, நே கொகால்ல ஊதி அதச்சொல்லிட்டேன். ஊதும்போது நாங்க் கொஞ்சம் சாரயத்த குடிச்சுட்டுதான் ஊதுவோ. அப்படி ஊதுனாதான் ரொம்ப நேரத்துக்கு நாவு வரலாம கெடக்கு.

பெண்கள் கொகலோ பொறையோ வாசிக்கறாங்களா?

ஆமா. இப்ப அப்படி ஒருத்தறம் இல்லெ. ஆனா மொதல்ல ஒன்னு ரெண்டு பொன்றிகளும் சும்மா ஊதிட்டுதா இருந்தாங்ன்னு தாத்தா சொல்லுவின.

எங்கெல்லாம் போயி ஊதியிருக்கீங்க?

எல்லா சீமைக்கும் போயிருக்கேன். மன்னார்காடு, காரமடே, கோயாமுத்தூர் இப்படி இதுவரைக்கும் நெறய இடத்துல ஊதிருப்பேன். இதெல்லாம் வெளியாளுக இருக்கற ஊரு.

ஆனா எங்காளுக இருக்குற ஊருல போய் ஊதமுடியாது. அங்க அவுங்கதான் ஊதனும். அவுங்க ஒத்துகிட்டா நாமளும் ஊதலாம். அப்படி அவுங்க ஒத்துக்காத எடத்துல வம்புக்கு ஊதுனா மந்திரத்துல தொண்டைய கட்டிப்போட்டுறுவாங்க. ஊதமுடியாது. இந்த புல்லும் அடைச்சுக்கும்.

ஒவ்வொரு பக்கமும் ஒருமாதிரி பாடறாங்க. சின்ன வயசுக்காரங்க பாட்ட மாத்தி மாத்தி பாடறாங்களே?

ஆனா மாத்தி ஊதமுடிகாது. அட்டப்பாடில ஒருமாதிரியும், வெள்ளிங்கிரியில ஒருமாதிரியும், மவித்தம்பதியில ஒரு மாதிரியும், சின்னாம்பதில ஒருமாதிரியும் அந்தந்த எடத்துக்கு தக்க மாதிரி பாடுவின. சில பாட்ட ஆங்கே மட்டுந்தா பாடுவினா; சில பாட்ட ஈங்க மட்டும்தான் பாடுவினா; சில பாட்ட ரெண்டு பக்கமும் பாடுவின. ஆனா அங்கபாடற நாலு வரி ஈங்க இருக்காது. சிறுசுக அதுகளுக்கு தக்கபடி பாடிக்குவாங்க; அது தப்புந்தெல்லாம் சொல்லுகாக்கில்லெ.

இந்த பாட்டுல நிறைய பாட்டுக கூத்துக்காக கட்டிய பாட்டுங்கறாங்களே?

ம்க்கூ...அச்சா இல்லே, நம்த்தாளுக பாடுன பாட்டத்தான் கூத்து நடக்கும்போது இடையிடையில சேத்திக்குவோம். எங்க ஊருல என்ன நடக்குதோ அதவெத்தே பாட்ட கட்டிக்கிட்டு சாவிலும் சீரிலும் பாடுவோம். என்ன, பேர மாத்தி மாத்தி பாடிக்குவோம். அவுங்க மனசு சங்கடப்படக்கூடாதில்லெ.

அதுமாதிரி ஒவ்வொருத்தரும் பாட்டுக்கு ஒவ்வொரு அர்த்தம் சொல்லறாங்களே! எது உண்மையான அர்த்தம்ன்னு எப்படி கண்டுபிடிப்பது?

ஆமா அப்படித்தான் சொல்லுவினா. அவுங்களுக்கு தெரிந்தாப்புல கொஞ்சம் சேத்தியும் கொறச்சும் சொல்லுவினா....உண்மையான அர்த்தத்த நீவீருதெ தேடி கண்டுபுடிக்கோனு. ஆனா, அது கொஞ்சம் கஸ்டமாத்தான் கெடக்கூ.

☆☆☆

சாட்சிக்காக...

சோழன் பூர்வ பட்டயம்
கொங்குநாட்டு வரலாறு - கோவை கிழார்
கோவை மாவட்ட தொல்லியல் கையேடு
கோவை மாவட்ட கல்வெட்டுகள் பகுதி
தென்னிந்திய குலங்களும் குடிகளும் - எட்கார் தர்ஸ்டன்
வனாந்திரப்பூக்கள்-செங்கோ
கல்வராயன் மலை மக்கள் - கோ . கிருட்டிணன்
Encyclopaedia of Dravidian tribe
Coimbatore cazatees